ஓடும் ரயிலில் பாய்ந்து ஏறுவது எப்படி?

ஓடும் ரயிலில் பாய்ந்து ஏறுவது எப்படி?

தேர்ந்தெடுத்த கதைகள்

மதுபால் (பி. 1963)

1985 முதல் எழுதிவருகிறார். சிறுகதைகள், நாவல்கள் என பதினைந்து புத்தகங்கள் வெளியாகியுள்ளன. இவரது சிறுகதைகள் தமிழ், இந்தி, ஆங்கில மொழிகளில் மொழியாக்கம் செய்யப்பட்டுள்ளன. திரைக்கதை எழுத்தாளர். நூற்றுக்கு மேற்பட்ட திரைப்படங்களில் நடித்துள்ளார். தலப்பாவு, ஒழிமுறி, ஒரு குப்ரசித்த பையன் திரைப்படங்களின் இயக்குநர். திரைப்படத்துறையில் பல்வேறு விருதுகளைப் பெற்றுள்ளார். தற்போது கேரளக் கலாச்சாரச் செயல்பாட்டு நலநிதி வாரியத்தின் தலைவர். திருவனந்தபுரத்தில் வசிக்கிறார்.

நிர்மால்யா (பி. 1963)

மொழிபெயர்ப்பாளர்

சிற்றிதழ்களின் மூலம் மொழியாக்கப் பணியைத் தொடங்கியவர். மலையாளத்திலிருந்து இருபத்தைந்துக்கும் மேற்பட்ட நூல்களைத் தமிழில் மொழிபெயர்த்துள்ளார். 2010இல் மொழிபெயர்ப்புக்கான சாகித்ய அகாதமி விருது பெற்றவர். ஊட்டியில் வசிக்கிறார்.

மின்னஞ்சல்: *nirmalyamani@gmail.com*

மதுபால்

ஓடும் ரயிலில் பாய்ந்து ஏறுவது எப்படி?

தேர்ந்தெடுத்த கதைகள்

மலையாளத்திலிருந்து தமிழில்:
நிர்மால்யா

காலச்சுவடு பதிப்பகம்

அன்பார்ந்த வாசகருக்கு,

வணக்கம்.

காலச்சுவடு நூலை வாங்கியமைக்கு நன்றி.

நூலின் உள்ளடக்கம், உருவாக்கம், அட்டைப்படம் இன்ன பிற அம்சங்கள் பற்றிய உங்கள் கருத்துகளையும் ஆலோசனைகளையும் காலச்சுவடு வரவேற்கிறது. தகவல், எழுத்து, வாக்கியப் பிழைகள் தென்பட்டால் அவசியம் தெரிவித்து உதவுங்கள். நூல் தயாரிப்பில் கடும் குறைபாடு இருப்பின் மாற்றுப் பிரதி உங்களுக்குக் கிடைக்கக் காலச்சுவடு ஏற்பாடு செய்யும்.

மின்னஞ்சல்: publisher@kalachuvadu.com

காலச்சுவடு நாகர்கோவில் அலுவலகத்திற்குக் கடிதம் அனுப்பலாம்.

தங்கள்
எஸ்.ஆர். சுந்தரம் (கண்ணன்)
பதிப்பாளர் — நிர்வாக இயக்குநர்

ஓடும் ரயிலில் பாய்ந்து ஏறுவது எப்படி? ♦ சிறுகதைகள் ♦ ஆசிரியர்: மதுபால் ♦ © மதுபால் ♦ தமிழில்: நிர்மால்யா ♦ மொழிபெயர்ப்புரிமை: நிர்மால்யா ♦ முதல் பதிப்பு: நவம்பர் 2023, இரண்டாம் பதிப்பு: ஆகஸ்ட் 2024 ♦ வெளியீடு: காலச்சுவடு பப்ளிகேஷன்ஸ் (பி) லிட்., 669, கே.பி. சாலை, நாகர்கோவில் 629001

ooTum rayilil paayntu eeRuvatu eppaTi? ♦ Short Stories ♦ Author: Madhupal ♦ © Madhupal ♦ Translated by: Nirmalya ♦ Translation © Nirmalya ♦ Language: Tamil ♦ First Edition: November 2023, Second Edition: August 2024 ♦ Size: Demy 1 x 8 ♦ Paper: 18.6 kg maplitho ♦ Pages: 168

Published by Kalachuvadu Publications Pvt. Ltd., 669, K.P. Road, Nagercoil 629001, India ❖ Phone: 91-4652-278525 ♦ e-mail: publications@kalachuvadu.com ♦ Printed at Real Impact Solutions, No. 12, 3rd Street, East Abiramapuram, Mylapore, Chennai 600 004

ISBN: 978-81-19034-74-1

08/2024/S.No. 1231, kcp 5257, 18.6 (2) rss

பொருளடக்கம்

முன்னுரை: மனிதர்களிடம் சொல்வதற்காக ஓர் எழுத்து	9
இரு முனைகள்	13
சிலுவையின் வழிகள் மனிதனுக்கானவை...	21
பாலகங்காதர திலகன் ஒரு நல்ல பெயர் அல்ல	28
ஆடையைப் பற்றி நினைப்பது ஏன்?	36
புலிகள் உறுமும்போது காடு வளர்கிறது	44
வாழும்கலையின் மிச்சங்கள்	51
இறைவனின் கனவுகள்	61
நிழலுக்குத் தெரிந்த வெளிச்சம்	77
தியான மையத்தில் வியாகுல மாதா	85
ஒற்றைச் சாளர உலகம்	91
நட்சத்திரங்களின் நடுவில்தான் வாழ்க்கை	97
சிறகுகள் இல்லாமல் தேவதைகள் பறப்பதுண்டு	106
பள்ளத்தாக்கிலிருந்து மலையேறுபவர்கள்	113
ட்ரூ லிஸனர்	122
ஓடும் ரயிலில் பாய்ந்து ஏறுவது எப்படி?	138
யானோ நீயோ யாதிபரம்...	146
தேயிலையால் நிறம் தரப்பட்ட நிலப்பரப்பு	160

முன்னுரை

மனிதர்களிடம் சொல்வதற்காக ஓர் எழுத்து

கதைகளைக் கேட்கும் காலமே ஒருகதையைக் கூறத் தகுதிப்படுத்துகிறது. என்னெதிரில் புராணக் கதைகளுடன் ஒரு பாட்டி இருந்தாள். பாகவதமும் ராமாயணமும் மகாபாரமும் படித்து, எனக்குக் கதைகளைச் சொல்லிக்கொண்டே இருந்தாள். படிக்கும் வயதை எட்டியதும் அண்டை வீட்டில் வசித்த பாத்யக்கர மனையைச் சேர்ந்த சுப்ரமணியன் ஆயிரத்தொரு இரவுகள், ஐதீக மாலை, அமர் சித்திரக் கதைகள் போன்றவற்றைத் தந்தார். அப்பா திரையரங்கை நடத்திவந்தார். எனவே, குழந்தைப் பருவம் முதல் திரைப்படங்களைப் பார்த்து வளர்ந்தேன். வகுப்புத் தோழர்களிடம் வாசித்த கதைகளைச் சொல்லும்போது சினிமாக் கதைகளையும் சொன்னேன். கதை சொல்ல இயலும் என்கிற நம்பிக்கையில், பத்தாம் வகுப்பு கோடை விடுமுறையின்போது பாத்யக்கர மனை வாசலில் நிகழ்த்துவதற்காக ஒரு நாடகம் எழுதச் சொன்னார்கள். அரசனுக்கும் அவனது எதிரியான அரசகுமாரிக்கும் இடையிலான கதை அது. படித்த ஏராளமான படக்கதைகளிலிருந்து நானே உருவாக்கிய ஒரு நாடகம். அதை சுப்ரமணியனும் நண்பர்களும் வற்புறுத்தி எழுதவைத்தார்கள். முதன்முதலாகக் கதை எழுதவில்லை, நாடகம் எழுதினேன். அதை இயக்கி நடித்தது புதியதொரு தொடக்கம். வீடுவீடாகச் சென்று நிதி வசூலித்து, சுவ்ரொட்டியை வரைந்து, ஒட்டவைத்து, ஆட்களை

வரவழைத்து நடத்திய அந்நாடகம் வெற்றியாக அமைந்தது. அது உந்துவிசையைத் தந்தது. மனிதர்களிடம் ஏதேனும் புதியவற்றைக் கூறினால் அவர்கள் அதைக் கவனிப்பார்கள். கருத்து சொல்வார்கள் என்பதைப் புரிந்துகொண்டேன். நமது செயலைப் பற்றிப் பிறர் கூறுவதைக் கேட்பது இனிய அனுபவம். ஷெஹரஸாதும் துனியாஸாதும் முடிவற்ற கதைகளைச் சொல்லித் தப்பித்து வாழ்க்கைக்குத் திரும்பி வருகிறார்கள். முடிவற்ற கதைகள் மூலமாகவே என் எழுத்து வாழ்க்கை தொடர்ந்தது.

கல்லூரி நாட்களில் பாலக்காடு தாரேக்காடு கிராமத்தைச் சேர்ந்த டி.கே. சங்கர நாராயணன் என்கிற நண்பர் தன்னிடமுள்ள கதைகளை வாசிக்கத் தருவார். அவர் தந்த கதைகள் மூலமாக எம்.டி. வாசுதேவன் நாயர் என்கிற எழுத்தாளரின் உலகைத் தெரிந்துகொண்டேன். அதுவரை படித்த துப்பறியும் கதைகளைத் தாண்டி வேறொரு எழுத்து உள்ளதென அறிந்து வியந்தேன். வெகு அருகில் தென்படும் மனிதர்களிடமும் கதைகள் உள்ளன என்றும் அவற்றைத் தனக்கான ஒரு மொழியில் எழுதி வாசிக்க முடியுமென்றும் எம்.டி. கற்றுத்தந்தார். வீட்டையும் ஊரையும் சுற்றுப்புறத்தையும் யதார்த்தம் மிளிர எழுத இயலுமென அக்கதைகள் வாயிலாகத் தெரிந்துகொண்டேன். அன்று வாசித்த எம்.டி, உரூப், நந்தனார், எஸ்.கே. பொற்றேக்காட் ஆகியோரின் கதைகளில் எனக்கு அறிமுகமான மனிதர்களைக் கண்டேன். வயலிலும் வரப்பிலும் கோயில் மைதானத்திலும் மனைகளிலும் பழைய தறவாடுகளிலும் எனது வாழ்க்கை நகர்ந்தபோது அங்கெல்லாம் இவர்கள் எழுதிய மனிதர்கள் என்னுடன் இருந்தார்கள். வீட்டின் ஜன்னலை ஒட்டிய கட்டிலில் படுத்தபடி வாசித்த புத்தகங்களின் கதை மாந்தர்களை ஒரு நாடகக் காட்சியைப் போலப் பார்த்தேன். கதை எழுத்தின் வியப்பு திரையரங்கங்களின் திரைச்சீலையைப்போல எனக்கு அனுபவத்தை வழங்கியது.

சங்கர நாராயணனுடன் நானும் கதைகள் எழுதினேன். அவர் கதைகளை அனுப்பிய பத்திரிகைகளின் முகவரியை எனக்கும் தந்தார். *கலாலயம், குங்குமம், மாரளம், தீபிகா* போன்ற பத்திரிகைகளில் அவ்வப்போது எனது கதைகள் பிரசுரமாயின. சில கதைகள் அனுப்பிய வேகத்தில் மறு தபாலில் திரும்பி வந்தன. இருப்பினும், எனது அச்சிடப்பட்ட பெயரை ரகசியமாகப் பார்த்துக் கொண்டிருப்பேன். புத்தகங்களைப் படிக்கும் சிலரிடம் அந்தப் பத்திரிகைகளைக் கொடுத்து எனது பெயர் எழுத்தாளர்களின் பட்டியலில் இடம் பெற்றதென உள்ளூரச் சொல்லிக்கொள்வேன். பிறகு உலக இலக்கியத்தை நோக்கி நடக்கும்போதுதான்

நானெழுதும் கதைகளின் வழிகள் இப்படியிருக்கக் கூடாதெனத் தீர்மானித்தேன்.

அதற்குள்ளாக, பட்டப்படிப்பை முடித்து ஒரு வேலைக்காகவும் மேற்படிப்புக்காகவும் எர்ணாகுளத்தை அடைந்திருந்தேன். பின்னர், பி.எஃப். மேத்யூஸும் ஜார்ஜ் ஜோசப்பும் எனது கதை எழுத்தின் வழியைத் திறந்து தந்தார்கள். ஒவ்வொரு ஞாயிற்றுக்கிழமைகளிலும் கதைகளுடன் அவர்களைச் சந்திப்பேன். எழுதிய கதைகளின் தப்புத் தவறுகளைக் கூறினார்கள். சில கதைகளை எவ்வித தாட்சண்யமுமின்றிக் கிழித்தெறிந்தேன். சிலவற்றை மீண்டும் மீண்டும் மாற்றி எழுதினேன். உண்மையில் வாசித்த கதைகளைக் காட்டிலும், சிரமப்பட்டுக் கதை எழுத்தின் பாடங்களைப் படித்துக்கொண்டிருந்தேன். அல்லது அவர்கள் எனக்குக் கதை எழுத்தின் வழிகளைக் காட்டித் தந்தார்கள். அவர்களின் எதிரில் கதைகளை எழுதி எனது பெயரை வரவழைக்க வேண்டுமென்று ஓர் அர்த்தத்தில் இப்போதும் முயன்றுகொண்டிருக்கிறேன். ஏனெனில், அவர்கள் எழுத்தாளர்களாக மட்டுமின்றிச் சிறந்த வாசகர்களாகவும் இருந்தார்கள். உலக மொழிகளில் எழுதப்பட்ட கதைகளைப் பற்றி இன்றும் மேத்யூஸ் நமக்குக் கற்றுத் தருகிறார். மறைந்த தாமஸ் மேத்யூ கதை எழுத்தின் வேறோர் உலகில் தனது கதைகளுடன் இன்றும் எழுத்துகளாக வாழ்ந்துகொண்டிருக்கிறார். மறைந்த எல்லா எழுத்தாளர்களும் ஆகாயத்திற்கு அப்பாலிருந்து நம்மைப் பார்த்துக்கொண்டிருக்கிறார்கள் என்று நம்புவதுதான் எனது விருப்பம்.

திருத்தி எழுதப்பட்ட கதைகள் பின்னர் *கலாகௌமுதி*, *கதா*, *மலையாள நாடு* ஆகிய பத்திரிகைகளில் அச்சில் வரும்போது அறிமுகமான வாசகர்களும் எழுத்தாளர்களும் கருத்துகளைக் கூறுவதைக் கேட்க முடிந்தது. படித்த கதைகளைக் குறித்துக் கடிதங்களை எழுதிக் குவித்தேன். வாசகர்களின் எதிர்வினைகள் ஓர் எழுத்தாளனின் பயணத்தை இன்பமயமாக்குமெனத் தோன்றியது. சிலசமயம் சிறந்தவை என்று எனக்குத் தோன்றிய கதைகள் கருணையின்றித் துடைத்தெறியப்பட்டதுண்டு. ஒரு வாசகன் வாசிக்கும் உலகம் அவனுக்குரியது மட்டுமே என்பதை அப்போது புரிந்துகொண்டேன். எழுதி முடிக்கப்பட்ட கதை வாசகனுக்கு உரியதாகிவிடுகிறது. ஒவ்வொரு கலைப்படைப்பும் அத்தகையதுதான். சிலையாகிவிட்டால் அது சிற்பியிடமிருந்து பிரிந்துவிடுகிறது அல்லவா? கருத்தைக் கூற வேண்டியவன் ரசிகன்தானே? அதற்கான உரிமை அவனுக்குத்தான் உள்ளது. ஆகவே, இன்று எழுதப்பட்ட கதை இருபத்தி ஐந்து வருடத்திற்குப்

பின்பும் நிலைநிற்க வேண்டும் என்கிற உணர்வுடன் எழுத இயல வேண்டுமெனக் கூறியதும் எழுதவைத்ததும் அவர்கள்தாம். எனக்கு எழுத்து அன்பையும் நட்பையும் தருகிறது. ஒவ்வொரு கதையும் நம்மை சுற்றியுள்ள, யாராலும் கூறப்படாததைக் கூறிச் செல்கிறது. அதைக் கண்டுணர்ந்து பிறர் மனதில் நிறைப்பதையே ஓர் எழுத்தாளன் செய்கிறான். இளமையில் கண்டதையும் உணர்ந்ததையும் மற்றவர்களின் மனதில் எழுத்தாளன் நிறைக்கிறான். கண்ணுக்குப் புலப்படுபவற்றைக் காட்டிலும் தென்படாமல் இருப்பவை அதிகம். ஆகவேதான் அவற்றைக் கண்ணுறக்கூடிய மூன்றாம் கண் தேவைப்படுகிறது.

பதின்பருவத்திலும் வாலிப நாட்களிலும் கண்டதும் வாசித்ததுமான உலகில் இப்போது நான் பயணிக்கவில்லை. அன்று அவதானித்ததைக் காட்டிலும் ஒரு விசாலமான பார்வை என்னெதிரில் உள்ளது. காகிதத்தில் கதைகள் எழுதிய காலத்தில் இருந்து *Chatgpt* நோக்கி வார்த்தைகளும் வழிகளும் விரியும் ஒருலகம். எனினும், இயந்திரத்தனமான வட்டப்பாதையில் சிந்தனையின், கற்பனையின் வெள்ளி வெளிச்சம் பரவ மனித மூளை தேவைப்படுகிறது. கதை எழுத்து ஒருபோதும் திரும்பக் கூறல் அல்லவென்றும் அது எப்போதும் புதிய வார்த்தைகளுக்கும் உலகிற்குமான பயணம் என்றும் புரிந்துகொள்கிறேன்.

என்னெதிரில் கடந்து சென்ற எல்லா வாழ்க்கைகளும் ஏதோவொன்றைக் கூறும்படி என்னிடம் கோருகின்றன. அதை உங்களுக்காக எழுதுகிறேன் என்று நம்புமாறு என் மனம் சொல்கிறது. அது வெறும் மொழியினுடைய அல்லது பண்பாட்டினுடைய வெளிச்சத்தில் மட்டுமின்றி வாழும் மனிதன் எந்த இடமாக இருந்தாலும் அனுபவிக்கக்கூடிய விஷயங்களில் ஒற்றுமை இருக்குமென நம்புகிறேன். மனிதன் வாழும் காலம்வரை கதையும் தொடரும். அதற்கு நவீனத்துவம், புராணம் என்கிற பாகுபாடு கிடையாது. அது ஒவ்வொரு கணமும் எளிய மொழியில் கருத்துகள் வழிந்து போகாமல் சிக்கலான சொற்சேர்க்கைகள் இல்லாமல் எழுதிக்கொண்டிருக்கிறது. அக்கதைகள் ஒரு மொழியிலிருந்து அடுத்த மொழிக்குப் பயணிக்கின்றன.

மதுபால்

திருவனந்தபுரம்
31-10-2023

1

இரு முனைகள்

மொஹ்ஸீனா, கொச்சி பன்னாட்டு விமான நிலையத்தில் இறங்கும் தினத்தன்று நான் மீண்டும் அப்பார்ட்மெண்டிற்கு வந்து சேர்ந்தேன். மூன்று வருடமாக எழுதவும் படிக்கவும் முக்கியமானவர்களைச் சந்திக்கவும் எஸ்.ஏ. சாலையிலுள்ள ஸ்கைஃபை அபார்ட்மெண்டில் சஞ்ஜீவனின் எழுநூற்றி இரண்டாம் அறையை என்னுடையதைப் போலப் பயன்படுத்தி வருகிறேன். இந்த அறைக்கு ராசி இருப்பதாக எனக்குத் தோன்றியதுண்டு. இங்கே அமர்ந்து எழுதி முடித்த நாவலுக்கு அகாடமி விருது கிடைத்தது.

ஜன்னலைத் திறந்ததும் வானம். அதற்குக் கீழே கருமை நிறத்தில் மரங்களின் பசுமை. அதற்கிடையே தலையுயர்த்தி நிற்கும் சில கட்டடங்கள். சூரிய அஸ்தமனத்தின் சிவந்த மேகங்கள். மரங்களுக் கிடையே மறையும் கரிய பாதை. இரவுநேர நகரத்தில், எரியும் நியான் வெளிச்சத்தின் நிறங்கள். அறையிலிருந்து பார்க்கும் காட்சிகளைப் படமெடுத்து மொஹ்ஸீனாவுக்கு வாட்ஸ்அப் மூலம் அனுப்பினேன். அவளது முதல் கேரள வருகையை முன்னிட்டு எனது அறைக்கு வெளியே தெரியும் கேரளம் என்கிற டேகில் படங்களை அனுப்பினேன். மகிழ்ச்சியினுடைய, வியப்பினுடைய குறியீடுகளை அனுப்பித் தந்து அவள் மனம் திறந்தாள்.

மொஹ்ஸீனாவைச் சந்திக்க வேண்டும் என்கிற தீர்மானம் சட்டென ஏற்பட்டதல்ல. கன்னியாகுமரி யில் படப்பிடிப்பு நடத்த முடிவு செய்யப்பட்ட

ஒரு திரைப்படத்திற்கு அவளே கதாநாயகி என்கிற மின்னஞ்சல் அவளுக்கு அனுப்பப்பட்டது. அதற்கானது இந்தப் பயணம். மும்பை விளம்பரப் படங்களிலிருந்து ரவிச்சந்திரன் கண்டடைந்த இளம்பெண். அவள் ரவியின் காமிரா வழியாக முதலில் ஒளிர்ந்து வந்தாள். 'மிக்ஸட் காம்ஃப்ளக்ஷனில் ஒரு முகம், தேவையெனில் இதோ இங்கே இருக்கிறது' என்று அன்றைக்கே சொல்லியிருந்தான். என் மேசையில், மூன்று நாட்களுக்கான பணிகளைத் தயாரித்து வைத்திருந்தேன். ஃபோட்டோ ஷூட், விரிவான திரைக்கதை வாசிப்பு, திரைப்படத்தின் முக்கிய சம்பவங்கள் நடக்கும் மட்டாஞ்சேரியின் தெருக்களில் அலைந்து திரிய ஒருநாள். மற்றவை அவளைத் தீர்மானித்த பிறகு. கன்னியாகுமரிக்கு ஒரு கார் பயணம். ஏழு நாட்கள் அவள் எங்களுடன் இருக்க வேண்டும் என்கிற ஒப்பந்தம் மின்னஞ்சலில் இருந்தது. அவள் அதை நிறைந்த மகிழ்வுடன் ஏற்றுக்கொண்டாள்.

'கிரேட் கிலாட்... ப்கோஸ் ஐயம் ஸோ கம்ஃப்ர்ட்டபிள் வித் யூ...'

விமானம் மதியம் வந்து சேரும். இருப்பினும் பேக்கேஜ் கிளியர் செய்து வெளியே வர கூடுதலாக ஒரு மணிநேரம் தேவைப்படும். எனவே சற்றுத் தாமதமானாலும் பரவாயில்லை. செல்ஃப் டிரைவ் செய்து முப்பத்தைந்து நிமிடத்தில் விமான நிலையத்தை எட்டி விடலாம். லிஃப்டில் கீழே வந்தபோது அப்பார்ட்மெண்ட் மேலாளர் பார்க்க விரும்புவதாக வரவேற்பறை ஸெரீன் சொன்னாள்.

'ஜெஸீந்தா லீவ் முடிச்சிட்டு வந்துட்டாங்களா..?'

'மேம் ஆஃபீஸ்ல இருக்காங்க...'

'அவசரமா..?'

'யெஸ் சார். எப்ப வந்தாலும் பார்க்கணும்னு மேம் சொல்லி யிருந்தாங்க..?'

ஜெஸீந்தாவின் அறையில், யாரிடமோ உரத்தகுரலில் சண்டையிடுவதைப்போல பேசிக்கொண்டிருந்தாள். கதவைத் தட்டியபோது உரத்த பேச்சுக்கிடையிலும் 'வாங்க...' என்றாள்.

என்னைப் பார்த்ததும் போனில் பேசிக்கொண்டிருந்தவரிடம் ஏதோ காரணத்தைச் சொல்லி உரையாடலைத் துண்டித்துக் கொண்டாள். பிறகு அதே குரலில் என்னிடம் பேசினாள்.

'இருந்தாலும் அனீஷ், நீங்க பண்ணின காரியம் சரியில்ல... எதுக்காக நீங்க சந்தோஷுக்குப் பணம் குடுத்தீங்க..?'

சட்டென எனக்கு எதுவும் விளங்கவில்லை.

“என்ன நடந்துச்சு..?”

“திரும்பி வந்தபோது, நீங்க அந்த செக்யூரிட்டிக்குப் பணம் ஏதாவது குடுத்தீங்களா..?”

“ஆமாம்... குடுத்தேன்... போனத்தடவை நான் புறப்படற நேரத்துல கொஞ்சம் லக்கேஜ் இருந்துச்சு... காலைல கௌம்புறப்ப சந்தோஷை உதவிக்குக் கூப்பிட்டேன். அதுல ஏதாச்சும் தப்பு இருக்குதா..?”

“தயவு செஞ்சு அனிஷ், அவனுங்களுக்கெல்லாம் பணம் குடுக்காதீங்க...”

“என்ன ஜெஸீந்தா... என்ன ஆச்சு. நமக்கு உதவி பண்ணின ஒருத்தருக்குச் சந்தோசமா குடுக்கறோம் அவ்வளவுதானே...”

“அனீஷ், நான் அனுபவிச்ச டென்ஷன் என்னன்னு தெரியுமா...” ஜெஸீந்தாவின் குரல் சற்றுத் தணிந்தது.

அப்போதும் அவளது குரலின் உச்சம் குறைந்திருக்கவில்லை.

சந்தோஷ், பணம் வாங்கிய அன்று செய்த செயல்கள்

வழக்கமாக வேலை முடிந்ததும் ஒரு நிமிடம்கூட அங்கு நிற்காமல் கிடைக்கும் பஸ்ஸில் வீட்டுக்கு விரைவான். வீட்டில் அவனுக்கு இரண்டு குழந்தைகள். மனைவி லைஸா, இரண்டாவது குழந்தையைப் பெற்றெடுத்து, குளித்து முடித்த தொண்ணூறாம் நாள் வேலியருகில் வந்து கய்யும்மாவிடம் பேசிக் கொண்டிருந்தாள். பிற்பாடு காணாமல் போனாள். குழந்தை ஐந்து நாட்கள் இடைவிடாமல் அழுதுகொண்டிருந்தது. அப்போதெல்லாம் சந்தோஷின் அம்மா புட்டிப்பாலைக் கொடுத்து அழுகையை நிறுத்தினாள். சந்தோஷும் போலீஸ்காரர்களும் ஊர் முழுக்கத் தேடினார்கள். கடைசியில் ஐந்தாம் நாள் நான்கு மணிக்குப் பிறகு, மண்ணெண்ணெய் வியாபாரத்திற்கு வரும் பேபிக்குட்டியுடன் போலீஸ் ஸ்டேஷனுக்கு வந்து கையெழுத்துப் போட்டாள் லைஸா. தன்னை யாரும் கடத்திப் போகவில்லையென்றும், தனது விருப்பத்தின் பேரில் வெளியேறியதாகவும், சட்டப்படி இனி நான் சந்தோஷின் மனைவி இல்லை என்றும் கூறினாள். கோயில் எதிரிலும், குருமண்டபத்தின் எதிரிலும் நின்று தாலி கட்டிய பேபிக்குட்டிக்குக் கட்டுப்பட்டுத் தற்போது வாழ்ந்து வருவதாக எழுதிக் கொடுத்தாள்.

லைஸா போலீஸ் ஸ்டேஷனில் இருப்பதை அறிந்த சந்தோஷ் ஓடி வந்தான். அப்போது கடும் வசைகளைத் தூற்றிக்

கொண்டிருந்தான். வாயால் சொல்லக் கூடாத வார்த்தைகளைக் கூறியதற்காக, பாரா நின்றிருந்த குண்டு போலீஸ்காரன் ஒரு அடி கொடுத்தான். 'பொஞ்சாதி ஓடிப்போனதோட வருத்தம் சாருக்குப் புரியாது' என்று கத்தியபடி லைஸாவையும் அவளுடன் நின்றிருந்த மண்ணெண்ணெய் வியாபாரி பேபிக்குட்டியையும் திட்டினான். பிறகு அவனுடைய தாய் தந்தையரையும், ஊரிலுள்ள மாற்றான் மனைவிகளைக் கடத்திச் செல்பவர்களை யெல்லாம் திட்டித் தீர்த்தான். அதைக் கேட்ட போலீஸ்காரர்கள் வாயடைத்து நின்றார்கள். அவர்கள் சொல்வதைக் காட்டிலும் அதிகமான வசைகளைச் சொல்கிறான். அவை தடித்த வார்த்தைகள், ஒருமுறை கேட்டு விட்டால் காதில் அறைய வேண்டிய அவசியமில்லை. அந்த வசைகளைக் கேட்டாலே செவிப்பறை அடைத்துவிடுமென்று போலீஸ்காரர்களுக்குத் தோன்றியது.

ஏதோ ஒரு போலீஸ்காரன் அந்தக் கெட்டவார்த்தைகளை மொபைல் போனில் பதிவு செய்துகொண்டிருந்தான். கெட்ட வார்த்தைகளைக் கேட்ட பிறகும் எந்தக் கூச்சமுமின்றி சந்தோஷின் எதிரிலேயே போலீஸ்காரனிடம், 'சார், எங்க கூடவே வந்து வண்டியில ஏறுறதுக்கு உதவி பண்ணுங்க' என்று லைஸா சொன்னபோது வாயைப் பிளந்து அவளது வேசித்தனத்தைச் சொல்லிக் கூச்சலிட்டான். ஸ்டேஷன் எதிரில் மல்லாந்து படுத்தான். அப்போது அவனது குரல் உச்சத்தைத் தொட்டது. லைஸாவும் பேபிக்குட்டியும் சுற்றிலும் நடப்பது எதுவும் தங்களுக்குப் பாதகமில்லை, ஊர்க்காரர்கள் ஏதோ நாடகம் பார்க்கிறார்கள், நாங்கள் இந்த ஊரைச் சேர்ந்தவர்கள் அல்லர் என்கிற தோரணையில் நிறுத்தப்பட்டிருந்த வாடகைக் காரிலேறிப் போனார்கள். போகும்போது யாருக்கும் தெரியாமல் போலீஸ்காரனின் கையை நன்றியுடன் பற்றினாள் லைஸா. அது கையூட்டு என்பதைப் படுத்தபடியே சந்தோஷ் புரிந்துகொண்டான்.

'காசை வாங்கிட்டு பொம்பளைய கூட்டிக் குடுக்கற போலீஸ்காரா' என்று காதைக் கூசவைக்கும் வசையைச் சொன்னபோது போலீஸ்காரன் சந்தோசைத் தூக்கி நிறுத்தி ஓங்கி அடித்தான். சுயவுணர்வைக்கொண்ட ஒருவன், அந்த அடியில் அப்போதே செத்துப்போயிருப்பான். ஆனால் அனைத்தையும் இழந்த சந்தோஷ் மீண்டும் வீறுகொண்டு வசையின் அளவைக் கூட்டிக்கொண்டிருந்தான். இரண்டு போலீஸ்காரர்கள் சேர்ந்து போலீஸ் ஸ்டேஷனுக்குள் இழுத்துச் சென்றார்கள். அக்காட்சி நிறைவடைந்ததும் பொதுமக்கள் கலைந்து போனார்கள்.

பின்னர், சந்தோஷ் குழந்தைகளுக்காக மட்டும் வாழ்ந்தான். பிளம்பிங் வேலைக்காகவும் எலக்ட்ரிக் வேலைக்காகவும்

யாராவது அழைத்தால் போய்ச் செய்து தருவான். கிடைக்கும் பணம் முழுவதையும் அம்மாவிடம் ஒப்படைக்காமல் கொஞ்சம் காசை பிவரேஜ்காரனுக்குக் கொடுத்து வாழ்ந்துவந்தான். அச்சமயத்தில் மீண்டும் மண்ணெண்ணெய் வியாபாரி பேபிக் குட்டியைப் பார்த்தான். அக்காட்சியை மற்றவர்களும் பார்த்துக் கொண்டிருந்தார்கள். எனவே, இவர்களிருவரும் இப்போதும் வாழ்ந்து கொண்டிருக்கிறார்கள். இல்லையென்றால் இருவரில் ஒருவர் இறக்க நேர்ந்திருக்கும். அச்சம்பவத்திற்குப் பிறகு ஊர்க்காரர்கள் எல்லோரும் சேர்ந்து சந்தோஷை மதுவிடுதலை மையத்தில் சேர்த்தார்கள். சமுதாயத்திற்குப் பயன்படக் கூடியவன் சந்தோஷ் என்பதை மதுவிடுதலை மையத்தில் சேர்க்கும்போது பஞ்சாயத்து உறுப்பினரான சதாசிவன், அருட்தந்தையிடம் சொன்னான்:

'சாராயம் குடிக்கற இந்த சந்தோஷ்; பாவம் ஃபாதர். ஊர் ஆளுங்களுக்கு ரொம்பவும் வேண்டப்பட்டவன் ... இவன் இல்லாம போனா அந்தக் கொழந்தைகளும் கெழவியும் ரொம்ப கஷ்டப்படுவாங்க...'

வழக்கமாகக் குடிகாரர்களை இத்தகைய மையங்களுக்குக் கொண்டுபோய்ச் சேர்க்கும்போது, உதறித்தள்ளி ஓட்டம் பிடிப்பார்கள். சந்தோஷ் அருட்தந்தையின் கையைப் பற்றி உள்ளே போனான். 'இந்த வெகுளிக்குத் திருந்த வேண்டுமென்றும், இப்பாவத்திலிருந்து விடுதலை பெறவேண்டுமென்றும் ஆசை உண்டு. இவனை நானொரு சிறந்த பிரஜை ஆக்குவேன். கர்த்தரைச் சுற்றிலும் நன்மையின் தேவதைகளை நிற்க வைப்பேன்' என்று அழைத்து வந்தவர்களிடம் சொல்லி விட்டு அருட்தந்தை உள்ளே அழைத்துப் போனார். மக்கள் சந்தோஷின் கதையை மறந்து போனார்கள்.

மையத்தின் அருட்தந்தை, சந்தோஷுக்கு ஒரு நிரந்தர வேலை இருக்கட்டும் என்று சொல்லி ஸ்கைஃபை அப்பார்ட்மெண்டில் ஒப்படைத்தார்.

'இவனுக்குத் தெரியாதது எதுவுமில்ல. ஒரு வீட்டுக்குத் தேவைப்படற எல்லா வேலைகளையும் செய்வான். இவனைக் கூட வெச்சுகிட்டா உங்களுக்கு ஒத்தாசையா இருப்பான்.' என்று அருட்தந்தை சொன்னபோது ஜெஸீந்தா, சந்தோஷை மேலாளரிடம் ஒப்படைத்தாள். ஒரே சபையைச் சேர்ந்த வாழ்க்கையில், வழிநடத்துபவனின் அனுமதியின் பேரில் காரியங்களை முன்னெடுத்துச் செல்பவள் ஜெஸீந்தா. வெறும் எளிய வார்த்தைகளால் பார்க்கலாம் என்று அருட்தந்தையைத் தட்டிக் கழிக்காமல் அப்போதைக்கு செக்யூரிட்டி வேலையை உறுதிப்படுத்தினாள்.

அவன் போனதும் அருட்தந்தை சொன்னார்: ‘ஜெஸீந்தா, அந்தப் பையனை நல்லா பார்த்துக்கணும். அவனொரு அப்பாவி... ஆனா, பணத்தை மட்டும் குடுத்திராதே. அதை அவனோட அம்மாகிட்ட ஒப்படைக்கணும். காசு கெடைச்சா சிலர் வழி மாறிப் போயிடுவாங்க... அந்தக் கசப்பான அனுபவத்தோட சாட்சியம் முடிச்சு, அதிலேர்ந்து மீட்டெடுத்து இவனை உன்கிட்ட ஒப்படைக்கிறேன். இருந்தாலும் அவனோட விஷயத்துல காசுங்கறது சாத்தானைக்கூட சேர்க்கற மாதிரி. என்ன நடக்கும்னு சொல்ல முடியாது. காசு கைக்கு வந்திட்டா அப்புறம் எந்தச் சிலுவையாலும் அவனைச் சரிப்படுத்த முடியாது. கொஞ்ச காலம் அந்த விஷயத்தைக் கவனத்துல வெச்சிட்டா போதும்.’

அருட்தந்தை சொன்னது உண்மையாக இருந்தது. தன்னுடன் வைத்துக்கொள்ளத் தகுந்த ஒரு வேலையாள் இத்தனை காலம் கிடைக்கவில்லை. பைப் வேலையாக இருந்தாலும், எலக்ட்ரிக் வேலையாக இருந்தாலும் அல்லது லிஃப்டாக இருந்தாலும் பழுது பார்த்துவிடுவான்.

‘பழசையெல்லாம் மறந்து நிம்மதியாகப் போயிட்டிருந்தான். சம்பளத்தை சந்தோஷோட அம்மாகிட்ட குடுப்பேன். அவன் கையில் அதிகமான காசு வராம பாத்துக்குவேன். அப்பத்தான் அனீஷ் இருநூறு ரூபாய் குடுத்தீங்க... அது அவனுக்கு வெல்லக் கட்டி மாதிரி... குடியை நிறுத்தி நல்லபடியா போய்க்கிட்டிருந்தப்ப கைநெறய காசு கெடைக்குது... கெடைச்சதும் செலவு பண்ணணுமே. டூட்டியில இருக்கற ரிசப்ஷன் பொண்ணு சொன்னா, ‘மேடம் சந்தோஷ் என்னமோ வழக்கத்துக்கு மாறா தெரியறான்... இன்னைக்கு அதிகமா சிரிக்கறான். போறவங்க வர்றவங்ககிட்டயெல்லாம் சும்மா ஒவ்வொன்னா பேசிக்கிட்டிருக்கான்...’ நான் கூப்பிட்டுக் கேட்டேன். ஆனா அப்பவும் அவன் குடிச்சிருக்கான்னு கண்டுபிடிக்க முடியல. பிறகு மதியம் வரைக்கும் எந்தப் பிரச்சினையும் கெடையாது... நாலுமணிக்குப் பெறகு அவனைக் கூப்பிட்டேன். அப்பவும் எந்தப் பிரச்சினையும் இல்ல. சாயங்காலம் வாட்டர் டேங்க்ல ஒரு ரிப்பேர் வேலை வந்தப்ப அதைச் சரிப்படுத்தறதுக்கு ஒரு ஆளை கூட்டிட்டு வர அனுப்பினேன். ஸ்கூட்டர் எடுக்கட்டுமான்னு கேட்டு அதையும் எடுத்திட்டுப் போனான். நேரம் அதிகமானதால வந்த ஆளைக் கொண்டுபோய் விடறதுக்காக ஸ்கூட்டர் எடுத்தான். அதுக்குப் பெறகுதான் பிரச்சினை தொடங்குச்சு... அப்புறம் புலிவாலாயிடுச்சு... எந்தத் தகவலும் இல்ல... கெடைச்ச காசு எல்லாத்துக்கும் லிக்கர் வாங்கிக் குடிச்சிட்டு வண்டி ஓட்டியிருக்கான். போலீஸ்காரன் கூப்பிட்டுச் சொன்னப்பதான்

எனக்குத் தெரிஞ்சது. அனீஷ் அந்த ஸ்கூட்டரைப் பார்க்கணும். அதைப் பார்த்தா ஓட்டுனவனோட நெலைமையை ஊகிக்க முடியாது ... ஆனா எப்படித் தப்பிச்சான்ங்கறது இப்பவும் எனக்கு ஆச்சர்யமா இருக்குது. அவனைக் காப்பாத்தறதுக்காக ஒதுங்கின ரெண்டு கார்லயும் ஒரு பைக்லயும் பயணம் பண்ணினவங்க இப்பவும் ஆஸ்பத்திரில ... அதோட கேஸ் வேற... இதெல்லாம் அனீஷ் குடுத்த அந்த இருநூறு ரூபாவோட வேலை ... ஸ்டேஷனுக்குப் போனப்பத்தான் அவன் பேர்ல வேற சில கேஸ்களும் இருக்கறதைத் தெரிஞ்சுகிட்டேன்...

‘சந்தோஷ் இப்ப எங்கே... அவனுக்கு ஏதாச்சும்...’

என்னுடைய பதட்டத்தைப் பார்த்து ஜெஸீந்தா சற்றுப் பொறுமையடைந்தாள்.

‘அவனை வேலையை விட்டு நிறுத்திட்டேன். இந்த மாதிரியான ஆளுங்களை வேலைக்கு வெச்சா நமக்கு போலீஸ் ஸ்டேஷனை விட்டு வெளியே வர நேரம் இருக்காது...’

‘நல்ல ஒரு இளைஞனா இருந்தான்.’

‘அது நிஜம்தான் ... ஆனா அவனை அனிஷ் வழிதவற வச்சிட்டீங்க... இனியாவது ஆளையும் தரத்தையும் பார்த்து எதையாவது பண்ணுங்க...’

“மனுஷனோட குணத்தைத் தெறந்து பார்க்க முடியாதே ஜெஸீந்தா...”

‘இல்ல... நான் சொன்னேன். அவ்வளவுதான்...’

விமான நிலையத்தை நோக்கி காரைச் செலுத்திக் கொண்டிருந்தபோது ஏதோவோர் அலைக்கழிப்பு என்னைச் சூழ்ந்துகொள்வதைப்போல. ஒவ்வொரு புராஜக்ட்டும் ஒரு படைப்பு. அதற்கான நகர்வுகளில் சில மனத்தடைகள் ஏற்பட்டு என் வழிகளைத் தடுப்பதுண்டு. மொஹ்ஸீனாவை நான் சந்திக்கச் செல்வது முதல்முறை. அந்தச் சந்திப்புக்கு முன்னர் சற்றும் விரும்பத்தகாத செய்தி என்னை ஆட்டுவிக்கிறது. அல்லது நிகழக்கூடாத ஏதோ ஒன்று நிகழப் போகிறது என்கிற பீதி என்னைக் கீழ்ப்படுத்துகிறது.

விமான நிலையத்திற்கான திருப்பத்தைத் தாண்டியதும் ஸ்கூட்டர்காரன் ஒருவன் ஒருவழிப் பாதையை மீறி எனது காரை திடுக்கிட வைத்தான். நான் வெலவெலத்துப் போய் அவனைக் காப்பாற்றுவதற்காக வாய்விட்டு அலறி, பிரேக்கை மிதித்து

நிறுத்தினேன். அந்நிமிடம் வானத்தில் மின்னலைப்போல ஒரு நெருப்புக்கோளம் வெடித்துச் சிதறியது. ஒளிரும் நெருப்புத் துண்டுகள் பெரிதாகி, தெறித்து விழுவதைக் காரிலிருந்து கவனித்தேன். நிறையப் பேர் காரை நோக்கி ஓடி வருவதையும் ஸ்கூட்டர்காரன் என் காரிலிருந்து தப்பித்து, சாலையின் நடுப்பகுதியைக் கடந்து, பாய்ந்து போவதையும் பார்த்தேன். ஆட்கள் என் காரைத் தாண்டி விமான நிலையத்தை நோக்கி விரைந்தார்கள். வானத்தில் ஒரு விமானம் தீப்பற்றி வெடித்தது என்று ஓடிக் கொண்டிருந்தவர்கள் சொல்வது எனக்குக் கேட்டது. நொடிப்பொழுதில் என்னெதிரில் சாலைத் தடுப்புகள் உயர்ந்தன.

●

2

சிலுவையின் வழிகள் மனிதனுக்கானவை...

ஃபாதர் டேவிட் மழை பெய்யும் ஓரிரவில் காவடியாரில் வழி தவறி சிக்கிக் கொண்டார். சாலை மின்கம்பங்களில் வெளிச்சம் இல்லை. அடிக்கடி மின்னும் ஆகாய வெளிச்சத்தின் இடியோசை ஃபாதர் டேவிட்டைத் திடுக்கிட வைத்து அச்சுறுத்தியது. பகல் முழுவதும் இடையறாமல் பெய்துகொண்டிருந்த மழை உடன் இருந்தது. மின்னல் வெளிச்சம் வழியோரத்திலிருந்த பெட்டிக்கடைக்குக் கீழே அவரைக் கூட்டிச் சென்றது. நேரம் என்னவாக இருக்கும்? கைக்கடிகாரத்தில் நேரம் பார்க்க இயலாத நிலைமை. மழை நீர் முழுவதும் கடிகாரத்தில் புகுந்திருந்தது. அதனுடைய துடிப்பைத் தெரிந்து கொள்ளக் காதோடு சேர்த்து வைத்தார். பத்தாம் வகுப்பில் தேர்ச்சி பெற்ற தினத்தில், சித்தப்பா பர்மாவிலிருந்து வாங்கி வந்திருந்த கைக்கடிகாரத்தை, மிகுந்த வாஞ்சையுடன் பரிசாகத் தந்து முப்பத்தேழு வருடங்களாகிவிட்டன. அன்று முதல் மணிக்கட்டில் இருப்பது அந்தக் கைக்கடிகாரம்தான். பலமுறை அதனுடைய வாரை மாற்ற நேர்ந்ததைத் தவிர இன்றுவரை அதனுடைய அசைவு நின்றதில்லை.

பேருந்தில் காவடியார் என்று கூப்பிட்டுச் சொன்னதைக் கேட்டு இறங்கினார். ஆனால், ஃபாதர் டேவிட் போக வேண்டிய இடம், காவடியாருக்கு அப்பால் மூன்றாவது நிறுத்தம். பேருந்திலிருந்து

உடன் இறங்கிய ஆள் சொன்னபோது வருத்தத்துடன் கேட்க வேண்டியதாயிற்று. இனி இந்த வழியில் பேருந்து எதுவும் இல்லையென்றும் கூறினான். அச்சமயம் மூன்றுமுறை ‘என் கர்த்தாவே’ என்று ஃபாதர் டேவிட் தனக்குள்ளும் வாய்விட்டுச் சத்தமாகவும் சொன்னார். நான் இனி என்ன செய்வது என் கர்த்தாவே என்ற கேள்விக்குப் பதில் கிடைக்கவில்லை. ஆனால், உடன் இறங்கியவன் இனி ஏதாவது ஆட்டோவுக்குக் காத்திருக்கும்படி சொல்லிவிட்டு மழையிலேயே நடந்து போனான்.

வாய்க்கால் வெள்ளம் ததும்பிச் சாலைக்குப் பரவுவதைப் பார்த்துப் பெட்டிக்கடையின் நிழலில் ஃபாதர் டேவிட் நின்றார். ஓடும் நீரில் எலி ஒன்று நீந்துவதை மின்னல் வெளிச்சத்தில் கவனித்தார். உயிருக்கான அதனுடைய போராட்டத்தைக் கண்டு அதன் மீது இரக்கம் எழுந்தது. பின்னர், அது சிரமமின்றி வெளியேற கர்த்தரை அழைத்தார். அந்த அழைப்பைக் கர்த்தர் செவிமடுத்ததாகத் தோன்றியது. செவிமடுத்திருப்பார். இல்லாவிடில் மின்னல் வெளிச்சத்தில் எலி கால்வாயில் உந்தி நின்றிருந்த ஒரு மரத்தின் வேரிலேறி நிம்மதியடைவதை ஃபாதரால் காண இயலாமல் போயிருக்கும். கிழக்கிலிருந்து சரக்கை ஏற்றி வந்த ஒரு லாரியின் வெளிச்சம் ஃபாதரை நோக்கி வந்தது. மழைவெள்ளத்தில் சாலை ஒரு நதியாகத் தெரிந்தது. லாரிச் சக்கரங்கள் மோட்டார் படகைப் போல இருபுறமும் வெள்ளத்தை விலக்கி நீந்திப் போவதை ஃபாதர் பார்த்துக்கொண்டிருந்தார். ஃபாதர் மீது விழுந்த தண்ணீர் குளிரைப் பரப்பியது. மழையின்றிக் காய்ந்த கோடைகாலத்தில் ஒரு குளிர்ந்த காற்றுக்காகத் தெய்வத்தை அழைத்ததுண்டு. அன்றைய பிரார்த்தனைகளைக் கேட்டு ஒருநாள் தெய்வம் பிரளயத்தையே கொண்டு வந்து தந்ததாக ஃபாதர் டேவிட்டுக்குத் தோன்றியது. மழை நிற்க வேண்டுமென்று பிரார்த்தித்தார். மனிதன் அப்படித்தான். இல்லாதது வேண்டுமென்றும் கிடைத்து விட்டால் அதிகம் தொல்லை தராமல் போகவேண்டுமென்றும் தன்னிடமும் சிலசமயம் பிறரிடமும் சொல்வான். இனி என்ன செய்வது என் கர்த்தரே என்று புலம்பியவாறு ஃபாதர் டேவிட் நின்றுகொண்டிருந்தார். மழை சற்றுத் தணிந்தால் வீட்டுக்கு நடந்து சென்று விடலாம்.

மார்கரேட் ஆன்டனியின் வீட்டுக்கு ஃபாதர் டேவிட் செல்ல வேண்டும். ஆர்.பி. லைனில் ஒன்பதாவது வீடு. பேரூர் கடையிலிருந்து ஊருக்குச் செல்லும் சாலையில் இடதுபக்கம் ஒரு போட்டோ ஸ்டுடியோ இருக்கும். ஸ்டுடியோ மதிலை ஒட்டி ஆர்.பி. லைன் என்கிற போர்டைக் காணலாம். நேராக நடந்து இடது பக்கம் திரும்பினால் ஒரு காலியான தோட்டத்தைப்

பார்க்கலாம். மாலைநேரங்களில் அங்கு குழந்தைகள் கிரிக்கெட் விளையாடிக் கொண்டிருப்பார்கள். அதனருகில் ஒரு டிரான்ஸ்ஃபார்மர் இருக்கும். ஓரமாக நடந்தால் வீடு தெரியும். கேட்டில் 'தேவ கிருபை' என்று எழுதப்பட்டிருக்கும். இவையெல்லாம் பகல்வேளையில் சென்று சேர நேர்ந்தால் மிக எளிய விஷயங்கள் என்பது ஃபாதர் டேவிட்டுக்கும் தெரியும். ஆனால், இந்த இரவில் அத்தனை தூரம் நடந்து செல்வதைப்பற்றி யோசிக்கும்போது அவருக்குக் கவலையாக இருந்தது. இல்லாவிடில் தெய்வம் ஏற்கனவே தீர்மானித்ததாக இருக்கலாம். இந்த ராத்திரியில் வந்து சேர்ந்ததும், வழிதவறி இறங்க நேர்ந்ததும், பேருந்து நிறுத்தத்தில் மழையில் நிற்க வைத்ததும் எல்லாம் தெய்வ சித்தமாக இருக்கக் கூடும்.

மழை மெல்ல ஓய்ந்தது. மூன்று நான்கு வழியோரத் தெருவிளக்குக் கம்பங்கள் ஒளிரத் தொடங்கின. காற்றிலாடும் மெழுகுவர்த்தியைப் போன்ற வெளிச்சம். ஃபாதர் டேவிட் கைநீட்டி மழைச்சாரல் நின்று விட்டதாவென்று மீண்டுமொரு முறை உறுதிப்படுத்திக்கொண்டார். கையில் பிரார்த்தனைப் புத்தகங்கள் அடங்கிய பேக் மழையில் நனைந்து விடக்கூடாது என்பதற்காக அங்கிக்குள் திணித்து மார்போடு அணைத்துக் கொண்டார். எவ்வளவு நனைந்தாலும் தெய்வத்தையும் அவரது வசனங்களையும் அடைமழைச் சாரலிலிருந்து அகற்றி நிறுத்திக் காப்பாற்ற வேண்டுமென்று ஃபாதர் டேவிட் பிரார்த்தித்தார். அரூபியான கர்த்தர் ஆகாயச் சரிவிலிருந்து மேகங்களின் ஊடாக காற்றும் ஒலியும் வெளிச்சமும் இடதுபக்கமும் வலதுபக்கமும் பாதுகாப்புக் கவசங்களுடன் தன்னுடன் நடந்து வருவதாக டேவிட் உணர்ந்தார். விசுவாசத்தின் சரடுகளால் பிணைக்கப்பட்ட டேவிட்டின் சரீரம் உதிர்ந்து விழுந்த பூவைப்போல காற்றில் பறந்தது. ஆறுதலின் சுகந்தம் அப்போது சுற்றிலும் பறந்து கொண்டிருந்தது.

ஈரக்காற்று வீசுகிறது. நனைந்த உடைகளில் காற்றுப்படும் போது உடல் மரத்து விடுவதைப்போல ஃபாதர் டேவிட்டுக்குத் தோன்றியது. இது போன்ற சந்தர்ப்பங்களில் உடலை மறந்து தெய்வ வசனங்களை உருவேற்றுவது வழக்கம். ஆனால், கேள்விப்பட்ட ஒரு வீட்டைப்பற்றி மட்டும் ஃபாதர் டேவிட் நள்ளிரவில் நினைத்துக்கொண்டிருந்தார். அந்த வீட்டில் மார்கரெட்டும் அவளது மகளும் மட்டுமே வசித்து வருவதாக வழி சொல்லித் தந்த அருட்தந்தை குர்யகோஸ் சொல்லியிருந்தார். மாதமொருமுறை கூடும் பிரார்த்தனைக்கூட்டத்திற்காக நேரம் கெட்ட நேரத்தில் அவ்வீட்டை அடைந்து தட்டியழைக்கும் போது அவர்கள் கதவைத் திறக்கவில்லையென்றால்? நாய்கள்

இருந்தால் அவற்றைக் கூண்டிலிருந்து திறந்துவிட்டிருப்பார்களா? அப்படியானால் இனி என்ன செய்வது? கேள்விகள் ஒன்றின் பின் ஒன்றாக மனதில் எழுந்தன. ஃபாதர் டேவிட் பாதையோரத்தை ஒட்டி நடந்தார். மார்கரெட் ஆன்டனியின் கணவர் பதினெட்டு வருடங்களுக்கு முன்பு அவளை விட்டுப் பிரிந்து வேறொரு பெண்ணுடன் போனபிறகு மார்கரெட்டும் மகளும் அவ்வீட்டில் தனியாக வசித்து வருகிறார்கள். கணவனின் இந்த நடவடிக்கை அவளைத் தெய்வத்திடம் அணுக்கமாக்கியது என்று அருட்தந்தை குர்யகோஸ் சொல்லியிருந்தார். ஆனால், அவளது மகளுக்கு இதிலெல்லாம் ஈடுபாடு இல்லையென்றும் சொல்லியிருந்தார். அந்த விஷயம்தான் டேவிட்டின் மனதில் சஞ்சலத்தை ஏற்படுத்துகிறது. இடையனின் எதிரில் ஆட்டுமந்தையிலிருந்து ஒன்று தொலைந்தாலோ வழிதவறிப் போய்விட்டாலோ அச்சம்பவம் எந்த அளவுக்கு இடையனை வேதனைப்படுத்தும்? அவனது பிரார்த்தனை முழுவதும் மந்தையைத் தொலைத்த அந்த ஆட்டுக்குட்டியைப் பற்றியதாக இருக்கும். அதனுடைய தூய எதிர்காலத்திற்காகவே அவனது எஞ்சிய வாழ்க்கை இருக்கும். இவ்விஷயத்தை மார்கரெட் ஆன்டனியிடமும் அவளது மகளிடமும் கூற வேண்டும்.

அவளது ஆத்மாவின் ஈடேற்றத்திற்காக இவ்விஷயம் தெரிந்த நாள்முதல் ஃபாதர் டேவிட் முழந்தாளிட்டுப் பிரார்த்திக்கிறார். இல்லையென்றாலும் மனிதர்கள் அப்படித்தான். தத்தமது விருப்பங்களுக்காக மட்டும் ஒரு வாழ்க்கையை எடுத்துச் செல்கிறார்கள். மார்கரெட்டின் மகள் தேவாலயங்களுக்கும் பிரார்த்தனை ஆலயங்களுக்கும் போகாமல் தனக்கே உரிய ஒரு வாழ்க்கையைத் தனது விருப்பங்களுக்கிணங்க வாழ்ந்து வருவதாக அருட்தந்தை குரியகோஸ் கூறினார். அதற்கு, ஏன் அப்படியென்று டேவிட் மீண்டும் கேட்டார். அதற்கான காரணத்தை குரியகோஸ் சொல்லவில்லை. ஆனால், ஒரு விஷயத்தை மட்டும் திரும்பவும் சொன்னார். கணவனிடமிருந்து விவாகரத்துக்கு முயன்று கொண்டிருக்கிறாளாம் மார்கரெட் ஆன்டனியின் மகள். வாழ்க்கையில் ஒருவரையொருவர் பழிதூற்றும் மனங்களைக் கொண்டவர்களாக ஆண்களும் பெண்களும் இருப்பதாகப் பலமுறை தோன்றுவதுண்டு. ஒவ்வொரு பிரார்த்தனைக்கூட்டத்தையும் முடித்து விட்டுத் திரும்பும் போதும் மனித மனங்களின் ஓலங்களை அறிய முடிந்திருக்கிறது. திருப்பலிகளை வாழ்க்கையில் ஒழுங்காகக் கடைப்பிடிப்பதைப் பற்றி அன்றெல்லாம் அவர்களிடம் சொல்லவும் செய்திருக்கிறார். ஆனால், பிரார்த்தனைக் கூட்டம் கலையும்போது மனிதன் மீண்டும் தெய்வத்தை மறந்து விடுகிறான். மனிதன் நேசிப்பதற்கன்றி வேறு எதற்காகப்

பிறந்தான்? தேவமைந்தன் சிலுவையின் மீது உயர்த்தப்பட்ட போதும் நிறைந்த சினேகத்தின் பிரார்த்தனையையே சொன்னான். இருப்பினும் அவனது பாதையைப் பின்தொடரும் மனித இனம் ஏன் தீமையினுடையதும் பகைமையினுடையதுமான முள்வழிகளைத் தேர்ந்தெடுத்தது? ஃபாதர் டேவிட்டின் மனதில் எப்போதும் கேள்விகள் இருந்தன. ஒவ்வொரு கேள்வியின் சிலுவை உயரும்போதெல்லாம் கர்த்தரை மனமறிந்து அழைத்துப் பிரார்த்தித்தார். 'அன்றியும் நீங்கள் ஜெபம் பண்ணும்போது அஞ்ஞானிகளைப்போல வீண்வார்த்தைகளை அலப்பாதேயுங்கள்; அவர்கள் அதிக வசனிப்பினால் தங்கள் ஜெபம் கேட்கப்படும் என்று நினைக்கிறார்கள். அவர்களைப் போல நீங்கள் செய்யாதிருங்கள். உங்கள் பிதாவை நோக்கி நீங்கள் வேண்டிக் கொள்வதற்கு முன்னமே உங்களுக்கு இன்னது தேவை என்று அவர் அறிந்திருக்கிறார்'.

வழியருகில் இரண்டு ஆள் உயரத்தைக்கொண்ட மதிலுக்குள் வளர்ந்து நிற்கும் மரங்கள் ஒரு காட்டை நினைவு படுத்தின. மழைக்காற்று வீசும் காட்டுக்குள் இரவுப்பறவைகளின் சத்தத்தைக் கேட்கலாம். குருவிகளின் நிம்மதியான உறக்கத்தை மழை கலைத்து விட்டதை எண்ணி டேவிட் வருந்தினார். அவற்றின் சிறகடிப்புகள் மரங்கள் மீதும், ஃபாதர் டேவிட்டுக்கு மேலே இருக்கும் நட்சத்திரங்கள் இல்லாத வானத்திலும் பரவின. மரங்களிலிருந்து உதிரும் நீர்த்துளிகளைப் பெற்றுக்கொண்டு மதிலோரமாக நடந்தார். இந்த நடை பழையதொரு நினைவை ஃபாதர் டேவிட்டின் மனதிற்குள் கொண்டு வந்தது.

கினாச்சேரியிலுள்ள பவுலோஸ் குஞ்ஞியின் வீட்டில் கூட்டுப்பிரார்த்தனை முடித்து ஒரு மழைக்காலத்தில் காட்டு மரங்களடர்ந்த குறுக்குவழியாக நடந்துகொண்டிருந்தார். அன்று அவருடன் சிஸ்டர் ஏஞ்சலீனாவும் இருந்தார். பவுலோஸின் சிறிய தங்கை கன்னியாஸ்திரீ மடத்திற்குத் திரும்பிக்கொண்டிருந்தாள். மாலைநேரம் நெருங்கிக் கொண்டிருந்தது. பிரார்த்தனை முடிந்து விடைபெறும்போது பவுலோஸ் குஞ்ஞியின் மனைவி சொன்னாள்: 'சின்ன சாமியார் பஸ் ஸ்டாப்புக்குத்தானே போறீங்க. சின்ன மகளையும் கூட்டிட்டுப் போங்க...'

அப்போது சிஸ்டர் ஏஞ்சலீனா, பவுலோஸின் பிள்ளைகளை அணைத்து இரண்டு கன்னங்களிலும் முத்தமிட்டு 'மடத்து அம்மா போயிட்டு வர்றேன்' என்று சொல்வது ஃபாதர் டேவிட்டுக்குக் கேட்டது. கன்னியாஸ்திரீயாக இருந்தாலும் அந்தி நேரத்தில் ஒரு பெண்ணை அழைத்துக்கொண்டு வழியில் நடக்க ஃபாதர் டேவிட் பயந்தார். மற்றவை வானத்திலிருப்பவன் நடத்துவதைப் போல நடக்கட்டும் என்று நினைத்துக்கொண்டார். இரண்டு

ஆள் இடைவெளியில் பவுலோஸின் வீட்டிலிருந்து ஃபாதரும் ஏஞ்சலீனாவும் தனித்தனியாக வயல்வரப்பில் ஏறினார்கள். ஒற்றைப் பனைமரத்தில் ஆந்தையின் அலறல். பின்தொடர்ந்து ஏதேதோ இரவுப்பறவைகளின் சத்தம். இருள் கவியவில்லை என்றபோதிலும் கடைசி வெளிச்சத்தில் வௌவால்கள் கூட்ட மாகப் பறந்து சென்றன. அது சாத்தானின் வசீகரிப்புகளுக்கான பறத்தல் என்று ஒருகணம் ஃபாதர் டேவிட்டுக்குப் புரிந்தது. குளிர்ந்த காற்று வீசிக் கொண்டிருந்தது. இருப்பினும் ஃபாதர் டேவிட்டுக்கு வியர்த்தது.

'டேவிட் ஃபாதர் ஏன் பேசாம நடக்கறீங்க..?'

ஏஞ்சலீனாவின் குரல் காற்றில் மிதந்து வரும் சங்கீதம் போல.

இருப்பினும் ஃபாதர் எதுவும் பேசவில்லை.

'எதையாச்சும் பேசிட்டு நடக்கலாமே...'

'ம்ம்'. ஃபாதர் டேவிட் முனகினார். ஏஞ்சலீனாவிடம் நிறைய விஷயங்களைக் கேட்க வேண்டுமென நினைத்துக் கொண்டார். பலவருடங்களுக்கு முன்பு பவுலோஸ் குஞ்ஞியின் வீட்டுக்கு ஒரு ராத்திரி வேளையில் போயிருந்தார். பாவாடை உடுத்தி, தாவணியால் முகத்தை மறைத்து, கதவிடுக்கில் சாய்ந்து பிரார்த்தனை அறையை பவுலோஸின் சின்னத்தங்கை பார்த்துக் கொண்டிருந்தாள். அக்காட்சி இன்றும் சுரூபக் கூண்டில் வைக்கப்பட்ட மரியாளின் முகம் போல பிரகாசமாக இருந்தது. அன்று மனம் லேசாகச் சஞ்சலமடைந்தது. அந்த நடுக்கம் இப்போது சிஸ்டர் ஏஞ்சலீனாவின் குரலைக் கேட்டபோதும் உண்டானது.

'ரொம்ப நாளைக்கு முன்னாடி பிரார்த்தனை பண்ண வந்தப்ப பேசறதுக்காக நான் வந்தேன். சின்ன சாமியாருக்கு ஞாபகம் இருக்குதா?' கர்த்தரே, நான் இப்போது யோசித்ததை எப்படி ஏஞ்சலீனா தெரிந்துகொண்டாள்... ஓ... இல்லை யென்றாலும் உன் மணவாட்டியின் மனம் உனக்குத் தெரியாமல் இருக்குமா..?

'எனக்குத் தெரியும்... அன்னைக்கு என்கிட்ட பேசியிருந்தா இந்த வேஷத்தைக் கட்டியிருக்க மாட்டேன்...'

கர்த்தரே, இது சோதனைகளின் காலம்தான். திருவஸ்திரத் தின் வேதனைக்குரலைக் கேட்கிறேன். அதனுடைய புகைச்சலை உணர்கிறேன். என்னைச் சோதனையின் பாதையி லிருந்து மாற்றி நடத்துவீராக என்று தாழ்மையுடன் மண்டியிட்டு மன்றாடுகிறேன்.

பின்னர் ஏஞ்சலீனா எதுவும் பேசாமல் நடந்து கணியாம்புரம் மடத்திற்கான பேருந்தில் ஏறிப் போனாள். வெந்து சுட்டெரிக்கும் ஒரு கோடை தினத்திற்குள் காற்றடித்துப் பெய்த மழை ஓய்ந்ததைப் போன்றிருந்தது ஃபாதர் டேவிட்டின் மனம். அன்றைக்கு விடைபெறும்போது ஒரு சாரல் மழை பெய்தது. தலையைத் துடைப்பதற்காக ஏஞ்சலீனா ஒரு கைக்குட்டையைச் சின்ன சாமியாருக்குக் கொடுத்தாள். ஆனால், திருப்பிக் கொடுப்பதற்காக கைநீட்டும் வேளையில் பேருந்து வந்து விட்டது. ஏஞ்சலீனா ஏறிவிட்டாள். கைக்குட்டையின் மணம் ஃபாதரின் மூக்கில் கர்த்தரின் மணவாட்டியின் மணத்தைப் பரப்பியது. சாம்பிராணியினுடையதும் ரத்தத்தினுடையதுமான மணம் அந்தக் கைக்குட்டையில் இருந்தது. அதொரு கன்னியாஸ்திரீயின் மணம் என்கிற புரிதல் ஃபாதர் டேவிட்டை நீண்ட காலம் பின்தொடர்ந்தது.

வளைவு திரும்பும் பாதையோரத்தில் ஏதோவொரு மனித உருவம் நிற்பதை ஃபாதர் டேவிட் கவனித்தார். அதொரு பெண். அவளது தலையின் பின்பக்கம் முந்தானை போன்ற ஒன்று காற்றில் பறப்பதைக் காண முடிந்தது. நிறம் தெரியாத ஆடையை அவள் உடுத்தியிருந்தாள். அது புடவையாகவோ பெண்கள் உடுக்கும் புதிய முறையிலான உடையாகவோ இருக்குமென்று ஃபாதர் கருதினார். இருப்பினும் இருள் நிறைந்த இந்த நடுநிசியில் தனியாக ஒரு பெண் சாலையில் நிற்பதற்கான அவசியமென்னவென்று ஃபாதர் டேவிட் தன்னிடமே கேட்டுக்கொண்டார். கர்த்தரே, பிசாசு பல வழிகளில் என்னுடன் வந்துகொண்டிருப்பதாக இப்போது உணர்கிறேன். நான் என்ன செய்ய வேண்டும்..? எல்லாப் பெண்களும் உதவியின் விரிந்த கைகளை நீட்டும் ஆண் இனத்திலிருந்து தனித்து வாழ விரும்புவதன் உளவியல் என்ன? நன்மை நிறைந்த மாதாவின் தேவதைக் குழந்தைகள் ஆகாமல் பிசாசு முகங்களுடன் இந்தப் பெண்கள் எங்கே போகிறார்கள்? யாருடைய மனத்தை இவர்கள் பின்தொடர்கிறார்கள்?

ஆர்ப்பரித்து வந்த பெருமழை ஃபாதர் டேவிட்டை நனைத்தது. விளக்குகளும் மின்னலுமின்றிப் பாதையில் திசை தெரியாமல் தனித்து நின்றார். அப்போதும் பிரார்த்தனைப் புத்தகங்கள் அடங்கிய பேக் நனையக்கூடாது என்பதற்காக மார்போடு அணைத்துக் கொண்டார். கர்த்தாவே, நான் யாருடைய பாதையில் நடக்க வேண்டும்..?

●

ஓடும் ரயிலில் பாய்ந்து ஏறுவது எப்படி?

3

பாலகங்காதர திலகன் ஒரு நல்ல பெயர் அல்ல

பாலகங்காதர திலகன் என்ற பெயர் எனக்குப் பொருத்தமானதல்ல. எனவே, பலமுறை அப்பெயரை மாற்ற விரும்பியதுண்டு. அப்பா, இந்திய விடுதலைப் போராட்டத்தில் பங்கெடுத்து விட்டுத் திரும்பிய வேளையில் பிறந்த குழந்தை நான். எனவே, விருப்பமான விடுதலை வீரரின் பெயரை மகனுக்குச் சூட்டியதாக, மாலைநேர அரட்டையின் போது அப்பா தனது நண்பர்களிடம் சொல்லக் கேட்டிருக்கிறேன். அப்பாவின் ஒரே தொனியிலான உரையாடலும் செய்கைகளும் எனக்கு மனப்பாடமாகி விட்டன. ஓர் அர்த்தத்தில் அத்தகைய பேச்சுகளும் பார்வைகளுமே என்னை சினிமாவின் வெள்ளி வெளிச்சத்திற்குள் வீழ்த்தின. ஆனால், இப்பெயரை மாற்றப் பலமுறை நினைத்ததுண்டு. அப்பா சாகும்வரை அது கைகூடவில்லை. அப்பாவின் இறப்புக்குப் பிறகு பெயர் மாற்றம் செய்தாலும் அதே பெயரிலேயே எல்லோரும் என்னை அழைப்பார்கள் என்பது புரிந்தது. ஆனால், விருப்பமற்ற பெயரில் அறிய நேர்ந்ததற்காக உள்ளூர வருந்திக் கண்ணீர் வடித்தேன்.

இவை பாலகங்காதர திலகன் என்ற திரைக்கதை எழுத்தாளனின் நாட்குறிப்பு ஒன்றில் எழுதப்பட்டிருந்த வரிகள்.

தொடர்ந்து நாட்குறிப்பு எழுதிக்கொண்டிருந்த ஒருவனின் மனதில் தோன்றிய அத்தனையையும் கொட்டிக் குவிக்கப்பட்ட குப்பைகள். நிறையக் கதைகள் எழுதிப் பிரசுரித்து ஓரளவு பிரசித்தி பெற்ற பிறகு, முற்றிலும் தற்செயலாகச் சின்னத்திரை யுலகிற்கு வந்தடைந்த ஒருவனே பாலகங்காதர திலகன். தொலைக்காட்சித் தொடர்களுக்கு சீன்களை எழுதிக்கொண் டிருந்தவன். எதிர்பாராமல் கதாபாத்திரமாகவும் மாறினான். இந்த பாலகங்காதர திலகனைப் பற்றி ஓர் ஆவணப்படம் எடுக்கத் தீர்மானித்ததற்கான காரணங்கள்:

1. முதல் படத்திற்குச் சிறந்த நடிப்புக்கான ஜனாதிபதி விருது.
2. அத்திரைப்படத்தின் திரைக்கதை எழுத்தாளர் என்கிற வகையில் சிறப்புப் பாராட்டு.
3. பதினேழு அயல்நாட்டுத் திரைப்பட விழாக்களில் வெகுமதிகளும், நடுவர் குழுவின் பாராட்டுரையும்.
4. மாநில அரசாங்கம் பலமுறை பாராட்டு விழாக்களை நடத்தியது.
5. பல்வேறு அமைப்புகளில் உயரிய இடம்.
6. மனிதநேயத்திற்காகத் தொடர்ந்து உரையாற்றியதும், தொண்டாற்றியதுமான நற்பணிகள்.
7. ஆதரவற்றவர்களும், ஒடுக்கப்பட்டவர்களும் அவரைத் தெய்வமாகக் கண்டனர்.
8. இலக்கிய வாசகர்களின் மனதில் நீங்கா இடம் பெற்றவர்.
9. மனிதகுலத்தின் சீர்திருத்தவாதியாகத் திகழ்ந்தவர்.

பாலகங்காதர திலகனைப் பற்றிய திரைக்கதை எழுத வேண்டுமென்று என்னிடம் வந்தவர்கள் தந்த தோராயமான நகல் இவ்விதமாக இருந்தது. பாலகங்காதர திலகன் யார் என்கிற கேள்வியுடன் நான் அணுகவில்லை. பாலகங்காதர திலகன் என் தந்தை என்பதைத் தெரிந்து வைத்திருந்தவன் நான் மட்டுமே. ஒரு தந்தையைப் பற்றி மகன் எதை எழுத வேண்டும்? நல்லதும் தீயதுமான நிறைய விஷயங்கள். நேரில் பார்த்ததும் ஆட்கள் மூலமாகத் தெரிந்துகொண்டதுமான தகவல்கள். அவற்றில் எத்தனை சரி, எத்தனை தவறு என்பதை அடையாளம் காண வேண்டியுள்ளது. பாலகங்காதர திலகனின் மரணம் இயற்கையானது என்று பலர் சொன்னபோதிலும் அதுவொரு சாதாரண மரணமாக இருக்க வேண்டுமென உள்ளூர விரும்பினேன். கடைசித் திரைப்படம் வெளியிடப்பட்ட தினம்.

ஓடும் ரயிலில் பாய்ந்து ஏறுவது எப்படி?

ரசிகர்கள் அதைச் சரியான முறையில் ஏற்றுக்கொள்ளவில்லை என்று முதல் காட்சி முடிந்தபோதே கேரளத்தின் பல்வேறு மையங்களிலிருந்து தொலைபேசித் தகவல்கள் வந்தவண்ணம் இருந்தன. அன்று ஃபிளாட்டில் இருந்தேன். அவர் என் எதிரிலேயே மது அருந்தினார். முன்பெல்லாம் அவர் சில நிகழ்ச்சிகளில் பங்கேற்கும் நாளில் என்னை அவ்விடத்தில் காண நேர்ந்தால் யாரும் கவனிக்காத இடத்திற்குக் கூட்டிவந்து சொல்வார்: ‘புரோகிராம் எல்லாத்தையும் பார்த்து முடிச்சிட்ட தானே, இனி தாமதம் பண்ணாதே... வீட்டுக்குப் போறதுக்குப் பார்... அங்க தேவு தனியா இருப்பாள்...’ அப்போது பதில் சொல்ல மாட்டேன்.

பிறகு, பாக்கெட்டிலிருந்து கொஞ்சம் காசை எடுத்து நீட்டி, ‘இதைக் கையில வெச்சுக்க. அடுத்த தடவை பார்க்கறப்ப நானும் கூட வர்றதா அவள்கிட்ட சொல்லு...’ என்று சொல்லிக் காசை என் பாக்கெட்டில் திணிப்பார். பின்னர் ஒரு நிமிடம் கூட அங்கு நிற்க அனுமதிக்க மாட்டார். அப்படிக் கவனிக்க நேர்ந்தால் ஒரு பார்வை. அந்தப் பார்வை மனிதனை வேகவைத்துச் சுண்ணாம்பாக்கி விடும். அதைத் தெரிந்து வைத்திருந்ததால் இனி என்றைக்கு வர வேண்டும் என்று கேட்டுத் திரும்பி நடப்பேன். ஒருபோதும் அக்கேள்விக்குப் பதில் கிடைத்ததில்லை.

அப்பாவின் மரணத்திற்கு மறுநாள் தொலைக்காட்சியில் ஒரு பிரபல இயக்குநர் கூறினார்: ‘பால அண்ணன் மகாமேதை யாகத் திகழ்ந்தார். மது அந்த மேதையை இல்லாமல் செய்து விட்டது. இன்னும் நீண்டகாலம் பால அண்ணனின் திறமை களை மலையாளிகள் பயன்படுத்தி இருக்கலாம். அதை அவர் புரிந்துகொள்ளவில்லை என்கிற வருத்தமே எனக்குள்ளது.’ ஆனால், அதைக் கேட்டு நான் கவலையடைந்தேன். ஆட்கள், அதுவும் அப்பாவுடன் இருப்பவர்கள் எதற்காக இப்படிச் சொல்கிறார்களென்று எனக்குத் தெரிந்த பலரிடம் விசாரித்தேன். அவர் மதுவருந்தி மோசமான நிலைமையில் இருந்ததை ஒருமுறைகூட நானும் எனக்கு அறிமுகமானவர்களும் பார்த்த தில்லை. பிறகு எதற்காக மற்றவர்களைப் பற்றி, குறிப்பாக இறந்துபோனவர்களைப் பற்றி இவர்கள் பேசுகிறார்கள்.

மரணம் என்பது அழகிய, கவர்ச்சியான ஒரு பெண். ஒரே படுக்கையில் எப்போதும் உடன் படுக்கக்கூடிய ஒரு துணை. உலகின் எந்த மூலையில் இருந்தாலும் என்னுடன் படுக்க ஒருத்தி இருக்கிறாளென்று மனதில் தீர்மானிப்பேன். அது எனது பேரழகியான மரணம். அவள் எந்நிமிடமும் என்னுடன் இருப்பாள். சர்வ சராசரங்களைக் காட்டிலும் பேரழகி என்

மரணம். மனதில் குரூரம் கொண்டவர்களின் முகத்தில் பொலிவைத் தூவுவாள். அந்த அழகு, பொய்யும் ஈர்ப்பும் கொண்டது என்பது எனக்குத் தெரியும். எனவேதான் மற்றவர்களின் கண்ணோட்டத்தில் நான் அவளைத் துணையாகக் கொள்ளவில்லை. அவள் எனது எல்லாப் பிரச்சினைகளினுடைய கடைசிப் புகலிடம். என் மரணம் நிகழ்ந்த பிறகு மக்கள் எப்படி எதிர்வினையாற்றுவார்களென அறிய ஆவலாக உள்ளேன். ஆனால், அதற்குச் சாத்தியமில்லையே. இருப்பினும் நான் சில கனவுகளைக் காண்பதுண்டு. மருத்துவமனைக்கு எடுத்துச் செல்லாமல் நிம்மதியான ஓர் உறக்கத்தில் எதுவுமறியாமல் கண்விழிக்காத ஆட்கள். சிலசமயம் வீட்டில் நிகழ்ந்தால் மனைவி, ஹோட்டல் அறையில் நிகழ்ந்தால்... விடிந்த பின்பும் கதவு திறக்காததை அறிந்து நம்முடன் தங்கியிருப்பவர்களும் அல்லது ஹோட்டல் மேலாளரும் அவரைச் சார்ந்தவர்களும் போலீஸைக் கூப்பிட்டு சுற்றிலும் கூடுவார்கள். சிலர் வருந்துவார்கள். சிலர் அழுவார்கள். மற்றவர்கள்... மிகுந்த அன்பு காட்டுபவர்களாக இருந்தால் ததும்பும் கண்களைத் துடைத்து... ஆனால் அதிலொரு சங்கடம் உள்ளது. ஹோட்டல் அறையாக இருந்தால், போலீஸ் வந்து சேர்ந்ததும் போஸ்ட்மார்ட்டம், ஆம்புலன்ஸ், சந்தேகங்கள், விசாரணை, கேள்விகள், அப்போது அவர்கள் பேசும் தேவையற்ற வார்த்தைகள், 'அந்த ஆள் வீணா இப்பிடி மத்தவங்க பொழப்பைக் கெடுத்திட்டு...' சலசலப்பில் மரணம் கொண்டாடப்படும். மரணம் யாருமறியாமல் வீட்டில், படுக்கையில் தன்னுடன் உறங்கும் மனைவிக்குக்கூட தெரியாமல் எல்லையற்ற உறக்கமாக நிறைவு பெற வேண்டும். பத்திரிகையில் அச்சிட்ட செய்திகளைப் படிக்க வேண்டும். புலனாகாத வெளிப்பாடாக மரணவீட்டின் ஆள்கூட்டத்தில் இருக்க வேண்டும். இறந்த மனிதனைப் பற்றி பிறர் கூறும் ரகசியமும் பகிரங்கமுமான வார்த்தைகளைக் கேட்க வேண்டும். ஒருபோதும் நடக்காத இந்த ஆசைகள் எனக்குத் தோன்றக் காரணம், முன்பு சூப்பர் ஆக்டராக விளங்கிய ஜீவன் தாமஸின் இறுதிச்சடங்கில் பங்கெடுத்த காரணத்தால்தான்.

ஜீவன் தாமஸ் தற்கொலை செய்துகொண்டான். ஒரு காலத்தில், வருடத்திற்கு இருபத்திஇரண்டு படங்கள் வெளியாயின. அவற்றில் பெரும்பாலானவை ஹிட் மற்றும் சூப்பர் ஹிட் படங்கள். பல்லாயிரக்கணக்கான மக்களை மகிழ்ச்சிக் கடலில் நீராட்டிய ஒருமகா சன்னிதி. தயாரிப்பாளர்களின் கண்ணீரைத் துடைத்தவன். கடைசிக்காலத்தில் பின்தொடர்ந்தவர்கள் ஒளிவீசும் நட்சத்திரங்கள் ஆனார்கள். ஜீவன் ஒரு கருப்புச்சுழலாகப் பிரபஞ்சக் கடலில் அமிழ்ந்து போனான். நினைவில் இப்போதும் பழையவற்றைத் தொடர்ந்து பாதுகாக்கும் புதிய

ஓடும் ரயிலில் பாய்ந்து ஏறுவது எப்படி?

தலைமுறையைச் சேர்ந்த ஓர் இளைஞனின் படத்தில் நடிக்க மீண்டும் வாய்ப்புக் கிடைத்தபோது அதை மகிழ்வுடன் ஏற்றுக்கொண்டான். படப்பிடிப்பின் முடிவில் எல்லோரிடமும் விடைபெற்றுக்கொண்டான். வீட்டுக்குத் திரும்பும் வழியில் யாரும் தங்க விரும்பாத லாட்ஜ் அறையில் மின்விசிறியில் வேட்டியால் வாழ்க்கையை மறைத்துக்கொண்டான். அவன் எதற்காக மரணத்தைத் தானாகவே வரிந்து கொண்டானென எவ்வளவு யோசித்தும் எந்தப் பிடிப்பும் கிடைக்கவில்லை. ஒவ்வொரு மனிதனுக்கும் மனஅழுத்தமும் விரக்தியும் இருக்கும். அதற்காக எல்லா மனிதர்களும் தற்கொலை செய்துகொள்வார்களா... தெரியாது. சில வாழ்க்கைகள் அப்படி முடிந்து போகும். மரணம் என்கிற அழகியை வன்புணர்ச்சி செய்வதைப் போன்றது தற்கொலை. பிறகு எப்போதாவது அவர்களின் மரணக்குறிப்பு களை வாசிக்க நேரும்போதுதான் நிலவொளியின் ஒளிவட்டத்தில் மறைந்த விண்மீன் ஒளியின் அடையாளம் தெரியும். அவர்கள் நடித்த படங்கள், அவர்கள் நடித்த வேடங்கள், அவர்களைப் பற்றி வாழ்ந்துகொண்டிருப்பவர்கள் சொல்லும் வார்த்தைகள்... குறைவின்றி அள்ளி இறைக்கும் முத்துகள் அவை. ஆனால், அம்மனிதன் இறக்கும்வரை அம்மனிதனுக்கு ஏதேனும் தேவை இருக்கிறதா? இப்படி ஒருவர் இருந்தாரே அவர் இப்போது என்ன செய்கிறார்? என்றெல்லாம் யோசிக்காத ஒரு கலையுலகம். அது அப்படித்தான், யாருக்கும் பிறரது செயல்களைப் பற்றிச் சிந்திக்க நேரம் கிடைப்பதில்லையே. எல்லா மனிதர்களும் ஒரு குழு ஓட்டத்தில் பங்கேற்கிறார்கள். யாரெல்லாம் விழுகிறார்கள், யாரெல்லாம் பின்வாங்குகிறார்கள், இனி யார் இலக்கை அடைவார்கள் என்பதை யாராலும் முன்கூட்டி உரைக்க முடியாதபடி ஊடாகப் பாய்ந்து செல்லும் வாழ்க்கை. ஜீவன் தாமஸ் எனக்கொரு தரிசனமாக இருந்தான். வாழ்ந்து கொண்டிருப்பவர்களை அடையாளம் காண்பதற்கான தொலைநோக்கு. முன்பு ராஜீவ் காந்தி கொல்லப்பட்ட போது செய்தி வாசிப்பாளர் அழுதபடி தொலைக்காட்சியில் செய்தி வாசிப்பதைக் கண்டு உள்ளூர சிரிப்பு எழுந்தது. அன்றைய வயது அப்படி. இன்று வாழ்ந்து முடித்து மரணம் என்கிற அழகியுடன் உறங்க முற்படுகிறேன். செயல்களுக்கும் மனதிற்கும் ஓர் அடித்தளம் உண்டாகிவிட்டதற்கான அடையாளங்கள் இவை. ஒருவனுடைய மரணம் அடுத்தவனின் கண்களைத் திறப்பதற்கானது என்று புரிந்துகொள்ளாதவர்கள் வாழத் தகுதியற்றவர்கள்.

    இதை எழுதி முடித்தபோதுதான் புத்தாண்டின் முதல் பக்கத்தில் நான் எழுதியவை மரணக்குறிப்பு இல்லை என்பதைத் தெரிந்துகொண்டேன். இருக்கட்டும், மனிதன் வாழ்வது இறப்பதற்குத்தானே.

2002, ஜனவரி ஒன்றாம் தேதி முதல் பக்கத்தில் எழுதியவை:

பாலகங்காதர திலகன் மறைந்தார்:

கனவுகளை மிச்சம் வைத்து பாலகங்காதர திலகன் விண்ணை அடைந்தார்.

நடிப்பின் மகுடத்தைக் கழற்றி வைத்து மகாநடிகன் நினைவுகள் ஆனான்.

இப்படிப்பட்ட தலைப்புச்செய்திகள் அவர் மரணடைந்த மறுநாள் நாளிதழ்களில் கருப்பு எழுத்துகளாக மாறியதைப் பார்த்தேன். நினைவஞ்சலிக் குறிப்புகளின் ஊடாக, நீளமானதும் அலுப்பூட்டுவதுமான மொழியை வாசித்தபோது எனக்குக் குமட்டியது. எல்லோரும் ஒரேமாதிரி சிந்திப்பதும் எழுதுவதும் நடிகர்களின் மரணத்திற்குப் பிற்பாடுதான். நடிகைகளுக்கு என்றுமே நினைவஞ்சலிக் குறிப்புகள் இருக்காது. எனவே இது ஓர் ஆணாதிக்க அமைப்பாக உள்ளதென பிரபல விமர்சகரும், பெண்ணியவாதியுமான ஹரிதா நாசரின் கட்டுரையை வேண்டுமானால் கருத்து என்கிற நிலையில் பயன்படுத்தலாம். நானதைத் தேடியெடுத்து அத்துடன் இணைத்துக்கொண்டேன். ஆரம்ப நாட்களிலிருந்தே பாலகங்காதர திலகனுடன் இருந்த தொலைக்காட்சித் தொடர் இயக்குநர் ஒருவர் மட்டுமே உருப்படியான குறிப்பை எழுதியிருந்தார். பாலகங்காதர திலகனை அதிகம் நடிக்க வைத்தவர் அவர்.

நடிப்பின் நாடித்துடிப்பை அறிந்தவன் – என் அன்பிற்குரிய நண்பன்

சி.கே. பிரதீப் (தொலைக்காட்சித் தொடர் இயக்குநர்)

எழுத்து அவனது வலிமை என்றெல்லாம் எழுதினால் அவை நபர்களைத் தொடர்ந்து புகழ்வதாக ஆகிவிடும். பாலனுக்கு நன்கு உரையாடத் தெரியும். அவனது வார்த்தைகள் இறைவன் சொல்வதைப் போன்றிருப்பதாகப் பலமுறை தோன்றியதுண்டு. நடக்கக் கூடாததென்றும், இனி வேறுவழியில்லையென்றும் கவலைப்படும்போது ஆறுதல் வார்த்தைகளுடன் எல்லாமே எளிமையானவை என்கிற விதமாக அவதரிப்பான். அவனது வார்த்தைகளில் எல்லாப் பிரச்சினைகளும் தீர்ந்துவிடும். அடுத்தவனின் மனம் அறிந்து அவனுக்காகத் துணைநிற்கும் ஒருவனை மட்டுமே எனது வாழ்க்கையில் பார்த்திருக்கிறேன். எப்போதும் மற்றவர்களின் ஊன்றுகோலாகத் துணைநிற்கும் ஒருயிரை மட்டுமே பார்த்திருக்கிறேன். அவன்தான் பாலன். ஒருபோதும் இப்பெயரை விரும்பாத யாரும் அப்படி முழுப்பெயரைச் சொல்லி அழைக்க வேண்டாமென்று கடிந்து

கொள்ளும் பாலகங்காதர திலகன். பிரபஞ்சத்தில் அரிதாக நிகழக்கூடிய ஓர் அவதாரம்.

சி.கே. பிரதீப்பின் அழைப்பு எண்கள் – 9447188888, 0471 –3245678

எழுதிய திரைக்கதைகளின் சில உரையாடல்கள்

ஒரு சிறிய மெழுகுவர்த்திக்கு இத்தனை இருட்டையும் அகற்ற இயல்வது அசாதாரணமான ஒன்றுதான்... அப்படியெனில் வெளிச்சம் எங்கோ இருளுக்குள் மறைந்துகொள்கிறது. யதார்த்தத்தில் இருட்டுக்கு அதற்குரிய வெளிப்பாடு கிடையாது. அது வெளிச்சமின்மை மட்டுமே. (அவள் என்னும் திரைப்படத்தில் ஃபாதர் ஸ்டீபன் சொல்கிறார் – தேசிய விருது பெற்ற திரைப்படம்).

மனிதனைப் பாதுகாப்பவை அவனுடைய கைகள். உண்பதற்கும் பருகுவதற்கும் மட்டுமல்ல... தேவைப்பட்டால் ஒருவனை அடிக்கும் ஆற்றல் வாய்ந்த நண்பர்களாகப் பத்து விரல்கள் (திரைச்சீலை என்ற சினிமாவில் ஒரு உளவியலாளர் கதாநாயகனிடம் சொல்கிறார்).

வீட்டையும் கூட்டையும் இழந்தாலும் உதவிக்கு யாரேனும் இருப்பார்களென நினைப்பதைக் காட்டிலும் சிறந்தது, தன்னம்பிக்கை... செல்ஃபி கான்ஃபிடன்ஸ்... அது இன்லைன்னா போய் சாவுடா... (சௌமியம் என்ற படத்தில் சிற்பி).

ஓரளவு தெளிவாகவும் கொஞ்சம் மறைவாகவும் இருக்கும் ஒருவனின் வாழ்க்கைக் கதையை எழுதுவது மிகவும் சிரமம் என்பதைத் தெரிந்துகொண்டேன். அப்பா என்கிற அறிவு முற்றிலும் மறைக்குட்பட்டது. நடித்த படங்களிலும், எழுதிய கதைகளிலும் பாலகங்காதரனின் வாழ்க்கை இருக்கவில்லை என்பது அப்பாவுக்கு நெருக்கமானவர்கள் சொல்லும் போது புரிகிறது. அதில் கூட ஒவ்வொரு நபரின் பார்வையும் வித்தியாச மானது. அவர்கள் சொல்வதைத் தொகுத்துப் படித்த போதிலும் நிறைவு பெறாத ஒரு வாழ்க்கை. இழை நெருக்கமில்லாத ஒரு கதை. குடும்பம் என்கிற அமைப்பில் மனைவியும் மகனும் சொல்கிற கதை. சற்குணம் நிரம்பிய ஒரு கணவனின், மகனுக்குத் தேவைப்படும் அனைத்தையும் வாங்கிக் கொடுத்த ஒரு தகப்பனின் சித்திரம் விரிகிறது. நண்பர்கள் யாரும் இல்லாத, ஆனால் இருப்பவர் களுக்கு எல்லா நம்பிக்கைகளையும் அர்ப்பணிக்கக் கூடியவர். குடும்பத்தினரும் நண்பர்களும் ஒன்றிணையும் கொண்டாட்டங் களில் குடும்பத்தினரைப் பங்கேற்க வைக்காதவர். நட்புகளில் மாறுபட்ட அணுகுமுறைகளைக் கொண்ட, திரைச்சீலையில் ஒருபோதும் வெளியே தெரியும் ஆள் அல்லாதவர். சின்னத்திரைத் தொடரையும் திரைப்படத்தையும் இரண்டு தட்டுகளாக

வித்தியாசப்படுத்திய ஒரு மனிதன். மது அருந்துவதாகச் சிலர் சொல்வதை, பெண்களின் தொடர்பைப் பற்றி சிலர் குற்றம்சாற்றுவதை... ஆனால், எதற்கும் வெளிப்படையான சான்றுகள் இல்லாமல் நானெப்படி இதை உண்மையின் பாதைக்கு எடுத்துப் போவேன்..?

அப்பா நடித்த படங்களின் டிவிடி நகல்களை மீண்டுமொரு முறை ரீவைண்ட் செய்தேன். அபாரமான நடிப்புப் பதிவுகளின் முகூர்த்தங்களை எடிட் செய்து பயன்படுத்த வேண்டியவற்றின் பட்டியலை எழுதிச்சேர்த்தேன். எந்தத் தொலைக்காட்சி சேனலிலும், சினிமா வெளியீடுகளிலும் நேர்காணல் செய்யப்படாத, அதற்காக ஒருபோதும் முன்வராத இம்மனிதனின் வாழ்க்கைக் கதையின் தொடக்கமும் முடிவும் எப்படியிருக்க வேண்டுமென்று சிந்தித்தேன். வாழ்க்கை உண்மையிலும் அதனுடைய வெளிச்சத்திலும் நிரம்ப வேண்டுமென விரும்பினேன். பாலகங்காதர திலகன் என்ற மனிதனை எப்படி அடையாளப்படுத்துவேன்..?

யாரும் அடையாளம் காணாத விஷ்ணு கங்காதரன் என்ற திரைக்கதை எழுத்தாளன் திரைக்கதையின் முதல்காட்சியை இப்படித் தொடங்கினான்:

நதியோர மேகங்களுக்கிடையில் வித்தைகாட்டிக் கொண்டிருக்கும் நிலவொளி விழுந்த குறுக்குவழியின் ஊடாக ஒரு டார்ச் வெளிச்சம் விரைகிறது. முள்வேலியின் மறுபக்கத்தில் நடந்துகொண்டிருக்கும் டார்ச் பிடித்த ஆள். நிலவொளியில், இருட்டில் ஓர் ஓடு வேய்ந்த வீடு அவனது பார்வையில். அவன் சுற்றிலும் பார்க்கிறான். இருட்டில் அவனைத் தெளிவாகப் பார்க்க இயலவில்லை. இருட்டிலும், செய்யக் கூடாத எதையோ செய்யப் போகிறான் என்கிற பாவனை அவனது கண்களில் தெரிகிறது. அத்தனை தெளிவாக அக்கண்கள் காட்சியளிக்கின்றன. வேலியின் நடுவில் ஏற்படுத்தப்பட்ட இடைவெளியின் ஊடாக நுழைகிறான். ஒளிந்தும் பதுங்கியும் வீட்டின் ஓர் ஓரமாக சுவரையொட்டி நடக்கிறான். லேசாகத் திறந்திருந்த ஜன்னல் அருகில் நின்று செருமுகிறான். பிறகு மெதுவாக அழைக்கிறான்: தேவு... தேவு... உள்ளே யாரோ எழும் சத்தம். அந்தச் சத்தம் நகர்வதற்கேற்ப சுவரையொட்டி நடந்து கதவை நெருங்குகிறான். அதே வேளையில் கதவு திறக்கிறது. முரட்டுத்தனமான அன்புடன் காற்றாக உள்ளே நுழைகிறான். தேவுவைக் கட்டித்தழுவுகிறான். அவள் உதட்டில் மூச்சிரைப்புடன் கூடிய ஓர் அழைப்பு எழுந்தது. என்னோட... இருள் வீட்டை மூடியது. வானில் கருமேகங்கள் பாய்ந்தன.

●

4

ஆடையைப் பற்றி நினைப்பது ஏன்?

வானளாவிய கட்டடத்தின் எலிவேட்டரின் வாசற்கதவுகள் திறந்ததும் நாற்பத்தி நான்காம் தளத்தின் நடைக்கூடம். மஞ்சள் நிற ஹாலோஜன் விளக்குள் எரியும் காரிடாரின் இருபுறமும் மூடப்பட்ட கதவுகளின் நடுவிலூடே நடந்து ஒரு கேஃப்டேரியாவை அடையலாம். குளிரூட்டப்பட்ட கேஃப்டேரியாவில் இவ்வேளையில் நெரிசல் இருக்காது. நகரத்தின் மிக உயரத்தில், சுற்றிலும் கண்ணாடி ஜன்னல்கள் பதித்த முன்னூறு சதுர அடிகளைக்கொண்டது கேஃப்டேரியா. திரைச் சீலையை நீக்கியதும் விசாலமான வெளிக்காட்சிகள் தெரியக் கூடிய காலியான ஓரத்தில் ஃப்ரன்சு மோஸ்தரிலான இருக்கையில் அமர்ந்து உணவுக்கு ஆர்டர் கொடுத்தேன். மீட்ரோலும் ஃப்ரைட் ஃபிஷ்ஷும் சாப்பிட்டு முடிப்பதற்குள் வந்து விடுவாளென எனக்குத் தெரியும். ஆகவே, வெகு சாவதானமாக உணவு வரட்டுமென்று காத்திருந்தேன். நகரச் சந்தடியைத் தவிர்த்து, ஒதுக்குப்புறமான இவ்விடத்தில் வந்தமர்ந்து பல முக்கிய விஷயங்களை முடிவெடுப்பது வழக்கம்.

நேற்று மதியம் தனது தேவையை முன்வைத்தார். கேட்டதும் அதிர்ந்துபோனேன். யாருக்கும் தெரியக் கூடாது என்றும் தனது நண்பர்களுக்காக ஒருமுறை மட்டும் இந்த வேடத்தைப் புனைவதாகவும் கூறினார். ஹோட்டல் அறையின் குளிர்ச்சியில் அவரது தேவையை அறிந்தபோது எனக்கு வியர்த்தது.

பணிஓய்வு பெற இன்னும் இரண்டு மாதங்களே உள்ளன. இந்த வயதில் இத்தகைய எண்ணங்களுடன் திரியும் ஆளை முதல்முறையாகச் சந்திப்பதைப்போல பார்த்தேன். ஆனால், அந்த நபரிடமிருந்து கிடைக்கக்கூடிய பலன் எனக்குரியது. இந்த எண்ணம் எழுந்தபோது இதை மட்டுமல்ல; இதைவிடக் கூடுதலாகச் செய்ய வேண்டுமென்பது விளங்கியது. இந்தத் தேவை அந்நபரைப் பொருத்தவரை உலகின் எந்த மூலையிலும் கிடைக்கக் கூடிய ஒன்றுதான். ஆனால், மாதமொருமுறை இந்நகரத்திற்கு வந்து செல்லும்போது அவர் ஆசைப்படுகிறாராம். எனது சில ஃபைல்களில் முடிவெடுக்க வேண்டிய நபர் என்கிற நிலையில் அவரது எவ்விஷயத்தையும் உடன்நின்று நிறைவேற்றித் தந்தாக வேண்டும். அவரது நண்பர்கள் எனக்கு நெருக்கமானவர்கள். ஒரே வட்டத்தைச் சேர்ந்தவர்கள் அவ்வப்போது ஒன்று கூடுவது இயல்புதானே. அதைப் போலவே, வந்து சேர்ந்ததும் என்னையே முதலில் அழைத்தார். அவர் கட்டிலில் படுத்துக்கொண்டிருந்தார். ஒரு திண்டை மடியில் வைத்து நாற்காலியில் அமர்ந்திருந்தேன். அவர் கேட்கக் கூடிய விஷயங்களை எப்படி நிறைவேற்றித் தருவதெனச் சிந்தித்துக் கொண்டிருந்தேன். சிந்தனையின் முடிவில் ஒரு வழியைக் கண்டடைய முடிந்தது. அது பத்து இலக்கங்களைக்கொண்ட ஒரு கைபேசி எண்ணுக்குள் என்னை அழைத்துப் போனது. நான் அவ்வப்போது எண்களில் ஆறுதல் பெறுவதுண்டு. சிலசமயம் அது பணத்திற்காக இருக்கலாம். ஆடம்பரத்திற்காக இருக்கலாம். காமத்தின் ஆழங்களாக இருக்கலாம். மூன்று வாரங்களுக்கு முந்தைய ஒரு பகலில் கோவளத்தில் ஒரு ரிஸார்ட்டில் இந்த எண் என்னைத் தழுவியது. எனது நீளமான முடியை வருடியது. எனது வியர்த்த நெஞ்சில் கரிய ரோமங்கள் மீது இதழ்களால் ஓர் ஆங்கிலப் பாடலை இசைத்தது.

மனவெழுச்சியுடன் அவருக்கு உறுதியளித்தேன். எல்லாம் நொடியில் சாத்தியம். என் விரல்நுனிகள் சற்று அசைந்தாலே போதுமென உறுதியளித்தேன். மிகவும் வயதுகுறைந்த ஓர் இளம்பெண். அது மட்டுமே அவரது தேவையாக இருந்தது. என்னால் நிறைவேற்றித் தரமுடியுமென்று திடமாக நம்பினார்.

கேஃப்டேரியாவின் உட்புறத்தில் இப்போது இரண்டு மூன்று பேர் இருந்தார்கள். தலையைத் திருப்பிச் சுற்றிலும் பார்த்தேன். வெயிட்டர் புதிதாக வந்தவர்களிடம் ஆர்டர் எடுத்துக் கொண்டிருந்தான்.

கீழேயுள்ள சாலை வாகனங்களால் நிறைந்திருந்தது. ஒரு போக்குவரத்துத் தடையைப்போல. வாகனங்களின் இருபுறமும் பாதசாரிகள் நடந்துகொண்டிருந்தார்கள். வெயிலுக்கு வெக்கை

அதிகம் இருப்பதாகத் தோன்றியது. நடந்து செல்பவர்களில் பலர் கைக்குட்டையால் கழுத்தையும் முகத்தையும் துடைக்கிறார்கள். எதிரிலிருந்த உணவைச் சாப்பிட்டு முடித்துத் தட்டைத் தள்ளி வைத்தேன். வெயிட்டர் அதைக் கவனித்தாகத் தோன்றுகிறது. அவன் அருகில் வந்து பிளேட்டை எடுத்து டிரேயில் வைத்தான்.

'இனி ஏதாச்சும் வேணுமா சார்..?'

'இன்னும் ஒரு காப்பி.'

'தேங்யூ சார்...'

வெயிட்டர் நடந்து செல்வது சுவாரஸ்யமாக இருந்தது. பெரிய பிருஷ்டத்தைக்கொண்ட பெண்கள் நடப்பதைப்போல சாய்ந்து நெளிந்து நடந்தான். கேஃப்டேரியாவில் இசை உச்சத்தில் ஒலித்தது. மதியப்பொழுதில் இசையைக் கேட்பது அத்தனை இனிமையான காரியமல்லவென்று எனக்குத் தோன்றியது. சற்று எரிச்சலுடன் கவுன்டரில் அமர்ந்திருப்பவனைப் பார்த்தேன். சுற்றி அமர்ந்திருக்கும் ஆட்களுக்குச் சுற்றுப்புறம் மீது எந்தக் கவனமும் இருப்பதாகத் தெரியவில்லை.

லிஃப்டின் சிவந்த வெளிச்சம் '44' என்று காட்டியது. அவள் கதவைத் திறந்து நடைக்கூடத்திற்கு வந்தாள். மாநிறத்தைக் கொண்ட இளம்பெண். சிவந்த பூக்கள் போட்ட வெள்ளை மிடியும் வெள்ளையில் கருப்புக் கோடுகளைக்கொண்ட டாப்பும் உடுத்தியிருந்தாள். இறுகிய டாப்பில் அவளது முலைகள் குளிர்க்காற்றை விரும்பின. கை பேசியை விளம்பரங்களில் பிடிப்பதைப் போல அவிழ்ந்து கிடக்கும் கூந்தலுக்குள் திணித்துக் காதோடு சேர்த்து யாரிடமோ பேசிக்கொண்டிருந்தாள். அவள் உரையாடுவது அவளுக்கே கேட்குமா என்கிற சந்தேகத்தை எழுப்பும்விதமாக அவளது உதடுகளிலிருந்து அத்தனை சன்னமாக வெளிப்பட்டது.

இப்போது என்னால் அவளைப் பார்க்க இயலும். எனது இரண்டாவது சந்திப்பு இது. முதல்முறை வந்தபோது அவளது உடலுக்கும் நிறத்திற்கும் பொருந்தாத ஒரு உடையை உடுத்தியருந்தாள். கோவளம் ரிஸார்ட்டில் டன்லப் மெத்தையில் படுத்தபடி மூன்று வாரங்களுக்கு முன்பு எனது வாடிக்கைத் தோழி ஃபோன் மூலமாக அறிமுகப்படுத்தித் தந்தாள். பிறகு அவளாகவே அழைத்தாள். ரயில்வே ஸ்டேஷனை அடைந்ததும், அழைத்து வர யாரையும் அனுப்பாமல் நானே காரை ஓட்டிப் போனேன். ஸ்டேஷன் அருகில் போலீஸ் அவுட் போஸ்டில் நிற்பதாக அடையாளம் சொன்னாள். காருக்குள் ஏறும்போது அவளை முழுவதுமாகப் பார்த்தேன். உருப்படி மோசமில்லை.

ஆனால், உடை மட்டும் பிடிக்கவில்லை என்று வெளிப்படையாகச் சொன்னேன். அப்போது அவள் சிரித்தாள். அந்தச் சிரிப்பு யாரையும் வீழ்த்தக்கூடிய நிறத்தைக் கொண்டதாக இருந்தது: 'தேவைப்படறது டிரஸ் இல்லியே சார். நான்தானே...' அக்கணம் அவளையே பார்த்துக்கொண்டிருந்தேன்.

'முன்னாடிப் பார்த்து வண்டியை ஓட்டுங்க. இல்லைன்னா ஏதுக்கும் பயன்படாம போயிடும்.'

அன்று ஹோட்டல் அறையின் குளிர்ச்சியில் அவளை அணைத்தபடி நடந்து செல்லும்போது கூறினேன்: 'அவங்க திருப்திப்படற மாதிரி நடந்துக்கணும். அப்படி நடந்துக்கிட்டா எதைக் கேட்டாலும் தருவேன். அப்பத்தான் என்னோட காரியம் நடக்கும்... தயங்காதே... எதையும் கேட்பாங்க. எதைச் சொன்னாலும் செய்யணும்...'

'சார் நான் இதைப் பண்றது முதல் தடவை இல்லியே...'

இரண்டு ஆர்டர்களிலும் கையெழுத்துப் போட்டுத் தரும்போது மூஸ்ஸத் சொன்னார்: 'திருப்தி ஆகலைடா மவனே... இருந்தாலும் நீ ஜோர் பண்ணிட்டே. தொரைக்கு அவளை ரொம்பப் பிடிச்சிடுச்சு. அப்புறம் எப்ப கூப்பிட்டாலும் கெடைக்குமில்லையா..?'

ஆமோதித்துவிட்டு மெதுவாக ஃபைலுடன் திரும்பும் போது மூஸ்ஸத் அழைத்தார்: 'இங்க பார், ரெண்டு ஃபைலை மட்டும்தான் நான் பார்த்தேன். பாக்கி தொரை கையில இருக்கு. அடுத்த வாரம் தொரையோட அந்த ஃபிரெண்ட் வருவார். நீ போய்ப் பார்த்திட்டு வா. உன்னோட நம்பரை நான் குடுக்கறேன். அவர் கூப்பிடுவார். எல்லாம் சரியாயிடும்டா...'

'சார் ஏன் இப்பிடி வெறிச்சுப் பார்த்திட்டு இருக்கீங்க..? நான் இதோ வந்திட்டேன். என்ன வேணும்னு சொல்லுங்க...'

எதிர்ப்புற நாற்காலியில் அவள் சாய்ந்து அமர்ந்திருந்தாள். ரெஸ்டாரண்டின் மூலையில் இருக்கும் மூன்று ஜோடிக் கண்கள் அவளது உடலைச் சுரண்டித் தின்றுகொண்டிருந்தன.

'நீ என்ன சாப்பிடறே..?

'சார் சொல்லுங்க...'

ஆர்டர் எடுப்பவனின் பார்வையும் அவளது உடம்பின் மீது இருந்தது. பேனாவை வெட்டியாகத் திருகியபடி அடுத்து என்ன வேண்டுமெனக் கேட்டு அங்கேயே நின்றிருந்தான். 'ஒரு சான்ட்விச்சை வெச்சுகிட்டுப் பசியை அடக்க முடியுமா?' என்ற

அவனது நக்கலான கேள்விக்கு வெகு இயல்பாகச் சிரித்து விட்டு 'அதெல்லாம் போதும் பையா' என்று பதிலளித்தாள். அப்போது அவளது பளிச்சிடும் பற்களின் வெண்மை ஏதோ பற்பசை விளம்பரத்தை நினைவூட்டியது.

'சார் எதுக்காகப் பேசாம இருக்கீங்க..? போன தடவை இப்பிடி இருக்கலையே... இப்ப என்ன ஆச்சு..?'

'உனக்கு எத்தனை வயசாச்சு..?' நான் சட்டென்று கேட்டேன்.

அவள் குழைந்தாள்.

'இப்ப எதுக்காக இப்பிடி ஒரு கேள்வி... பணியாரத்தைத் தின்றால் போதாதா குழியை எண்ணிப் பார்க்கணுமா சார்...'

அவளது கண்களையே பார்த்தேன். பிறகு தலைகுனிந்து சொன்னேன்: 'போனதடவை வந்தப்பவே கேட்கணும்னு நெனைச்சேன்...'

'என்ன சார், சொல்லுங்க. பார்வைக்கு எத்தனைன்னு தோணுது..? அதைச் சொல்லுங்க...'

'பார்வைக்கு . . .' அவளையே பார்த்தேன். அவளது தசைமடிப்புகளின் தடிமனிலும் புடைப்பிலும் கண்களுக்கு கீழேயுள்ள கரிய படலத்திலும் உதட்டின் ஈரத்திலும் அவளது வயதைத் தேடினேன். பிறகு சொன்னேன்: பார்வைக்கு... ஒரு இருபது... இரு...'

'போங்க சார்... அதுலேர்ந்து நாலு கம்மி...'

'ம்ம்..?'

அவளது உடலமைப்பைப் பார்க்கும்போது எந்தப் பார்வையிழந்தவனும் மலைப்புடன் பதினாறு என்றே சொல்வான். இந்தக் காலத்துப் பெண்பிள்ளைகளுக்கு எத்தனை சீக்கிரம் வயதாகிறது. நடத்தையிலும் அசைவிலும் எல்லாம், வாழ்ந்து முடித்த வருடங்களின் முன்னும் பின்னுமாக அவர்கள் பாய்கிறார்கள்.

'இல்ல... இப்பிடியே உட்கார்ந்திட்டு இருந்தா போதுமா? கிளம்ப வேண்டாமா?'

ஒரு நிமிடம் என் முகத்தைப் பார்த்துவிட்டுக் கேட்டாள்.

'சார் எதை யோசிச்சிட்டு இருக்கீங்க..? புறப்படலாமா?'

வேலைப்பாடுகளைக்கொண்ட சிறிய பெட்டகத்திற்குள் ஐநூறு ரூபாய் தாளை வைத்தேன். வெயிட்டர் நன்றி சொல்லி அதை எடுத்துப்போனான்.

வானிட்டி பேக்கின் வட்டக் கண்ணாடியைப் பார்த்து தலையைக் கோதினாள். நாக்கால் உதட்டை ஈரப்படுத்திக் கொண்டாள். விழிமணிகளை ஓரங்களுக்கும் மேல்நோக்கியும் கீழ்நோக்கியும் அசைத்தாள். நாப்கின் தாளால் மூக்கையும் நெற்றியையும் ஒற்றினாள். கன்னங்களை ரோஸ் பவுடர் பேட் வைத்து சிவப்பாக்கினாள். பேக்கில் எல்லாவற்றையும் ஒதுக்கிவைத்துக் கேட்டாள்.

'பழைய ஆளுங்க தானா… இல்ல புதியவங்களா..?'

'பழையவங்க சொல்லி அனுப்பின ஆளுங்க… அவங்களுக்கு உன்னை ரொம்பவும் புடிச்சிடுச்சு.'

அவள் சிரித்தாள்.

'எந்த மேஜிக்கை நீ அவங்ககிட்ட காட்டின..?'

'ஏய், எந்த மேஜிக்கும் கெடையாது. எல்லாம் வர்றவங்க விரும்பற மாதிரி. அப்புறம் இந்த விளையாட்டோட சுகத்துக்காகச் சில சின்ன வித்தைகள். அவ்ளோதான்…'

வெயிட்டர் பாக்கித் தொகையையும் பில்லையும் வைத்து விட்டுப்போனான். அப்போதும் அவனது கண்கள் அவள் மீதே இருந்தன. பில்லையும் பணத்தையும் எடுத்துவிட்டு இரண்டு பத்து ரூபாய் தாள்களை அதில் வைத்தேன்.

'காரியங்கள் அவங்க கூடத்தான். பிறகு உன்னோட இந்தத் திறமைதான் என்னோட எதிர்கால வாழ்க்கை. அவங்க பேனா முனையிலதான் என் வாழ்வும் சாவும். அந்த அளவுக்கு முக்கியமான சங்கதி.'

'சார் தைரியமா இருங்க. சாருக்கு எந்த நஷ்டமும் வராது…'

அவள் எழுந்தாள்.

லிஃப்ட் முதல் தளத்தில் வந்து நின்றது. லிஃப்ட் கண்ணாடி யில் மீண்டும் அழகைச் சரிப்படுத்திக்கொண்டாள்.

ஒரு பெண்ணை அறிமுகமில்லாத இரண்டு பேரின் நடுவில் கூட்டிச் சென்று படுக்க வைப்பதற்கான குற்றவுணர்வு இப்போது என் மனதை நெரிக்கத் தொடங்கியது.

'கதி கெட்டதால தான்…'

'சார் என்ன சொல்றீங்க..?'

'ஏய், எதுவுமில்ல…'

'எந்த வண்டி..?'

பார்க்கிங் ஏரியாவில் இருந்து காரை எடுத்தேன். பின்புறக் கதவைத் திறந்தேன். எனினும் அவள் முன்புறம் ஏறிக்கொண்டாள்.

நகரத்துச் சாலையில் வாகனங்கள் ஒன்றன்பின் ஒன்றாக எறும்புகளைப் போல ஊர்ந்தன. எனது காரியத்தைச் சாதிப்பதற்காக ஒரு சின்னப் பெண்ணை அழைத்துச் சென்று விற்பது பாவமென்று மனதிற்குள் சொல்லிக்கொண்டேன். இருப்பினும், வாழ்க்கை என்பது இருமுனைகளை ஒன்றிணைக்க முற்படும் ஒரு சிறு வணிகம். பெறக்கூடிய சில நன்மைகளுக்காக, சிலருடைய விருப்பங்களுக்குத் துணைநிற்பது தவறில்லை என்று கற்றுத் தந்தவர்களின் வரிசையில் இப்போதும் நின்றுகொண்டிருக்கிறேன். அதற்குக் காரணம் என் வாழ்க்கை இடர்பாடுகள்தான். எனினும் நான் செய்யக் கூடிய இந்தக் காரியத்தின் பாவச்சுமையை ஏற்றுக் கொள்ள யாரேனும் துணை நிற்பார்களா..? ஆனால், அவளுக்கும் பயன்படக் கூடிய ஒரு கொடுக்கல் – வாங்கல் கலாச்சாரம் இது. நேர்மையில் அடங்கக் கூடிய ஒரு கூட்டமைப்பு இதுவென்று மீண்டும் மீண்டும் என் மனதிடம் சொல்லி ஆறுதல்பட முற்பட்டேன். என் தேவைகள் நிறைவேறும் அதே தருணத்தில் தனக்கும் சில காரியங்கள் ஈடேறுவதாக என்னிடம் சொன்னாள். அது என் மனதைச் சமாதானப்படுத்தியது.

'சார் நான் வீடு கட்டற வேலையைத் தொடங்கிட்டேன்.'

'நல்லதுதான்...'

'பணம் தேவைப்படற நேரம். அதனால போன தடவை தந்த பணம் போதாது...'

'நான் பேசறேன்...'

கடந்தமுறை சந்திப்பைக்காட்டிலும் அவள் முதிர்ச்சி பெற்றிருந்தாள். இருப்பினும் இந்த வயதில் வார்த்தைகளுக்கு எவ்வளவு அடர்த்தி வேண்டுமென்பதைத் தெரிந்து வைத்திருக்கிறாள்.

'இந்த வியாபாரத்துல உனக்கு லாபம் தானே..?'

'எதுக்கு சார் அப்பிடிக் கேட்கறீங்க..?'

'அதுக்கு இல்ல... இந்தப் பேரத்துல விற்பனைக்கு வெக்கறது...'

பேச்சை முழுமைப்படுத்தாமல் அவளது கண்களையே பார்த்துக்கொண்டிருந்தேன். அசைவற்ற நீர்நிலையில் தெளிந்த பளிங்குமணியைப் போன்றிருந்தன அவளது கண்கள்.

'எல்லாச் சேவைகளும், அறிக்கைகளும் வியாபாரமயமாக்கப் பட்ட ஒரு சமூகத்துலதான் நாம வாழ்ந்துட்டிருக்கோம்... கல்வியையும் ஆன்மீகத்தையும் சிகிச்சையையும் எல்லாம் விற்கிறாங்க... வாங்குறாங்க. தியானத்தையும் யோகப் பயிற்சியையும் காசு வாங்கிட்டுச் சொல்லித் தர்றாங்க. அப்படின்னா இந்த வியாபாரத்துலேயும் லாபக் கணக்கு இருக்கும். அதனால இந்தத் தொழிலை நான் கௌரவமா செய்யறேன்.'

வியாபாரத்தின் எல்லையற்ற வாய்ப்புகளைத் தெரிந்து வைத்திருக்கும் ஒரு வணிகனின் கச்சிதமான, அசலான வாழ்வின் புரிதலைத் தெரிந்து வைத்திருக்கும் இந்த இளம்பெண்ணுடன் ஹோட்டல் அறைக்குள் நுழைய நான் அஞ்சத் தேவையில்லை. இப்போது நான் வெறும் இடைநிலைக்காரன் மட்டுமே.

●

5

புலிகள் உறுமும்போது காடு வளர்கிறது

லிஜீஷ் பத்மநாபன் கேமராவில் பிம்பச் சட்டகத்தை நுட்பமாகச் சோதித்தான். ஒரு சதுரத்திற்குள் புலி தனது வாயைப் பிளந்தது. மஞ்சள் கண்களில் சோம்பல் படிந்த விரக்தி. அது சூரிய ஒளியில் ஒளிர்கிறது. ஒரு காட்சியை வெகு அருகில் பார்க்கும்போது அடங்க மறுக்கும் மூர்க்கம் லிஜீஷை வியக்க வைத்தது. வானத்து மேகங்களில் தென்படும் நீலப்புலியின் கண்களில் வேறொரு வானம் தெரிந்தது. அது மஞ்சள் நிறத்தில் முன் எப்போதும் உணர்ந்திராத ஒரு வண்ணத்தைக் கலந்தது. காடு தனது கடும் நெடியைப் பரப்பியது. புலியின் சிவந்த வாய், கேமரா இருட்டுக்குள் நிறைந்தது. மழைக்காடுகள் ... நிழல் இடங்கள் ... ஒளிவிளக்குடன் வந்துசேரும் விருந்தாளி. நிழலுக்கும் வெளிச்சத்திற்குமிடையில் மௌனத் தலையீடுகள் இருப்பதாகக் காட்சி கூறும். காட்சியுடன் ஓசையையும் பதிவு செய்ய இயலுமானால் ஒரு நிலைத்த காட்சி, சலனத்தின் வேகத்தை உணர்த்துமென்று லிஜீஷ் மனதில் கணக்கிட்டான். புலியின் உறுமல் மேகங்கள் ஒன்றுடன் ஒன்று மோதிக்கொள்வதைப்போல. பூமிக்கடியிலுள்ள பாறைப்பாளங்கள் ஒன்றின் மீது ஒன்று முண்டியடிக்கும் போது பூமியின் நிலைகள் மாறுகின்றன. கடலின் கரை ஒரு பிரத்தியேக நிலையை அடைகிறது.

நான் மனிதனைப் படைத்தேன். இப்போது அவனிடமிருந்து என்னை விடுவிக்கப் பரபரக்கிறேன். தப்பிப்பதற்கான இந்த அழுகை பூமியின் வயிற்றை அழிக்கிறது, பலன் தருகிறது. அது உடலிலிருந்து

உடலுக்குத் தாவுகிறது. தலைமுறைகளிலிருந்து தலைமுறைகளுக்கு, இனங்களிலிருந்து இனங்களுக்கு, மிகுந்த வலுவுடன் மாமிச உண்ணிகளாயின. எல்லாப் பெற்றோர்களும் அவர்களின் கனவிலும் ஆழ்ந்த உறக்கத்திலும் விழிப்பிலும் சொல்கிறார்கள்: எம்மைக் காட்டிலும் மகத்தான ஒரு புதல்வனுக்கு நாங்கள் பிறப்பைத் தர வேண்டும். கொண்டாரபள்ளம் ஒரு நதி அல்ல, அதொரு வசிப்பிட ஏற்பாடு. வருடங்களுக்கு முன்பு அப்பெயரில் ஒரு நதி, மலை மீதிருந்து பள்ளத்தாக்குகளைக் குளிர்வித்துக் கொண்டிருந்தது. அதனுடைய நீரோட்டத்தில் வாழ்க்கை ஈரமாக இருந்தது. வாழும் நிலத்தின் மீதான பேராசையும் ஆவேசமும் காலப்போக்கில் ஒரு நதியை பூமியின் அடியாழத்திற்குள் மறைத்து விட்டது. மனிதன் என்னும் அகம்பாவத்தின் அற்பத்தனத்தால் வெகுகாலம் சகல உயிர்களுக்கும் ஆதாரமாக இருந்த ஓரிடம் வான்வெளியில் நீராவியானது. மனிதன் நிகழ்த்தும் ஒரு நதியின் மரணம் காலத்திற்கும் பிரபஞ்சத்திற்கும் எதிரான ஓர் ஊடுருவல்...

மனிதர்கள் அப்பத்தினால் மாத்திரம் வாழக்கூடியவர்களல்ல எனக்கூறுவது அன்பிற்கான இணைச்சொல். வசிப்பிட ஏற்பாடு என்பது வயிறுமுட்டத் தின்று உறங்குவதற்கான பயிற்சி அல்ல. அது அனைத்துச் சராசரங்களுக்கான வாழ்க்கையாகும். பூமியின் எதிரில் இருபுறமும் நீரால் சூழப்பட்டிருப்பதால் வாழ்க்கை என்பதும் நீராலானது. பிரபஞ்சத்தில் ஓர் உயிர் உருவாவது, அது மனிதனாக இருந்தாலும் மிருகமாக இருந்தாலும் தாயின் கருவறையின் சிறிதளவு நீரில் உடல் உருப்பெறுகிறது. அவ்வுடலை நிலைநிறுத்துவதும் பூமியின் கருவறை நீர் தான். ஆகவே நீரால்தான் பிரபஞ்சம் நிலைகொள்கிறது; நிலைநிறுத்தப்படுகிறது.

பாலக்காட்டின் கிழக்கில் மல்லீச்வரன் மலை ஆகாயத்தை நோக்கித் தலையுயர்த்தி நிற்கிறது. பழங்குடி இனத்தின் மனிதர்கள் அந்த மலையில் வாழ்க்கையை நடத்திக்கொண்டிருக்கிறார்கள். காட்டின் அடங்கமறுத்தலுக்காக அவர்களொரு முறையை உண்டாக்கினார்கள். உயிரற்ற புழுதிமண் முதல் உயிர்த்துடிப்புக் கொண்ட அனைத்தும் மல்லீச்வரனென்றும் அதை அழிப்பதோ இல்லாமல் பண்ணுவதோ பாவமென்றும் நியதி வகுத்திருந்தார்கள். அந்நியதி காட்டுவாசி என்பதைக் கடந்து உயிரின் நியதியாக இருந்தது. புல், வெட்டுக்கிளி முதல் பிரபஞ்சத்தின் எல்லாவற்றிற்கும் அதற்கேயுரிய சத்தியம் இருப்பதாகவும் அவை அனைத்திற்கும் இப்பூமியில் சுதந்திரமாக வாழ்வதற்கான தகுதியிருப்பதாகவும் பொருள் பொதிந்த ஒரு நியதி. ஆனால், காலங்களின் ஊடாக மனிதனே அனைத்து சராசரங்களுக்கும் அதிபதி என்று சுயநீதி மூலம் மாற்றியெழுதிய ஒரு விழிப்புணர்வு, மனிதனையே வேறுபடுத்தும் காட்சியைக் காண நேர்ந்தது. வசிப்பதற்கான

வரம்புகள் நாகரிகம் உள்ளவர்களும் நாகரிகம் அற்றவர்களுமாகத் தரம் பிரித்தலுக்கு மாற்றப்படுவது என்பது, மனிதனுடைய எதுவும் தன்னுடையது என்கிற எண்ணத்தையும் காண நேர்ந்தது. எல்லாவற்றையும் தனது கட்டுப்பாட்டுக்குள் கொண்டு வருவதற்கான முன்னேற்றப் பாதையில் பயணிப்பவனாகப் பீற்றிக்கொள்ளும் ஒருவகையான மனிதர்கள் எல்லாப் பிரபஞ்ச உண்மைகளையும் நிராகரிப்பதையும் அது பிரபஞ்ச இருப்புக்கு ஆபத்தைப் பெருக்குவதையும் காண நேர்ந்தது.

நதி ஒரு வாழ்க்கைப் புகலிடமென்று எல்லா நூல்களும் கூறுகின்றன. ஆகவே, நீர் என்பது நித்தியமானது என்றும் அது ஒருபோதும் அழியாதெனவும் மனிதன் நம்புகிறான். ஆனால், வரப்போகும் பெரும்யுத்தங்கள் அனைத்துமே நீருக்காகவே இருக்குமென்று உலக அறிவியலாளர்கள் தொடர்ந்து நினைவூட்டி வருகிறார்கள். காடு என்பது நதியின் தாய். மண்ணின் ஆழங்களில் வேரூன்றிய பெருமரங்களின் வேர்களுக்கிடையில் உயிர்நீர் பாதுகாக்கப்படுகிறது.

லிஜீஷ், 'புலிகள் உறுமும் போது காடு வளர்கிறது' என்னும் புத்தகத்தை வாசிப்பதை நிறுத்தி பரப்பி வைக்கப்பட்ட படங்களில் கண்களைப் பதித்தான். மரங்களும் காட்டுயிர்களும் புல்லும் வெட்டுக்கிளியும் வண்ணத்துப்பூச்சிகளும் காய்ந்த மலைச்சரிவும் பயிரிடப்பட்ட சமவெளியும் ஒரு திரைப்படத்தின் தொடர்ச்சியைப் போல. படியெடுத்த எழுத்தில் அடையாளமிட்ட இடங்களில் இணைக்க வேண்டிய படங்களை அவன் தேடினான். இயற்கையை அறிந்த ஒரு புகைப்படக் கலைஞனின் மனம், எழுதி நிறைவு செய்த ஒரு நதியோட்டத்தின் ஊடாக நெளிந்து சென்றது. மலைச்சரிவிலிருந்து வழிந்திறங்கி பள்ளத்தாக்கின் சதுப்புநிலங்களின் ஊடாகத் தவழ்ந்து நதி தனது சங்கமத்தை எட்டும் ஒரு பயணத்தின் வெவ்வேறு காட்சிகள். ஏற்கனவே நகலெடுத்ததை ஃபோட்டோ ஆல்பத்தில் கிளிக் செய்தான். அதிலிருந்து சிலவற்றை இப்புத்தக முகப்புக்குப் பயன்படுத்த ஒதுக்கி வைத்தான்.

நகரத்தில் தலைமைச்செயலகத்தின் எதிரில் போலீஸ்காரர் கள் திரண்டனர். அவர்கள் யாரையோ எதிர்பார்த்ததைப்போல நின்றிருந்தார்கள். வெள்ளையம்பலத்திலிருந்து ஒரு பேரணி புறப்பட்டு விட்டது. அது மாணவர் அமைப்பின் பேரணி. பேருந்துக் கட்டணம் உயர்த்தப்பட்டதற்காகக் கொதித்தெழுந்த ஓர் அமைப்பு என்பதை அவர்களின் கோஷங்களிலிருந்து புரிந்துகொள்ளலாம். பத்திரிகையாளர்கள் அனைவரும் தலைமைச்செயலகத்தின் நடைபாதையில் கூடியிருந்தார்கள். அவர்களின் நடுவில் லிஜீஷும்

நின்றிருந்தான். அவனது கேமரா எதிர்பாராமல் கிடைக்கவிருக்கும் ஒரு காட்சியை நோக்கிக் கண்களைப் பதித்தது. கட்டடங்களின் பால்கனிகளில் பார்வையாளர்கள் குழுமினார்கள். மனிதன் மனிதனுக்கெதிராக லத்திகளாலும் உருட்டுக்கட்டைகளாலும் அடிப்பதையும் திட்டுவதையும் மிருகத்தனமாகத் தாக்குவதையும் பார்ப்பது ஒரு ரகசிய ஆனந்தம்.

ஆனால், லிஜீஷ் மிருகத்தனமான என்ற வார்த்தையை மனிதன் பயன்படுத்துவதை எதிர்த்தான். உடனிருந்த பல செய்தியாளர்களிடமும் தனது எதிர்ப்பைக் காட்டினான். மனிதன் அவனுடைய மனதிலும் சுற்றுப்புறங்களிலும் எல்லைகளை உருவாக்கி, அதுதான் அவனுடைய உலகம் அதற்குள் வேறு எவரையும் நுழையவிடமாட்டேனென்று தீர்மானித்திருக்கிறான். அதைப் போலவே, அதே மனநிலையைக் கொண்ட எல்லைகளில்லாத காட்டுயிர்களின் உலகத்திலும் எல்லைகள் வகுக்கப்படுகின்றன. ஒவ்வொரு புலிக்கும் ஒவ்வொரு சாம்ராஜ்ஜியம் உள்ளது. அவ்விடத்திற்கு அடுத்த புலி நுழைய முடியாது, அப்படி நிகழ்ந்தால் அவை சண்டையிட்டு ஒன்று அடுத்ததை இல்லாமல் செய்து விடும். அதன் மூலமாகத் தனக்குரிய ஓரிடத்தை அவை வகுப்பதாக மனிதன் புரிந்துகொள்ள வேண்டுமென எழுதுகிறான். அவனே சொல்லியும் வருகிறான். அதைப் படிக்கும்போதும் கேட்கும்போதும் அறிமுகமற்ற ஓரிடத்தின் வழியாகப் பயணிப்பதைப்போலத் தோன்றும்.

காட்டுயிர்கள் என்பவை மனிதனின் அறிவுக்கு அப்பாற்பட்ட உயிரினங்கள் என்பது விளங்குகிறது. அன்றைய நாளின் பசியைப் போக்க உணவைத் தேடியலையும் உயிரினங்கள் விதைப்பதோ அறுவடை செய்வதோ கிடையாது. அத்துமீறிப் பிறரின் உடமைகளைக் கைப்பற்றிக் களஞ்சியங்களை உருவாக்குவ தில்லை. அவை பிறரின் தனிப்பட்ட விஷயங்களில் ஊடுருவுவதோ அவர்களின் சுதந்திரத்தை இல்லாமல் செய்வதோ கிடையாது. காட்டுயிர்கள் நவீன மனிதனைக் காட்டிலும் விவரமும் அறிவும் கொண்டவை. ஓர் இரையை எதிர்பார்க்கும் புலியைப் பிற உயிர்கள் சட்டென்று புரிந்துகொள்ளும். அவ்வேளையில் புலியின் உருவத்திலும் பாவத்திலும் சத்தத்திலும் அசைவிலும் அம்மாற்றங்கள் தெரியும். அத்தகைய புலியைக் கண்டதும் காடு அமைதியடையும். ஒவ்வொரு உயிரின் கண்ணிலும் மனதிலும் அந்த நடுக்கம் தென்படும். சிதறிப்போன யானைக்கூட்டங்கள் கூட சட்டென ஒன்றுசேரும். அது இல்லையெனில் புலியின் அசைவைக் காடறியாது. மானும் காட்டெருதும் மேயும் புல்வெளிகளின் ஊடாகப் புலி அமைதியாக நடந்து செல்லும். ஓர் அசைவைக் கேட்டுச் சற்றுச் சாய்வாகத் தலையுயர்த்திப்

பார்த்துவிட்டு அமைதியாக மேயும் மான்கள். புலியின் உறுமல்கள் பசிக்கான ஓசைகள் என்னும் உண்மையை யாரும் கணிப்பதில்லை.

ஓர் அலறலைப்போல கோஷங்கள் முழங்குகின்றன. எல்லாப் பேருந்து முதலாளிகளையும் மாணவர்கள் முஷ்டி மடக்கிச் சண்டைக்கு அழைத்தார்கள். ஆட்சியாளர்கள் முதலாளிவர்க்கத்தைச் சேர்ந்தவர்களென்றும் சாதாரணமக்களின் வாழ்க்கையைப் பாதுகாக்க இயலாதவர்களென்றும் அவர்கள் இலக்கியம் பேசினார்கள். கோஷவாக்கியங்களில் முன்பைக் காட்டிலும் இலக்கியத்தரம் இருந்தது. மாணவர்களுக்கு நல்ல நகைச்சுவை உணர்வு இருப்பதாக லிஜீஷுக்குத் தோன்றியது. வெள்ளை உடைகளில் ஆர்ப்பரித்து வரும் கடலலை, கரையின் சகதியை உறிஞ்சி இழுப்பதைப் போல போலீஸ்காரர்களை உள்ளே இழுத்துக்கொண்டது. பட்டாசு சத்தம். புகை எல்லாவற்றையும் மறைத்தது, நீராவி படிந்த ஜன்னல்காட்சி. மழை பெய்கிறது. புகையால் எதையும் அடையாளம் காண முடியவில்லை. லிஜீஷ் கேமராவை பேக்கால் மூடினான். அது மழை அல்லவெனச் சட்டென்று தெரிந்துகொண்டான். போலீஸ்காரர்கள் தண்ணீர்பீரங்கியால் தண்ணீரைப் பீச்சியடித்தார்கள். தண்ணீர் நதியைப்போல சாலையில் ஓடுகிறது. மழைநீர் பாய்ந்தோடுவதைப்போல மக்கள் கூட்டம் சிதறியது. புகை விலகியபோது சாலையில் ஓர் இயற்கைச்சீற்றம் நிகழ்ந்து முடிந்ததைப்போல சாலையோரத்திலும் குழிகளிலும் தண்ணீர் தேங்கியிருந்தது. பேராசை பிடித்த பூமி தானமாகக் கிடைத்த நீரைக் குடித்துத் தீர்க்கிறது. அவ்வேளையில், பாதி ஷட்டர் இறக்கப்பட்ட காப்பிக்கடையில் லிஜீஷ் நின்றிருந்தான். வெயிலின் வெப்பத்தில் சாலையோரம் தேங்கிய நீர் நீராவியாகி மேகங்களுக்குள் மறைந்தது.

பூமியின் உடைமையாளர்கள் யாராக இருப்பார்களென்று கேட்கப்படும் கேள்வியைச் சற்று உரக்கக் கேட்க வேண்டியிருக்கிறது. பூமியைப் படைத்த இறைவன் மனிதனுக்கு இரண்டு பொறுப்புகளை ஒப்படைக்கிறான். ஆதியாகமம் இரண்டாம் அத்தியாயத்தில் பதினைந்தாம் வசனம் இப்படிச் சொல்கிறது: *தேவனாகிய கர்த்தர் மனுஷனை ஏதேன் தோட்டத்தில் அழைத்துக்கொண்டுவந்து, அதைப் பண்படுத்தவும் காக்கவும் வைத்தார்.* பூமியின் மீது எந்தவித உரிமையையும் நிலைநாட்ட முடியாத நாடோடி ஆகிறான் மனிதன். லேவியாராகமம் 25ஆம் அத்தியாயம் 23ஆம் வசனம் பூமியின் உரிமையைப் பற்றி தெளிவாகவும் கண்டிப்பாகவும் இப்படிச் சொல்கிறது. *தேசம் என்னுடையதாயிருக்கிறபடியால், நீங்கள் நிலங்களை அறுதியாய் விற்க வேண்டாம்; நீங்கள் பரதேசிகளும் என்னிடத்தில்*

புறக்குடிகளுமாயிருக்கிறீர்கள். உலகப் பெரும்யுத்தத்திற்கான அடுத்த காரணம் தண்ணீராக இருக்கும். பூமியின் 97விழுக்காடு தண்ணீர் உப்புநீராக உள்ளது. முக்கால் பங்கு பனிமலைகளும். எஞ்சிய தூயநீரை மனிதன் எப்படிப் பயன்படுத்துகிறான் என்று கவனித்தால் ஓர் அரும்பொருளை எவ்வளவு கவனக்குறைவாகக் கையாள்கிறோம் என்பது புலனாகும். மாசடைந்த நதிகள், பல்லுயிர் சமூகம், மூடப்படும் நீரோட்டங்கள், ஆக்கிரமிக்கப்படும் நீர்நிலைகள், பூமியை மனிதனே வான்வெளியில் இணைத்து மறைத்து விடுகிறான். விரிவாக்கத்தின் பேரில் எல்லோருக்குமாகத் தரப்பட்ட பூமியை வெகுசிலர் கையகப்படுத்தி நாசமாக்கும் அறமற்ற செயலைத் தீர்க்கதரிசனத்தில் பார்க்கிறோம். ஏசாயா தீர்க்கதரிசனம் 24ஆம் அத்தியாயம் 5ஆம் வசனம்: தேசம் தன்குடிகளின் மூலமாய் தீட்டுப்பட்டது. அவர்கள் நியாயப்பிரமாணங்களை மீறி, கட்டளையை மாறுபாடாக்கி, நித்திய உடன்படிக்கையை முறித்தார்கள். இதினிமித்தம் சாபம் தேசத்தை பட்சித்தது, அதின் குடிகள் தண்டிக்கப்பட்டார்கள்; தேசத்தார் தகிக்கப்பட்டார்கள். சிலர் மாத்திரம் மீந்திருக்கிறார்கள்.

கடந்த காலத்தில் உண்டாகும் நிம்மதி உங்களின் நிகழ்காலத்தை நாசமாக்குகிறது. பிறர் உங்களைக் குறித்து எவ்வளவு சிந்தித்தாலும் அது உங்களைப் பாதிப்பதில்லை.

காலத்தினால் தரப்பட்டது எதுவாக இருப்பினும் காலத்தினாலேயே மாற்றப்படும். உங்கள் மகிழ்ச்சிக்கு உங்களைத் தவிர வேறுயாரும் காரணமாக இருக்க மாட்டார்கள்.

பிறர் வாழ்க்கையுடன் உங்களை ஒப்பிடாதீர்கள். அவர்களின் பயணம் எந்த வழியில் இருக்குமென்பது உங்கள் சிந்தனைக்கு அப்பாற்பட்டது. அதிகமாக யோசித்துத் தலையைப் புண்ணாக்காதீர்கள். எல்லாக் கேள்விகளுக்கும் பதில் கிடைக்கவில்லையென்று நினைத்துக் கலக்கமடையாதீர்கள். எல்லாம் தெரியுமென்று பிடிவாதம் பண்ணவும் கூடாது.

எனவே, சிரித்துக் கொண்டேயிருங்கள். உலகில் உங்களுடைய எல்லாப் பிரச்சினைகளும் நிறைவு பெற ஒரு வழி மட்டுமே உள்ளது. நிரந்தரப் புன்னகையால் எல்லாவற்றையும் எதிர்கொள்ளுங்கள். விடுதலையே எல்லா நியமத்திற்கும் சாராம்சம்.

சாயங்காலம்தான் அதைக் கேட்டேன். பிரிண்ட் கொடுத்து விட்டதாகக் கருதி சற்றுப் படுத்தேன். புத்தகத்தின் வார்த்தைகள் உண்மையாகின்றன என்றே முதலில் தோன்றியது. சானல்கள் அதைப் பெரிய செய்தியாகத் தரவில்லை. வழக்கமாக எந்தக் குப்பையையும் ஒரு பெரிய துயரக் காட்சியாகக் கொண்டாடக் கூடிய எந்த சேனலும் அச்செய்தியை ‘பிரேக்கிங் நியூஸ்’ ஆக

திடுக்கிட வைத்து 'ஸ்க்ரோல்' செய்யவில்லை. செறிசிராப்பள்ளி அணையின் இடதுபக்கம் ஒரு விரிசல் ஏற்பட்டிருக்கிறது. எந்நிமிடமும் அணை உடையுமென்பதும் அப்படி நிகழ்ந்தால் மூன்று மாவட்டங்களின் எல்லா உயிரினங்களும் மூழ்கியெழ முடியாமல் பிரபஞ்ச சக்தியால் சூழப்படும் என்பதும் செய்திகள். யாரும் எங்கும் பதிவு செய்யவில்லை. ஒரு பயத்தின் இருளில் எல்லோரும் தாமாகவே மறைந்தார்கள். நிகழப் போகும் துயரத்தை அந்த அளவு கடினத்தன்மையுடன் அணுக யாராலும் இயலவில்லை. மனிதர்கள் என்றைக்குமே, எதுவும் தங்களைப் பாதிக்காது என்றும் தனது இடங்களை எட்ட முடியாத ஏதோ அபூர்வ வஸ்துதான் துயரநிகழ்வுகள் என்கிற தன்னம்பிக்கை யுடன் வாழ்கிறான். தானொரு மந்தபுத்தியென்று மனிதன் புரிந்துகொள்ள வேண்டுமென்றால் ஓர் துயரநிகழ்வுக்கு அவனே சாட்சியாக வேண்டும். உலகத்தில் நிகழ்ந்த எல்லாத் துயரநிகழ்வு களிலும் வாழும் பாதி உயிரினங்கள் இவ்வுண்மையைக் கூறுவதற்கான சாட்சிகளாக இருந்தபோதிலும் அவற்றை மறந்து வாழும் அற்ப உயிர்களாக இருக்கிறார்கள் ஆரோக்கியவான்கள். எந்தக் காட்சியும் முழுமையானது அல்லவென்று அவர்கள் உணர்வதில்லை.

பிரஸ் கிளப்பின் கீழ்த்தள இருட்டில் பெரிய பரபரப்பு எதுவுமில்லை, தினமும் சந்திக்கக்கூடிய ரவி அண்ணனும் கூட. ஒரு துயரநிகழ்வு எந்த நிமிடமும் கேரளத்தை இரண்டு கரைகளாகப் பிரித்து விடக் கூடும். அப்படியானால், அணுக்கமும் தொடர்பும் கொண்ட உயிர்கள் ஏற்படுத்தும் வெறுமையில் எஞ்சிய வாழ்க்கையைத் தகவமைக்கும் நிலைமையைக் குறித்து யாருடனேனும் சற்று மனம் திறக்காவிட்டால்... ஒவ்வொரு பெக்காக உள்ளே செலுத்தும் போதும் லிஜீஷ் நினைத்துக் கொண்டான். புராதனமான ஓர் உலகிற்கு மனிதன் திரும்பிப் போக நேர்வது அணுகுமுறைகளின் உண்மைத்தன்மை இன்மையே என்று லிஜீஷ் பயந்தான். எல்லாச் செயல்களுக்கும் தெளிவான உண்மை இருக்குமெனில் அது உற்பத்தியாக்கும் ஆற்றலும் உண்மையாக இருக்கும். நிரம்பிய கோப்பைகளை வேகவேகமாக லிஜீஷ் காலி செய்துகொண்டிருந்தான். சுற்றி நிகழும் எதையும் அவன் உணரவேயில்லை. கருங்கல் சுவர் மீது தலையைச் சாய்த்துக்கொண்டான். சிகரெட்டுக்குத் தீ கொளுத்த மிகவும் சிரமப்பட வேண்டியிருந்தது. பலவிடங்களிலிருந்து வீசிய காற்று முதலில் தீயை அணைத்தது. பிறகு நனைந்த தீக்குச்சி களும். கருங்கல் சுவரின் குளிர்ச்சியில் அவனது தலை மரத்தது. இழுத்துத் தள்ளிய புகைச்சுருள் பனியைப்போலப் படர்ந்தது. அறையில் இருள் மட்டுமே இருந்தது.

●

6

வாழும்கலையின் மிச்சங்கள்

தற்கொலை உளவியலைக் குறித்து திரைப் படம் எடுக்க வில் மகத்ரீஸ் முடிவெடுத்தாள். மரணம் கயிற்று நுனியிலும், உமிழ்நீர் வழியாக வெளியே வழிந்தும், ரயில்பாலத்திற்கு நீண்டும் இறுதி உறக்கத்தை எட்டுகிறது. இதை நாளேடு களிலும் தொலைக்காட்சியிலும் சிலவற்றை நேரிலும் பார்த்திருப்பதாக என்னிடம் கூறியபிறகு முடிவை அறிவித்தாள். இறந்தவர்களைக் காட்டிலும் வாழ்ந்துகொண்டிருப்பவர்களைப் பற்றியே அவள் பதற்றமடைந்தாள். மரணத்திடம், தற்கொலை செய்துகொண்டவர்கள் பொதுவாழ்க்கையின் திரைச்சீலையில் ஒரு கதையாக எஞ்சுவார்கள். தற்கொலை செய்துகொள்பவர்கள் அதைச் செய்பவர்களின் சமூகத்திற்கெதிரான எதிர்வினை யாகி விடுவார்கள். ஆனால், வாழ்ந்துகொண் டிருப்பவர்களின் வருத்தங்கள் கண்ணீராக வெளிப்பட்டுத் தன்னைத் துன்புறுத்தியதாக அவளொரு தொலைபேசி உரையாடலின் துவக்கத்தில் தெரிவித்தாள்.

‘இந்தப் படத்துக்கு நீதான் வேணும். நானொரு ஒன் லைன் தயாராக்கி இருக்கேன். உன்னை எப்ப சந்திக்க முடியும்...’

இருபது திரைப்படங்களில் கதாபாத்திரங் களின் ஆழமறிந்து நடித்த நவீன் லாரோப்பஸுக்குத் திரைப்படம் பிழைப்புக்கான வழியாக இருக்க வில்லை, மாறாக வாழ்க்கையாகவே இருந்தது.

பண்பாடாகவும், சமூகம் சார்ந்த தலையீடுகளின் ஊடாகவும் மனித இதயங்களில் அவனுக்கு ஓரிடம் இருந்தது. மனசாட்சிக்கு சாதகமான எந்தச் செயல்பாட்டிலும் தனக்கேயுரிய ஓர் அடையாளத்தை நவீன் லோப்பஸ் நிரூபித்திருந்தான். வாழ்க்கையின் இத்தகைய மேடுபள்ளங்களின் ஒரு தினத்தில் தற்கொலையைப் பற்றிய திரைப்படம் எடுக்க வில்மகத்ரீஸ் என்ற பெண் இயக்குநர் முடிவெடுத்தாள். அதற்காகத்தான் அவள் நவீன் லோப்பஸை அறிமுகம் செய்துகொண்டாள். உரையாடுவதற்கு அக்கறை காட்டினாள். அன்று தலைமைச்செயலகத்தினெதிரில் பழங்குடிகளின் நிலம் தொடர்பாக நடந்துவரும் உண்ணாவிரதப் போராட்டத்தின் ஒருங்கிணைப்புத் தினம்.

வில்மகத்ரீஸ் பெண்நிலைவாத சிந்தனையைக் கொண்டவள் என்று பிரகாசன் சொன்னான். அவன் வேலைபார்க்கும் பத்திரிகையின் அலுவலகத்தில் அவளுக்கு நிறைய நண்பர்கள் இருந்தார்கள். அவள் உருவாக்கிய ஆவணப்படங்களைப் பற்றியும் அவள் எழுதிய கதைகளைப் பற்றியும் அவர்கள் சொல்வதைக் கேள்விப்பட்டிருக்கிறான். ஊடகத்தின் அனைத்துச் சாத்தியங்களையும் பயன்படுத்தி இத்திரைப்படத்திற்கு ஓர் உயரத்தை உண்டாக்க அவளுக்குத் தெரியுமென்று பிரகாசன் தமாஷாகச் சொன்னபோதிலும் நவீன் குழம்பிப் போனான்.

தற்கொலையைப் பிரதான விஷயமாகக்கொண்ட இரண்டு புராஜெக்ட்கள் அவனெதிரில் இருந்தன. அவினாஷ் ஜார்ஜ், வில்மா ஆகியோருக்கு உரியவை. அவினாஷினுடையது முற்றிலும் பாப்புலரான ஒரு திரைப்படம் என்று சொல்லப்பட்ட போது, தற்கொலை என்கிற விஷயம் ஒரு ஜனரஞ்சகப் படத்துக்கு உகந்ததல்ல என்று அவினாஷை உற்சாகமிழக்க வைக்க நவீன் முயற்சித்தான்.

ஒருநாள் வில்மகத்ரீஸ் தயாரித்த திரைக்கதையின் எளிய வடிவம் நவீன் லோப்பஸின் மின்னஞ்சலுக்கு வந்தது. காதலும் வன்மமும் நிறைந்த குணத்தைக்கொண்ட ஒருவன் ஆன்மீக மலையேற்றத்தின் இறுதியில் மரணத்தின் ஆழத்தில் விழும் நிமிடத்தைப் பற்றியது. மேவில்மாவின் ஆவணப்படத்தின் குறுந்தகடும் வந்து சேர்ந்தது. ஷூட்டிங் முடித்து திரும்பிய அன்றைய தினம் குளித்து முடித்துப் பிரார்த்தனை செய்து நவீன் சிடிப்ளேயரில் வில்மாவின் படங்களின் குறுந்தகடைப் போட்டான். ஏராளமான வெற்றிடத்திற்குப் பிறகு எஃப். பிரஸன்ட்ஸ், ட்ரீம்கல்ச்சர் என்ற டைட்டில் ஒளிர்ந்தது. உயிருள்ள எருமையின் கொம்புகளின் நடுவில் சம்மட்டியால் அடிப்பது தான் முதல்காட்சி. நான்கு கால்களையும் ஒரு தடுப்பின் கழிகளில் கட்டப்பட்ட எருமை துடிப்பதையும், அதுகொஞ்சமும் அலறாமல்

களைத்துச் சரியும் காட்சிகளின் ஊடாக கசாப்பு மைதானத்தில் ஒரு கொடிய மரணம். சுத்தமான ப்ரேம்களில் வெகு இயல்பாக ஒரு விவசாயியின் வாழ்க்கையுடன் இணைக்கப்பட்டிருந்தது. நேர்த்தியும் ஒழுங்கும் கொண்ட ஷாட்களின் ஊடாக இன்று காலை விவசாயியின் அன்றாட வாழ்க்கை முகூர்த்தங்கள் பார்வையாளனின் மனதில் இடிமின்னலின் நெருப்பாகக் கூறப்பட்டிருந்ததால் வில்மா மீது நவீனுக்கு மிகுந்த பிரியமும் மரியாதையும் உண்டானது. எருமையின் கண்களில் பரிதாபமும் பீதியும் விவசாயியின் கண்களுக்குக் கட் செய்து, சலனமற்ற ஒரு கண்ணில் படம் நிறைவடையும்போது அவள் சொன்னாள்: கனவுகள் யதார்த்தமாகும் தினத்திற்காகவும் இடத்திற்காகவும் அவன் காத்திருக்கிறான். அது எங்கே என்று மட்டும் யாரும் கேட்காதீர்கள். ஒருவேளை அது ஊகமாக இருக்கலாம், அல்லது... ரிமோட்டை அணைத்து நவீன் வில்மாவை அழைத்தான். 'காதில்அகலே' என்ற திரைப்படத்தின் பாடல்வரி. எந்தக் காரியத்தைத் தொடங்கும்போதும் தூய நிறைவான மனநிலை இருக்க வேண்டுமெனக் கருதும் நவீனுக்குள் சூழ்நிலைக்குப் பொருந்தாத ரிங்டோன்கள் அமைதியிழக்கச் செய்வதுண்டு. ஆனால் 'அகலே' என்ற பாடலின் வலி நவீனை அதிகமாகப் பேச வைத்தது. வில்மாவின் திரைப்படத்தின் ஒரு மனநிலைக்கு இணக்கப்படுத்திய ஆரம்பம் என்கிற விதமாக நவீன் உரையாடத் தொடங்கினான்.

– வாழ்க்கையின் இத்தகைய சந்தர்ப்பங்கள் அந்தந்த பிராந்தியத்திற்கு மட்டுமேயாக இருக்கின்றன. ஆகவே, வில்மாவின் படத்தை உலகிற்குக் காட்ட வேண்டும். இதிலுள்ள ஆற்றல் வில்மாவின் எடுக்கவிருக்கும் திரைப்படத்திலும் இருக்க வேண்டும். காதல், பிரிவு, பகை போன்றவை ஒரு தற்கொலைக்கு எப்படி அழைத்துப் போகிறது. அல்லது மனங்களைத் தொய்வடையச் செய்கிற இந்த வார்த்தையைப் பற்றி ஒரு நல்ல திரைப்படத்தை எடுக்கலாம்.

'நான் நிறைய விசாரிச்சிட்டு வர்றேன். ஒரு நல்லபாதை ஊடாக இந்தத் திரைப்படம் போயிட்டு இருக்குது... அது உறுதி... வில்மா தற்கொலையைப்பத்தி நெறைய ரெஃபர் செய்ததுக்குப் பலன் கொடைக்கும்னு எனக்கு உறுதியா தெரியும். நான் ஒரு விசயத்தைச் சொன்னா கேட்பியா ... ஸ்கிரிப்ட்ல பயன்படுத்தக் கூடிய காரியம் தான். நான் சமீபத்துல ஒரு புஸ்தகம் படிச்சேன்... வில்மா கேட்கறதா இருந்தா நானதைப் படிக்கறேன் . . . படிக்கட்டுமா...' 'ம்ம் படிச்சுக்காட்டு.'

வேதநெறியும் ஆன்மீகமும் பல்லாயிரமாண்டுகள் பழமை வாய்ந்தவை. இருப்பினும் இன்று சமூகத்தில் யாரும் அதை

ஏற்கத் தயாரில்லையெனத் தெரியும்போது மனம் திருப்தியடைவதில்லை. ஆன்மீகத்தின் இருண்மை உலகத்தை அமைதியிழக்க வைக்கிறது. ஒருவன் தற்கொலை செய்கிறான் என்றால் அதன்பொருள் அங்கு ஆன்மீகத்தின் இருப்பு இல்லை என்பதாகும். தீயசெயல்களிலும் குற்றச்செயல்களிலும் பலர் ஈடுபடுகிறார்கள். இதற்கான காரணம் வேறு ஒன்றுமில்லை. ஆன்மீகம் சிலருக்கு மட்டும் உரியதல்ல. இதைப் பாமரர்கள் உட்பட எல்லோரும் அனுபவிக்க வேண்டும். இது வெறுமொரு கருத்துத் தொகுப்பல்ல. வில்மா சொல்லும் கதையில் தற்கொலையை எதிர்க்கும் ஒரு கதாபாத்திரத்தை வேறொரு கோணத்தில் மோல்ட் செய்ய இயலுமெனத் தோன்றியதால் நானிதைப் படித்தேன்... என் மனதிலும் எதிர்வினையாற்றும் ஒரு நவீன் உள்ளான். விரிவான ஸ்கிரிப்டை நாம் படிக்கலாம்.

“என்னைக்கு நீ ஃப்ரீயாக இருப்பே... நான் ஓரளவு எழுதிக் கம்ப்ளீட் பண்ணிட்டேன்...”

“இங்கே லோக்கேஷன்ல வேண்டாம். நிம்மதியா ஓரிடத்துல நாம உட்காரலாம். நான் கூப்பிடறேன்.”

“என்னைக்கு..?”

“டிலே ஆகாது...”

“ஓகோ...”

“நான் காத்திருப்பேன்...”

இந்தத் தொலைபேசி உரையாடல் நிறைவடைந்து சுமார் மூன்று மாதங்கள் கழித்து நவீன் லோப்பஸ் தற்கொலை செய்துகொண்டான் என்கிற செய்தி தொலைக்காட்சிகளிலும் நாளேடுகளிலும் வெளியானது. சாத்தப்பட்ட குளியலறையில் நிறைந்து வழியும் ஒரு பக்கெட்டில் மணிக்கட்டின் நரம்புகளை அறுத்து, ரத்தம் வடிந்து இறந்துகிடக்கும் நவீனின் படத்தைத் தொலைக்காட்சியில் பலமுறை காண முடிந்தது. எந்தக் காரணத்தையும் பதிவுசெய்யாமல் யாரையும் அழைத்துப் பேசாமல், இரவு நேரத்தில் நவீன் தனது வாழ்க்கையை முடித்துக்கொண்டான். இச்செய்தியைப் படித்த செய்தியாளன் நவீனின் வீட்டையும் குளியலறையையும் படுக்கையறையையும் அருகில் படுத்திருந்த மனைவியையும் தகவலறிந்து வந்து சேர்ந்த சொந்தபந்தங்களையும் நடித்த திரைப்படங்களின் காட்சிகளையும் காட்டி விவரித்தான். சமீபகாலமாக மக்கள் செல்வாக்கைப் பெற்ற ஒரு நடிகனுக்கு சோபையும் பிரகாசமுமான ஒரு வாழ்க்கை அமைந்து விடும் என்று மனதில் எண்ணியபோது,

எத்தனை சீக்கிரம் எல்லாம் நிறைவடைந்துவிட்டதென நவீனின் நண்பர்களும் ரசிகர்களும் கவலையடைந்தார்கள்.

'நான் தெரியாமதான் கேட்கறேன்... அந்தப் பையனுக்கு என்ன கேடுவந்தது... அந்தப் பொண்ணுகிட்ட சகவாசம் வெச்சப்பவே நெனைச்சேன்... இப்படி ஏதாச்சும் நடக்கும்னு. அவள் கூட சேர்ந்து ஒரு புராஜக்ட்னு செய்தி வந்த அன்னிக்கே அவளைக் கூப்பிட்டேன்... நான் எடுக்கப்போற சினிமா கதைக்கும் அவளோட படத்துக்கும் ஒற்றுமை இருக்கறதைச் சொல்லி புராஜக்ட்ல இருந்து விலகச் சொன்னேன். யோசிச்சு முடிவெடுத்தாப் போதும்னு சொல்லி நானும் அதோட வழிக்கே விட்டுட்டேன். இப்பத்தான் கொஞ்சம் துளிர் விடற சமயம். அதுக்கு நடுவுல தேவையில்லாத ஒண்ணுக்காக நேரத்தை வீணடிக்க வேண்டாம்னு ஞாபகப்படுத்தினேன். ஃபோனை கட்பண்ணி நேரா என்னோட அறைக்கு வர்றப்ப அவன் கையில அந்தப் பொண்ணோட ஒரு டாக்குமெண்டரி சிடியும் இருந்துச்சு. என்னை அதைப் பார்க்கச்சொல்லிக் கட்டாயப்படுத்தினான். இப்ப வேண்டாம்னும் அப்புறம் பாத்துக்கலாம்னும் சொன்னப் பெறகும் அவனதை ப்ளே பண்ணினான். எனக்கு ஏனோ அதுல எந்த அக்கறையும் தோணல. அதையும் அவன்கிட்ட சொன்னேன். என்னோட வர்க்ல நடிக்காம போனாலும் பரவாயில்ல. அவள்கூட சினிமா பண்றது சரிப்பட்டு வராதுன்னு ஏனோ எனக்குத் தோணிச்சு. அவன் எதுவும் பேசாம கௌம்பிப்போனான். அன்னைக்கு ராத்திரி அந்தப் பொண்ணு என்னை ஃபோன்ல கூப்பிட்டு ரொம்ப கோபப்பட்டாள். என்னை மாதிரியான ஆளுங்கதான் புதியவங்களை வளர அனுமதிக்கறதில்லைன்னு ஏதேதோசொன்னாள்...'

'நான் எல்லாத்தையும் கேட்டுட்டிருந்தேன். எதையும் மறுத்துச்சொல்லலை. நவீன் இறந்தப்பெறகு அவள் என்னைக் கூப்பிடலை. நான் நெறைய முயற்சி பண்ணிப்பார்த்தேன். அவன் சாகறதுக்கு முன்னாடியே ஏதோ பிரச்சினை நடந்திருக்கணும். இல்லைன்னா பெறகு என்ன நடந்துச்சு... அந்தப் பையனுக்கு எல்லாத்தையும் வெளிப்படையா பேசறதுக்கான நண்பர்கள் கெடையாது. ஏதாவது பிரச்சினை வர்றப்ப யார்கிட்டயாவது யோசனை கேட்கற சுபாவம்கூட இல்ல. இன்டஸ்ட்ரியில டோட்டல் சைலண்ட்டா இருக்கற ஆசாமி அவன். புவர்கய்... இப்ப முன்னமாதிரியெல்லாம் கெடையாது... பிரெண்ட்ஸ்ங்கற ஒரு டீம் இருக்கறதே இல்லை. சொந்த காரியங்களைப் பாத்து ஒரு ரூட்டை சுயமா போட்டுக்கறாங்க. அதைப்பிடிச்சிட்டு மேலேறிப்போனா, அதை அதிர்ஷ்டம்னு தான் சொல்லுவேன். பெர்சனாலிட்டியும் டாலன்டும் ஒண்ணுசேர்ந்தவங்க

குறைவுதான்... அதுல ஒருத்தன்தான் இப்ப இந்தக்காரியத்தைச் செஞ்சிருக்கான்... பேட் டைம் ஃபார் சினிமா...'

நினைவேந்தல் கூட்டம் முடிந்தபோது ஆர்ட் அன்ட் கல்ச்சரல் ஃப்ரட்டோனிட்டியின் தங்கச்சன் சொன்னார்: 'டேய் இவனே... ஒண்ணு ஒண்ணரை வசூலாயிருக்குது. இதை அவன் பெண்டாட்டிகிட்ட இப்பவே ஒப்படைச்சிடலாம்... அதுக்காக ஏன் தாமதிக்கணும்... அவங்களுக்குக் கெடைச்சா பிரயோசனமா இருக்கும். இல்லைன்னாலும் நம்ம கையைவிட்டுப் போனா போதும்...'

கணக்கைச் சொல்லிக் காசுவாங்காதவர்களின் சிறு கூட்டத்திலிருந்து திறமைமிக்க, தலையெழுத்து சரியில்லாத ஒருத்தன் போனதில் ஃப்ராட்டேனிட்டி மனம் திறந்து வருந்தினார். யார் விஷயத்திலும் தேவையற்ற தலையீடுகள் செய்யாத நேர்வழியில் பயணித்த ஒருவனே நவீன் லோப்பஸ்.

நவீனின் மனைவி கதவைத் திறந்தாள். கல்யாணம் முடிந்து சுமார் ஒரு வருடமே ஆகியிருந்தது. அதற்கிடையில் இப்படி நடப்பதற்கு... ஃப்ராட்டேனிட்டிக் காரர்கள் தயங்கித்தயங்கி பணம் வைத்திருந்த ஒரு பிளாஸ்டிக் பையை டீப்பாய் மீது வைத்தார்கள். பிறகு தங்கச்சன் அண்ணன் பேசினார்: எல்லோருக்கும் பண்றது தான்... தப்பா நெனைச்சிக்க வேண்டாம். யாருக்கு எப்போது உதவித் தேவைப்படும்னு தெரியாதே. செய்ய முடியுற காலத்துல செய்யறோம்... அதனால வாங்கிக்கணும். ஒரேமூச்சில் இதையெல்லாம் சொல்லி எல்லோரையும் பார்த்தார். யாரும் எதையும் பேசவில்லை. நவீனின் மனைவியை எதிர்கொள்ள இயலாததைப்போல எல்லோரும் தலைகுனிந்து அமர்ந்திருந்தார்கள். மௌனத்தின் குட்டித்தேவதை உரையாடலுக்கிடையில் பறந்து போனாள். யாரோ வீட்டுக்குள்ளிலிருந்து தட்டில் தேநீரை எடுத்துவந்து வைத்தார்கள். பரஸ்பரம் பார்த்துக்கொள்ளாமல் யார்யாரோ தேநீரை எடுத்துக்குடித்துக் காலிக்கோப்பையைத் தட்டில் வைத்தார்கள். மௌனத்தின் குட்டித்தேவதை பறந்து வந்தப்பிறகு தங்கப்பன் அண்ணன் மெதுவாக எழுந்து கிளம்பலாமா என்று கேட்டார். எல்லோரும் எழுந்தோம். கதவுப்பக்கத்தில் நின்ற தங்கச்சன் அண்ணன் கூட்டத்திலிருந்த மல்லிகா என்ற துணை இயக்குநரிடம்: 'மகளே, கொஞ்சநேரம் இங்க இருந்திட்டுவா... எல்லோரும் சட்டென்று கிளம்பிட்டதா நெனைக்க வேண்டாம், என்று சொல்லி அவளை அங்கு நிற்க வைத்தார். சரி, நாங்க கௌம்பறோம்... வரோம்... விசாரிக்கறோம்... பார்க்கலாம்...' போன்ற சம்பிரதாயங்களுடன் கார்களும் ஸ்கூட்டர்களும் கிளம்பின.

நவீனின் மனைவியின் அருகில் அமர்ந்தாள் மல்லிகா. அவர் எதையும் பேசவில்லை. சற்றுநேரம் அமர்ந்த பிறகு எதையாவது பேசி சூழலின் இறுக்கத்தைத் தளர்த்த முயன்றாள். அதற்கான தொடக்கம் என்பதைப்போல அவள் சோபா செட்டிலிருந்து எழுந்தாள். கண்ணாடிச் சட்டத்திற்குள் குழந்தைப் பருவத்தில் கிடைத்த ஸ்கூல் டிராப்பிகள் அடுக்கி வைக்கப்பட்டிருந்த இடத்திற்கு மல்லிகா நடந்தாள். நிறைய சிறிய டிராப்பிகள், சரடில் கட்டிய தங்கம், வெள்ளி மெடல்கள் வகுப்பு வாரியாக எழுதி வைக்கப்பட்டிருப்பதை மல்லிகா பார்த்தாள். நவீனின் குழந்தைப் பருவப் புகைப்படங்களும் வீட்டின் பழைய ஆட்களும், புதிய ஆட்களும் சேர்ந்து நிற்கும் புகைப்படங்களும் ப்ரேம் செய்தும் லேமினேட் செய்தும் வைக்கப்பட்டிருந்தன. அவற்றுக்கிடையில் நவீனும் மனைவியும் சேர்ந்து நிற்கும் ஒரு படம்கூட காணப்படவில்லை. மல்லிகா வியப்படைந்தாள். அதைக்குறித்து நவீனின் மனைவியிடம் கேட்க முயன்றபோதிலும் மல்லிகாவிடமிருந்து வேறுவிதமாக வார்த்தைகள் வெளிப்பட்டன: ‘ஷீலாவோட வீட்டுலேர்ந்து வந்தவங்க எல்லாம் கௌம்பிட்டாங்களா..?’

நவீனின் மனைவி தலையுயர்த்தாமல் உம் கொட்டினாள். அதன் தொடர்ச்சியாக மல்லிகா பேச்சை ஆரம்பித்தாள்:

‘இவர்கூட வர்க் செய்யணும்னு ஆசைப்பட்டேன். ஒரு சினிமா ஒத்து வந்தது. என்னோட டைரக்டர் எல்லாத்தையும் ஏற்பாடு செஞ்சுட்டார். ஆனா, காரியங்கள் சரிப்பட்டு வந்தப்ப ஏதோ பிரச்சினையால மாறிடுச்சு. சினிமாவாச்சே. எதுவும் எப்பவும் நடக்கலாம்...’

‘கேட்கறேன்னு எதையும் நெனைச்சுக்க வேண்டாம். எந்த இண்டர்வியூவிலேயும் ஷீலாவோட படத்தையோ, வீட்டு விஷயங்களைப் பத்தியோ குறிப்பிடாதது எதனால... இங்கவந்து இதைப்பார்த்தப் பெறகு என்னை மீறி கேட்டுட்டேன்...’

சொல்லி முடித்ததும் கேட்காமல் இருந்திருக்கலாமென மல்லிகாவுக்குத் தோன்றியது. அவள் ஷீலாவையே பார்த்துக் கொண்டிருந்தாள். ஒரு கணம் ஷீலாவின் கண்கள் மல்லிகாவை வெறித்தன. பிறகு எதையோ நினைத்ததைப்போல எழுந்து அடுக்கப்பட்ட புத்தகங்களில் நடுவிலிருந்து நிறைய புகைப்படங்கள் அடங்கிய ஓர் உறையை வேகமாக உருவியெடுத்தாள்.

வாழ்க்கையைப்பற்றியும் மனிதர்களைப்பற்றியும் ஒரு புரிதலை நாமாகவே உருவாக்குவோம். தொலைவிலிருந்து பார்த்த வாழ்க்கைகள், அருகில் அறிமுகமாகும் போது எண்ணியதை விட எவ்வளவோ மாறுபட்டிருப்பதைப் புரிந்துகொள்வோம்.

ஒரு யட்சிக்கதைபோல களங்கமின்றித் தொடங்கி, பீதியூட்டும் பயக்கனவைப் போன்ற நடுப்பகுதிகளின் ஊடாகக் கடந்து, பிரிவில் நிறைவுறும் காதல் கதையைப்போல துயரத்தில் முடிகிறது. இந்த அனுபவத்திலிருந்து திரைக்கதை எழுதத் தொடங்கினாள் மல்லிகா.

'குறுகிய காலத்துல பிரபலமான ஒருத்தனோட கொடூர மரணக் காரணங்களைக் கண்டுபிடிக்கற ஒரு புலனாய்வு வகைமையைக் கொண்ட கதை சார் . . ., ஆமாம் சார் . . . நவீன் லோப்பஸோட மனைவியைச் சந்திச்ச பிறகே எனக்கு அப்படியொரு யோசனை வந்தது. ஒரு தொலைதூர ரயில் கம்பார்ட்மென்ட் ஓரத்தில் இறுக்கிக் கட்டி, முகவரி ஒட்டின ரெண்டு சாக்கு மூட்டைகளைப் போன்றது தாம்பத்தியம் என்கிற எண்ணம் அந்த வீட்டுக்குள்ள நுழைஞ்சப்ப உண்டானது . . . அந்தப் பெண்ணின் மௌனம் என் மூலமாக எழுத வெச்சது சார்... என்ன சார்... மிச்சத்தையும் படிக்கட்டுமா...'

காட்சி:—

வீடியோ காமிராவைக்கொண்ட மொபைல் போனின் மானிட்டரில் நிதின் கட்டில்மீது சட்டையில்லாமல் படுத்திருக்கும் காட்சி. ஃபோன் காமிரா அவனது கண்கள் ஊடாக, மூக்கில், உதட்டில், கழுத்தில், சட்டையணியாத மார்பின் அருகிலும் தொலைவிலுமாக நகர்ந்து முகத்தை எட்டுகிறது. அவன் காமிராவைப்பார்த்து அழகாகச் சிரிக்கிறான். அந்தச் சிரிப்பைக் கண்டதும் காமிரா இடம் மாறுகிறது. கல்பனா அவன் மீது ஒரு பெரிய மரத்தைப்போல விழுகிறாள். அவனது முகம் அவளது இரவு உடையின் பட்டனை அறுத்து மார்போடு அணைக்கிறது. அவளது கைகளுக்கு அசாதாரணமான வலிமை இருந்தன. அவள் பைத்தியக்காரத்தனமான வெறியுடன் அவனது காதிலும் கழுத்தின் பின்பகுதிலும் நெற்றியிலும் கண்களிலும் உதட்டிலும் அழுத்தமாக முத்தமிடுகிறாள். ஒரு மேகம் சூரியனை மூடுவதைப்போல அவர்கள் போர்வையால் மூடிக் கொள்கிறார்கள். அப்போதும் அவள் அவனிடமிருந்து எதையோ தேடிக்கொண்டிருந்தாள்.

கட் டூ

காட்சி:—

அதிவேகமாக விரையும் ஒரு ரயில் கம்பார்ட்மென்ட். முதல் வகுப்பு கூபே. இப்போது இரவு நேரம். நிதினும் கல்பனாவும் தனித்திருக்கும் கூபே. நிதினின் தோளில் சாய்ந்து

ஜன்னல் காட்சிகளுக்கு அப்பால் தெரியும் கல்பனாவின் முகம். நிதினின் பாதிமுகம் காட்சியில் உள்ளது. அவளது கவனம் வெளிக்காட்சிகளில் இல்லை. நிதின் கண்களை மூடி ஓர் ஆனந்த மயக்கத்தில் ஆழ்ந்திருப்பதைப்போல.

கல்பனா: நீ தூங்கிட்டு இருக்கியா...

அவன் இல்லையென்று முனகினான்.

கல்பனா: நான் சொல்றது உனக்குக் கேட்டதா...

என்ன என்கிற அர்த்தத்தில் அவன் முணுமுணுத்தான்.

கல்பனா: வேறே எதுவும் வேணாம்னு நான் சொல்ல மாட்டேன். உன் குடும்பம்... எல்லாம் எனக்குத் தெரியும். ஆனா என்னை அவாய்ட்பண்ணாமா இருந்தாபோதும்.

நிதின் கண்திறந்து அவளைப்பார்த்தான். புகைவண்டியின் வேகமான பயணத்தில் காற்று கம்பார்ட்மெண்டில் வீசிக்கொண் டிருந்தது. அவன் கண்ணாடி ஜன்னலை முழுவதுமாக இழுத்து இறக்கினான். சொல்வதற்கு நீண்டநேரம் ஆயிற்று...

கல்பனா: நீயொரு ஃப்ளர்ட்னு எல்லோரும் சொல்றாங்க...

சட்டென்று கோபமடைந்த நிதின் சற்று உரத்தகுரலில்...

நிதின்: யாரு? சொன்னது யார்... ம்ம்...

அவனது ஓங்கியகுரலைக் கேட்டபிறகும் எதுவும் நடக்காததைப்போல...

கல்பனா: எல்லோரும்...

நிதின்: அதை யார் சொன்னதுன்னுதான் கேட்டேன்...

கல்பனா: நீ ஏன் கூச்சல் போடறே... யார் எதை வேணும்னாலும் சொல்லட்டும்... ஆனாலும் உன்னை எனக்குப் பிடிக்கும்...

நிதின்: யாரோ எதைஎதையோ சொல்றதைக் கேட்டுட்டு நீ ஒவ்வொன்னா இட்டுக்கட்டிச் சொல்லாதே.

கல்பனா: யார் சொன்னாலும் கவலை இல்ல... ஐகேன் ரீட் யுவர்மைன்ட். உன்னோட ஒவ்வொரு அசைவும் எனக்குத் தெரியும். யுஆர்ஆல்வேஸ் வித்மீ... இதோ இங்கே...

அவள் அவனைச் சேர்த்து மார்போடு இறுக்கினாள். தன்னை நோக்கி... தன்னை நோக்கி...

ஓர் ஆழமான பள்ளத்தில் தவறிவிழும்போது தோன்றும் பயம் அவனது கண்களில். வெளி இருட்டில் ரயிலின் வெளிச்சம் ஒரு எரி நட்சத்திரத்தைப்போல.

'செக்ஸ் அதிகமா இருக்கறதா சாருக்குத் தோணுதா . . . அது இந்தக் கதையில தவிர்க்க முடியாததால சார் . . . நிதினும் கல்பனாவும் சந்திக்கும்போதெல்லாம் செக்ஸ் அனுபவிச்சிருந்தாங்க. அதனுடைய காம்ளிகேஷன்ஸும் . . . படிச்சவரைக்கும் எப்படி இருக்குது சார் . . ? வாழ்க்கையில வழக்கமா நடக்காத கொஞ்சம் நிகழ்ச்சிகள் இந்தக் கதையில பார்க்கலாம். அது எதுவும் கிரியேட் கெடையாது, உண்மை சம்பவம் . . . அப்புறம் மாற்றம் வேணும்னு தோணிச்சுன்னா ரீவர்க் பண்ணலாம். அப்படின்னா, மிச்சத்தையும் நான் . . .'

●

7

இறைவனின் கனவுகள்

மருத்துவமனையில் படுத்துக் கிடக்கும் அம்மாவுக்கு மருந்து வாங்கப் பணம் வேண்டு மெனக் கூறி, நான் வசித்து வந்த வாடகையறைக்கு வந்தான் யோஹன்னான். முதல்முறையாக என்னிடம் கடன் கேட்கிறான். நட்பின் ஆரம்ப நாட்கள் அவை.

அவ்வப்போது பூங்கா வழியில், அல்லது ஃபிப்த் அவென்யூவின் ஆர்ட் கேலரியில் மாலைவேளை களில் யோஹன்னானைச் சந்திப்பதுண்டு. ஒரு பீடியில் அல்லது ஒரு கோப்பை காப்பியில் அந்த உறவு நீளும்.

எனது அலுவலக முகவரியை ஒருமுறை கூறிய போது யோஹன்னானின் அருகில் பீடியைப் புகைத்து கௌரவமான விஷயங்களைப் பற்றிப் பேசக்கூடிய தாடி வைத்த ஒருவன் கூறினான்: 'ஹன்னானுக்கு ஒரு புதுஆள் கெடைச்சுட்டான்.' யோஹன்னானும் நானும் அதை ஒரு சிரிப்புடன் எதிர்கொண்டோம். அலுவலகத்தில் ஆளற்ற மாலைநேரங்களில் தினேஷனுடன் காப்பி அருந்தவும், நடக்கவும் தொடங்கும்போது பாதை யின் எதிர்புறமிருந்து ஒரு குரல் கேட்கும். அந்தக் குரல் யோஹன்னானுடையது என்பதை நாங்கள் அறிவோம். சில நாட்களில் இருள் படரும்வரை எங்களுக்கு அலுவலகப் பணிகள் இருக்கும். அழுக்கடைந்த மனதுடன் நகரத்திற்குள் நடந்து சென்று சற்று ஆசுவாசம் பெறுவதும் வாழ்க்கை யின் அலுப்பை மறப்பதும் நாங்கள் உருவாக்கி வைத்திருந்த நட்புகளில் கரையும்போதுதான்.

யோஹன்னானின் அறிமுகத்திற்குப் பிந்தைய மாலை நேரங்கள் எங்களுக்கு மன அமைதியை வழங்கின. மனதில் படும் எதையும் யோஹன்னான் சொல்வான். பலமாக வீசும் ஒரு காற்றைப்போல, ஆர்ப்பரித்து வரும் அலைகளைப் போல வசீகரமான ஓவியங்களை அவன் நாக்கால் வரைவான். கடைசியாக சர்வசராசரங்களைப் படைத்த ஆதி பிதாவைத் தூற்றி மாலைநேரங்கள் நிறைவுபெறும். அப்போது இறைவன் மீது சகிக்க முடியாத வெறுப்பைக் காட்டும் விதமாக அவன் பேசுவான். மன ஆழங்களில் ரகசியம் நிறைந்த எதையோ திரைச்சீலை யால் மூடி வைக்கப்பட்டிருப்பதாக அச்சமயத்தில் நாங்கள் உணர்வோம். பிரியும் வேளையில் யாரிடமேனும் கேட்டு வாங்கும் ஒற்றை ரூபாய் மூலம் யோஹன்னான் எங்களை விட்டுப் பிரிவான். பேருந்தில் சாய்ந்து அமரும்போதும் இறைவன் மீதான வெறுப்பு அவனது நாக்கு நுனியில் இருக்கும்.

'எத்தனை ரூபாய் உனக்கு வேணும்..?'

'இருபது ரூபாய் இருந்தா குடு.'

பணத்தை வாங்கிச் சென்றதும் கொஞ்சநாட்கள் யோஹன்னானை யாரும் பார்க்க முடியாது. சில நாட்கள் கழிந்து புதிய வேடங்களை அணிந்து ஆர்ட் கேலரிக்கு யோஹன்னான் வருவான். அன்று புதிய நண்பர்கள் யாரேனும் அவனுடன் இருப்பார்கள்.

'தங்கச்சி சுகமில்லாம படுத்திட்டு இருக்குறா. கையில காசும் இல்ல.'

அவனிடமிருந்து சாராய நாற்றம் வீசும்.

'உன்கிட்ட வாங்கிய பணத்தைத் தர்றேன். பணம் வர வேண்டியிருக்குது.'

கடன் தந்தவர்கள் அருகில் இருக்கும்போது சொல்வான். பின்னர் சில மருந்துகளின் பேரைச் சொல்லி யாரிடமிருந்தேனும் பத்தோ பதினைந்தோ ரூபாயை வாங்கி யோஹன்னான் திரும்புவான்.

காப்பி ஹவுஸிலும், ஆர்ட் கேலரியிலும் யோஹன்னான் இல்லாமல் எங்கள் நாட்கள் கழிந்தன. அறிமுகமானவர்களிடம், சிறிய தொடர்பு வைத்திருந்தவர்களிடம் கூட நாங்கள் யோஹன்னானை விசாரித்தோம். பரபரப்பான வாழ்க்கையிலும் பேருந்துகளில் முண்டியேறும் போதும் சீறிப்பாயும் சாலை களிலும் எங்கள் விதியை நகர்த்துவதற்காகப் பாடுபட்டுக் கொண்டிருந்தோம். பிறகு நான்கு நாட்கள் விடுப்பு எழுதிக்

கொடுத்துவிட்டுப் பேருந்து நிலையத்திற்குள் நுழைந்த ஒருநாள் யோஹன்னானைப் பார்த்தேன். யோஹன்னான் களைப்புடன் காணப்பட்டான். முகமெல்லாம் சிவந்து வீங்கியிருந்தது. வளர்ந்த தாடி ரோமங்களுக்கிடையில் சிறிய கொப்புளங்கள் காணப்பட்டன. அடையாளம் காணமுடியாதவாறு யோஹன்னானிடம் ஏற்பட்டிருந்த மாற்றத்தைக் கண்டு அருகில் சென்றேன். இறைவனின் உறுதியின்மையைப் பற்றி ஒரு இளைஞனிடம் பேசிக்கொண்டிருந்தான் யோஹன்னான். அந்த இளைஞனை அவசரகதியிலும் ஆர்ட் கேலரி நிகழ்ச்சிகளிலும் பலமுறை பார்த்திருக்கிறேன்.

‘அறியாமையால் உண்டாகும் அழிவே மனிதனை மனிதனுக்கு எதிரியாக்குகிறது. இது கடவுள் என்கிற கருத்தாக்கத்தின் தவறுதலான வெளிப்பாடு‘. நான் யோஹன்னானின் தோளை மெல்லத் தொட்டேன்.

‘அடடா, நீயா…’

‘ஹன்னான், எங்களை மறந்திட்டீயா?’ அறிமுகத்தின், நட்பின் கிளைகளில் இலைகள் நிறைந்தன. இலை இடுக்குகளில் மொட்டுகள் துளிர்க்கத் தொடங்கிய கணங்கள். பேருந்து நிலையச் சந்தடியிலிருந்து விலகி யோஹன்னான் அழைத்துப்போனான்.

‘நீ வந்தது நல்லதா போச்சு. ரொம்பவும் அலுப்புத் தட்டினதால இந்தச் சந்தடிக்கு வந்தேன். நாம கொஞ்சம் குடிக்கலாமே..?’

‘உனக்குத் தேவையில்லைன்னா வேண்டாம்.’

அம்மன்கோயில் சாலையில் இடுங்கிய வழியில் நுழையும்போது நான் யோஹன்னானைத் தேற்றினேன். எனது பயணத்தைப் பற்றித் தெரிவித்தேன்.

‘கொஞ்சமாக மது குடிக்கறது புத்துணர்ச்சியை அதிகப்படுத்தும். பரவாயில்ல இருக்கட்டும்.’

யோஹன்னான் முகத்தின் வியர்வையைத் துடைத்தான். மரத்தடுப்பை விலக்கி உள்ளே போனோம். கம்பெனிச் சரக்கின் மணம் தொட்ட போதே யோஹன்னான் சோர்வு விலகியதைப் போல சிரித்தான். ஈரமான இருட்டிலும் அவன் கண்களின் பிரகாசம் தெளிவாகத் தெரிந்தது.

‘ரெண்டு தொண்ணூறும் சோடாவும்.’

மெல்ல மெல்ல மரக்குடில் அசையத் தொடங்கியது. காலுக்குக் கீழே நில அதிர்வு. தோள்களில் இயல்புக்கு மீறிய பாரம். யோஹன்னானின் எதிரில் குவளைகள் நிரம்பி வழிந்தன.

அவன் பாடத் தொடங்கினான். கண்ணீரின் உப்புத் தோய்ந்த பசியைப் பற்றிய கவிதைகளைச் சொல்லத் தொடங்கியபோது யோஹன்னான் கேட்டான்:

'இவனை உனக்குத் தெரியுமா? இவனோட கவிதைகள் தான் இதெல்லாம். தேவநாராயணன். வளர்ந்து வர்ற ஒரு அறிவுஜீவி. பிரபல எழுத்தாளரோட மகன்.'

கவிதைவரிகளும், கதைகளும் எங்கள் தலைமீது சிறகுகள் அணிந்து பறந்து போயின. தேவநாராயணன் எதுவும் பேசாமல் குடித்துக்கொண்டிருந்தான். தெரு வேசிகளும் கூட்டிக் கொடுப்பவர்களும் மட்டும் உரையாடிக்கொண்டிருந்தார்கள். அவர்களின் அமளியில் யோஹன்னானின் வரிகள் அமிழ்ந்து போயின. பின்னர் யோஹன்னான் அழத் தொடங்கினான். மேசை மீது தலைசாய்த்து கிளாஸ்களையும் குப்பிகளையும் கைகளால் தட்டிவிட்டு யோஹான்னான் அழுதான்:

'நான் பாவி... மத்தவங்களுக்குப் பாரமா இந்தப் பூமியில எதுக்காக வாழறேன்? என் அம்மா, தனியா இருக்காங்க... தங்கச்சிக்கும் சுகமில்ல. எதுக்கும் உதவாத, எதுவும் இல்லாத நான். எல்லாத்துக்கும் அவன்தான் காரணம். கயவாளிப் பையன்... அழற முகத்தை வெச்சுகிட்டு சொரூபக் கூண்டுல ஏறி உட்கார்ந்து எல்லோருக்கும் ஆறுதல் சொல்ற அவன். மண்டியிட்டு பிரார்த்தனை பண்ணுங்கன்னுச் சொல்லிட்டு எதுவும் தெரியாத மாதிரி உட்கார்ந்துட்டு இருக்கான்.'

நாங்கள் யோஹன்னானைத் தேற்ற முயன்றோம். அவன் தோள் மீது கைவைத்து எழச் சொன்னோம்.

'வா போகலாம்.'

'உனக்குத் தெரியுமா; என் அம்மா ஒரு அசடு... அவளுக்குப் பொறந்தவன் நான்... மேமுள்ளி குடும்பத்துல தின்னு கொழுத்த ஒருத்தனுக்குத் தோணுன நிமிஷத்துல... அவன்தான் நான். உனக்குத் தெரியுமா இந்தக் கதையெல்லாம்...'

யோஹன்னான் திரும்பவும் ஏதேதோ முணுமுணுத்துக் கொண்டிருந்தான்.

ஊடுவழிகள் கடந்து மின்கம்பங்கள் இல்லாத வழிகளில் நடந்தோம். திடீரென்று வழியெங்கும் வாத்துகளின் நாற்றம் வீசியது. ஆர்ப்பரித்து வழிந்தோடும் வாத்துகளின் கத்தல். மழை மேகங்களின் ஊடாகக் கீழிறங்கி வந்த வாத்துக் கூட்டங்களின் நடுவில் நாங்கள் நடந்தோம். வாத்துகள் கூச்சலிட்டுக் கத்தின. அவற்றின் குளிர்ந்த சிறகுகளைத் தொடும்போது அவற்றிற்கு யோஹன்னானின் நாற்றம்.

'ஏதாவது கூண்டுல என்னை அடைச்சு வெய்யுங்க... தனியா வீட்டுக்குப் போக எனக்குப் பயம்...' யோஹன்னான் என் தோளில் சாய்ந்தான்.

கேவலமான வாழ்க்கையைத் தந்ததற்காக இறைவனைப் பழிதூற்றி யோஹன்னான் நடந்தான். வானத்தில் நட்சத்திரங்கள் நிறைந்தன. அவை கீழிறங்கி யோஹன்னானைக் கவனித்தன. யோஹன்னான் நட்சத்திரங்களைப் பார்த்துப் பேசினான்:

'எனக்கு வழிகாட்ட எறங்கி வர மாட்டீங்களா... வழியெல்லாம் இருண்டு கெடக்குது.' இருட்டில் தேவநாராயணன் விடைபெற்றுச் சென்றான். பயணம் தடைபட்ட கவலையைச் சுமந்து, யோஹன்னானைத் தனிமையில் வீசியெறிய மனமின்றி எனது வாடகை வீட்டுக்கு அழைத்துச் சென்றேன்.

○

நிலையத்தைக் கடந்தபோது ரயில் ஊர்ந்து செல்லத் தொடங்கியது. இடுங்கிய ரயில்பாதையில் தீப்பெட்டிகளை அடுக்கி வைத்தாற்போல. ஓலைகள் உடைந்த பனைமரங்களின் மீதிருந்து வெப்பக்காற்று கம்பித்தடுப்புகளின் ஊடாக ரயில் வண்டிக்குள் நுழைந்தது. அறுவடை முடிந்த வயல்களும் கரும்புத் தோட்டங்களும் மொட்டைக்குன்றுகளும் பின்னர் ரயில் வண்டியின் சோம்பலான நகர்வும் தொடர்ந்துகொண்டிருந்தது.

ரயில்பெட்டிகளில் ஒன்றில் தாயும் மகளும் இருந்தனர். வெளிறிய முகமும் வீங்கிய வயிறும் வாடிய உடம்புமாக. மகள் ரயிலின் அசைவுக்கேற்ப தாயின் மடியில் தலைவைத்து உறங்கிக் கொண்டிருந்தாள். ரயில்சத்தம் உயரும் வேளைகளில் மகள் திடுக்கிட்டுக் கண்விழித்தாள். அப்போதெல்லாம் தாய் சொல்வாள்:

'நெருங்கிடுச்சு மகளே, இதோ இந்த ஆபீஸைத் தாண்டி அடுத்த ஆபீஸைத் தாண்டி, மூணாவது ஆபீஸைத் தாண்டினதும் ரயில் சேர்ந்திடும். அங்கே ஔஸோ நமக்காகக் காத்திருப்பான். பெறகு அவன் வீடு, அவன் பெண்சாதி, உனக்குத் துணையாக இருப்பாள். மெதுவா... மெதுவா பயப்படாதே... எல்லாம் சரியாயிடும்...'

வயல்களில் வாத்துகள் மேய்ந்துகொண்டிருந்தன. தலைப்பாகையும், நீளமான குச்சிகளுமாக வாத்துமேய்ப்பவர்கள் ஏய் ஏய் என்று உரக்கக் கத்தியவாறு வரப்புகளிலும் சேற்றிலும் சுற்றிக்கொண்டிருந்தார்கள். கம்பி அழிகளில் முகமணைத்து தாய் ஏதோ யோசனையில் அமிழ்ந்திருந்தாள். மின்கம்பங்களில் வெளிச்சம் நிறைந்தது. மொட்டைக்குன்றுகளிலிருந்து மேகங்கள் இருட்டுடன் பாய்ந்து வந்தன. ரயில்நிலையங்களின் ராந்தல்

வெளிச்சத்திற்குக் கூவல் சத்தத்தைப் பதிலளித்து ரயில் பாய்ந்து போனது.

○

அறையில் யோஹன்னான் மல்லாந்து படுத்துக்கிடந்தான். விடுப்பு எடுத்ததும், வீடுவரை போய்வரலாமென்றும் வாய்ப்புக் கிடைத்தால் ரேகாவைச் சந்திக்கலாமென்றும் நினைத்திருந்தேன். என் வருகைக்காகக் காத்திருப்பாள். ஆனால், யோஹன்னானைத் தனித்து விடுவதற்கு மனம் வரவில்லை. எப்போதும் எனது பயணங்களின் எதிரில், ஏதேனும் ஒரு தடை நானறியாமலேயே வந்து விழுவது என் ராசி. சொன்னதற்கும் யோசிப்பதற்கும் அப்பால் எனக்குத் தெரியாத ஒரு வழியைத் தேர்ந்தெடுக்க நேர்கிறதென ஆறுதலடைந்தேன்.

ஜன்னல்களைத் திறந்தேன். வெளிச்சத்தின் ஒரு சதுரம் அறையில் நிறைந்தது. யோஹன்னான் எழுந்தான்.

'உன்னோட பயணத்தை நான் தடுத்திட்டேன் இல்ல..?'

'இருக்கட்டும்.'

கட்டிலின் அடியிலிருந்த கூஜாவிலிருந்து யோஹன்னானுக்குத் தண்ணீரை எடுத்துக்கொடுத்தேன்.

முதலில் அவனதை முகத்தில் ஊற்றிக்கொண்டான். தரை முழுவதும் ஈரமானது. தவறிழைத்த ஒரு குழந்தையைப்போல அவனதைப் பார்த்தான்.

'பரவாயில்ல... பரவாயில்ல.'

கூஜாவைக் கீழே வைத்து அவன் எழுந்து நிற்க உதவினேன். என் தோளில் சாய்ந்து வெளியே வந்தான். குளிர்ந்த காற்றுப்பட்டு வாசல் மாமரத்தில் சாய்ந்து நின்றான். நேற்றுப் பெய்த மழைச்சாரலை மரம் உதிர்த்தது.

'உன்னோட அடுத்த திட்டம் என்ன..?'

நான் யோஹன்னானிடம் கேட்டேன். அவன் அமைதியாக நின்றிருந்தான். வெயில் கடுமையாக இருந்தது. கொடியில் மாட்டப்பட்டிருந்த எனது சட்டையை அணிந்துகொண்டு யோஹன்னான் பேசினான்.

'நீ ஊருக்குக் கெளம்பறயா..?'

'இன்னைக்குப் போகணும்ணு தோணல.'

'அப்படின்னா உனக்கு வர்கீஸைத் தெரியும்தானே, நாம அங்க போகலாம்.'

ஊர் பெயர்கள் அடையாளப்படுத்தப்பட்ட சதுரங்களில் கடிதங்கள் நிறைந்திருந்தன. இல்லாமை, இயலாமை, ஆறுதல், எதிர்பார்ப்பு, பிரிவு இவைகளைத் தாங்கிய கடிதங்களை அடுக்கி வைத்து வர்கீஸ் எழுந்தான். சிவப்பு நிறப் பெரிய வண்டிகள் கடிதங்கள் நிறைந்த பைகளுடன் ஒலியெழுப்பிச் சாலையை அடைந்தன. மஞ்சள் கட்டடத்தின் வெளிச்சம் நிறைந்த ஹாலை விட்டு வர்கீஸ் வெளியே வந்தான்.

'நான் மதியத்துக்குப் பெறகுதான் வெளியே வருவேன். மூணு மணிவாக்கில நீ இங்க வா.' பாக்கெட்டிலிருந்து பீடியை எடுத்துக் கொளுத்தினான். புகை வளையங்களின் ஊடாக சூரியன் நகர்ந்தது.

'ஒரு பத்து ரூபா குடு...'

பர்சிலிருந்து பணத்தை எடுத்துத் தரும்போது வர்கீஸ் சொன்னான்: 'சாயங்காலம் சந்திக்கலாம். கோபியோட கல்யாணம் நிச்சயமாயிடுச்சு. அதுக்கான செலவு இருக்குது.'

'அவனும் என்கூட இருப்பான்.'

யோஹன்னான் என்னை அறிமுகப்படுத்தினான்.

'இருக்கட்டும். இவரையும் கூட்டிட்டு இங்க வந்திடு. நான் உள்ளே போறேன்.'

நீதிமன்ற அலுவலக நண்பர்களுடனும், பாதைகளிலும், காயல் ஓரத்தின் ஃப்ளாட்களின் நிழலிலும், படகுத்துறையிலும் ஒரு பகல் விலகிச் சென்றது.

கல்லூரியின் அருகிலிருந்த தேநீர்க் கடையில் அமர்ந்து வர்கீஸ் கேட்டான்.

'இந்த யோஹன்னான் உங்களுக்கு எப்பிடிப் பழக்கம்?'

'கொஞ்ச நாளா.'

'இந்த ஆளைப் பத்தி முழுசும் தெரியுமா...'

யோஹன்னான் மௌனமாக அமர்ந்திருந்தான். புகைச்சுருள்களின் நடுவிலூடே இரவும் வந்தது. மருத்துவமனைச் சந்திப்பைக் கடந்து நிழல்மரங்களின் இருட்டில், கோபியின் திருமணத்தைப் பற்றியும் கிடைக்கவிருக்கும் நகைகளினுடைய பணத்தினுடைய கணக்குகளையும் கேட்டான். பெண்ணின் அழகைப் பற்றி எதையோ சொன்ன யோஹன்னான் முன்னால் போன கூட்டத்துடன் சேர்ந்துகொண்டான். திரையரங்குகளிலும் ஆர்ட் கேலரியிலும் சந்திக்கக்கூடிய முகங்கள் அவை.

இருப்பினும் அந்நியத்தின் கருத்த முகமூடிகளை நாங்கள் தரித்திருக்கவில்லை.

குறுக்குவழியில் சிவந்த வெளிச்சம் படிந்தப் பெயர்ப் பலகையைக் கடந்து உள்ளே நுழையும்போது வர்கீஸ் சொன்னான்:

'எதிர்ல மது பாட்டில் இருந்தா மட்டும்தான் இவனோட வாயில ஏதாச்சும் வரும். நீ இவனோட சுபாவத்தை முழுசும் தெரிஞ்சுகிட்டியா . . ? நான் சொல்லித் தர்றேன். இந்த யோஹன்னானைப் பத்தி நெறைய கதைகள் இருக்குது...'

❍

நிலக்கரிப் புகையின் ஊடாக நகர்ந்து ரயில் வந்து சேர்ந்தது. வெளிச்சத்தின் ஒரு கீற்றைப் பிடித்து வைத்திருந்த ரயில் நிலையத்தில் தாயும் மகளும் இறங்கினார்கள். ரயில் ஒரு கூவல் ஒலியுடன் மெதுவாக அவர்களுக்கு விடை கொடுத்தது. நிலையத்திற்கு வெளியில் இருட்டின் மறைப்பை ஒட்டி ஔஸோ காத்திருந்தான். அவன் அம்மாவின் கையிலிருந்த பையையும் தங்கையின் விரலையும் வாங்கிக்கொண்டான். புழுதிமண் வழியில் ஒரு மாட்டுவண்டி நின்றுகொண்டிருந்தது. ஔஸோ அவர்கள் ஏறுவதற்கு உதவினான். கரும்புத்தோட்டங்களின் நடுவில் மாட்டு வண்டி சென்றது. மகள் அதிகமாக அழுதாள். அவளது கூந்தலை வருடித் தாய் சொன்னாள்: 'வந்துட்டோம் மகளே, கொஞ்சத்தூரம்.' ஔஸோவின் விழியோரங்களிலும் கண்ணீர் திரண்டது. கருங்கல் பரப்பிய பாதைகளில் வண்டிச்சக்கரங்கள் பெரும் ஒலியை எழுப்பின.

வாத்தின் மணம் கொண்ட காற்றும் விளக்குக் கம்பங்களின் மண்ணெண்ணெய் விளக்கும் கடந்து, மாட்டு வண்டி மங்கலாக எரியும் ஒரு வீட்டின் எதிரில் நின்றது. எண்ணெய் தேய்க்காத முரட்டுக் கூந்தலும் கருத்து நைந்த புடவையும் உடுத்திய ஒரு பெண் வாசலுக்கு வந்தாள். ஔஸோ தங்கையின் கைவிரல்களையும் கைப்பையையும் அவளிடம் ஒப்படைத்தான்.

கப்பல்தடங்களில் விளக்குகள் ஒளிர்ந்தன. காயல் பரப்பில் படகுகளின் சத்தம். தொலைவில் கலங்கரை விளக்கிலிருந்து விளக்கின் கரங்கள் யோஹன்னானைத் தொட்டன. யோஹன்னான் முன்னங்கையில் சாய்ந்திருந்தான். வர்கீஸ் இப்போதும் முனகிக் கொண்டிருந்தான்.

'இவன் வெகுளி. எங்கெல்லாமோ அலைஞ்சு யாருக்கும் விளங்காத ஒரு புதிர்போல, இவன் இவனோட வாழ்க்கையைத் தீர்த்திட்டு இருக்கான். யாரும் எதை வேணும்னாலும் எழுதக்

கூடிய ஒரு கரும்பலகை. தவறான முகவரி எழுதப்பட்டுக் கிடைக்கற சில கடிதங்கள்ல நாம சிக்கிக்கிறோம் இல்லியா, அதுமாதிரிதான் ஹன்னான் … தெரியாம, தெரியப்படுத்தாம வந்து சேர்ந்த ஒரு ஆளாட்டம் …’

கோபியும் நண்பர்களும் விடைபெற்றுச் சென்றார்கள். சோடியம் வேப்பர் விளக்கின் ஒளிரும் வெளிச்சத்தினூடாக நாங்கள் நடந்தோம். பூங்காவிலிருந்து ஆட்கள் காலியாகிக் கொண்டிருந்தார்கள். ஃபிப்த் அவென்யூ சாலையில் நுழையும் போது யோஹன்னான் நின்றான்.

‘நான் வீட்டுக்குப் போறேன் …’

‘தனியா போகாதேடா …’

வர்கீஸ் பணம் கொடுக்கும்போது சொன்னான்: ‘கடவுள் துணையிருப்பாருடா. ரெண்டு நாளா இந்த ஆளோட தோள்ல சாஞ்சிருந்தேன். இன்னைக்கு என்னோட ஆலமரத்துல ஏறப் போறேன் …’

பேருந்து நிலையத்திலிருந்து பேருந்தில் ஏறும்போதும் யோஹன்னான் ஏதோ சொன்னான். காலண்டர்களிலிருந்தும் வழியோரங்களிலிருந்தும் தெய்வங்கள் ஆகாயத்தில் பறந்து வந்தன. அவர்களின் தோளில் சாய்ந்து யோஹன்னான் போனான். ஒளிரும் ஒளிவட்டம் பரவியது. அத்துடன் வாத்தின் நாற்றமும்.

❍

விடுமுறை முடிந்து திரும்பிய தினம் அலுவலகத்தில் எனக்காகக் காத்திருந்த கடித அட்டையில் இப்படி எழுதப்பட்டிருந்தது: ‘சர்வ வல்லமை பொருந்திய இறைவன் மிக உயரத்தில் உள்ளான். ஆனால், உங்கள் சகோதரனான பிசாசை உங்களால் எல்லாவிடங்களிலும் பார்க்க முடியும்.’

அஞ்சல் செய்யப்பட்ட தபால் நிலையத்தின் தெளிவற்ற முத்திரையிலிருந்து அனுப்பப்பட்ட இடத்தைத் தெரிந்துகொள்ள வீணாக முயன்றேன். ஏதோ அறிமுகமில்லாத உலகத்திலிருந்து வந்த கடித அட்டையைப்போல எனக்குத் தெரிந்தது. நன்கு ஒளிரும் ஒருவித மையை அதை எழுதப் பயன்படுத்தி யிருந்தார்கள். நீண்ட நேரம் கையில் வைத்திருக்க ஏனோ என்னால் இயலவில்லை.

‘இதை அனுப்பினது சில சமயம் அவனாக இருப்பான்.’

தினேஷன் சொன்னான்.

‘யாரு?’

'யோஹன்னான். அவன்கிட்ட இந்த மாதிரியான வேலைகள் இருக்கறதா சிலர் சொல்லியிருக்காங்க.' யோஹன்னான் இதைச் செய்வானென நம்ப மனம் அனுமதிக்கவில்லை. புலப்படாத பல நிமித்தங்களின் முழுவடிவத்தை என் மனதில் வடித்துக் கொண்டிருந்தான் யோஹன்னான். அவன் இப்படியெல்லாம் செய்திருக்கிறான் என்கிற நினைப்பும். மாலைநேர நடையின் போது நானதை தினேஷனிடம் சொல்லவும் செய்தேன்.

'ச்சே, அவனாக இருக்காது.'

'வேறே யார்..?'

நம்ப முடியாத அனுபவங்களின் நாட்கள் நகர்ந்தன. இறைவனையும் அவனது லீலைகளையும் விமர்சித்து நிறைய கடிதங்களும் துருவேறிய கத்திகளும் ஓட்டு சில்லுகளும் வைக்கோல் துண்டுகளும் திணித்து வைக்கப்பட்ட உறைகளும் என்னைத் தேடி வந்தன. ஒன்றில் கூட அது எங்கிருந்து வந்தது என்றோ, அனுப்பியவர் யாரென்றோ தெரிந்துகொள்ள எங்களால் இயலவில்லை.

o

சிவப்புநிறக் காகிதத்துடன் ஒருநாள் யோஹன்னான் தென்பட்டான். அன்று சனிக்கிழமை. மதியத்திற்குப் பிறகு நானும் தினேஷனும் அப்போதுதான் வெளியே வந்தோம். யோஹன்னான் பதட்டமடைந்ததைப்போல காணப்பட்டான். வந்ததும் காகிதத்தை எங்களிடம் நீட்டினான். கிறுக்கலான பெரிய எழுத்துகளில் எழுதப்பட்டிருந்தது அக்கடிதம். எழுத்துகளுக்கும் காகிதங்களுக்கும் மஞ்சள்தூளின் மணம் இருந்தது.

மச்சானுக்கு,

'அம்மை நோய்ல படுத்திட்டேன். எல்லா எடத்துலேயும் கொப்பளம் வந்திடுச்சு. அரிசி தூவின மாதிரி. நான் சாகறதுக்குள்ள மச்சான் வரணும். அம்மாவோட ரத்தத்தால நான் எழுதறேன். மச்சான் வருவியா...'

வரிகளில் கண்ணீர் விழுந்தது. அம்மை உடைந்த புண்களிலிருந்து ரத்தமும் சீழும் வழிந்தன. காகிதத்தின் நிறம் பழுப்படைந்தது. யோஹன்னான் அலறிக்கொண்டிருந்தான்.

'யோஹன்னானுக்குக் கிறுக்கு. அந்தப் பொண்ணு வீணா எதைஎதையோ யோசிச்சிட்டு இருக்காள்...'

யோஹன்னானை ஆறுதல்படுத்தியவாறு நாங்கள் நடந்தோம். காயல் கரையில் காலியாகக் கிடந்த புறத்தரையில்

யோஹன்னான் களைப்படைத்து அமர்ந்தான். பின்னர் மெல்லமெல்ல அவனுடைய உதடுகளிலிருந்து அன்னாவின் கதைகள் பிறந்தன.

பனைவெல்லமும் முறுக்கும் விற்றுக்கொண்டிருந்த ஔஸோவுக்கு ரயில்நிலையத்தில் ஒரு பெண் கிடைத்தாள். ஏதோ ரயிலிலிருந்து ஆதரவின்றிக் கீழே இறங்கிய அவள் பனைவெல்லமும் முறுக்கும் தயாரிக்க உதவினாள். ஔஸோ ஊர் சுற்றும் நேரங்களில் ஆலீஸுக்குத் துணையாக அங்கு தங்கினாள். நிம்மதி இழந்த நாட்களில், வறுமையின் வண்ணத்துப்பூச்சிகள் சுற்றிப்பறக்கும் போது யோஹன்னான் கரும்புத் தோட்டங்களை நோக்கி ரயில் ஏறுவான். ஆலீஸும் அன்னாவும் யோஹன்னானுக்கு பனைவெல்லமும் முறுக்கும் காப்பியும் தந்தனுப்புவார்கள். ஔஸோ சுற்றியலைந்து திரும்பியதும் யோஹன்னான் அன்னாவை அழைத்து வீட்டுக்கு வருவான். அம்மாவுக்கு உதவுவதற்காக சிலகாலம் வீட்டுத் தோட்டத்தில் பயிர் செய்தும் சமையல் செய்தும் நாட்களைக் கழித்தார்கள். அவ்வப்போது உறக்கத்தில் அன்னாவைக் கனவு கண்டான். அவளது பெரிய முலைகள் மீது தலைசாய்த்து உறங்கினான். உறக்கத்தில் திடுக்கிட்டு விழிக்கும்போது அம்மாவின் அருகில் கண்விழித்துப் படுத்திருக்கும் அன்னாவைப் பார்ப்பான். அந்த நாட்களில் யோஹன்னானின் நிழலுக்கு அடர்த்தி கூடியது.

❍

‘அம்மாவும் சகோதரியும் குளிச்சிட்டாங்க. பத்துநாள் படுக்கையில் கெடந்தாங்க. இவள்தான் துணையா இருந்தாள். அந்தப் பொண்ணுக்கு எத்தனை தைரியம். மறுபடியும் அங்க விட்டுட்டு வர்றப்ப அவள் சொன்னது என்னன்னு தெரியுமா... வேப்பிலைக் காளியம்மன் என்கிட்ட வரமாட்டாள். இங்க இருக்கற கோயில்ல நான் வேண்டியிருக்கேன்.’

யோஹன்னான் புற்தரையில் படுத்து உருண்டான். அலறத் தொடங்கியபோது நாங்கள் தடுத்து நிறுத்தினோம்.

‘யோஹன்னானுக்கு என்ன வேணும்..?’

கா வின் இடியோசையுடனும் கப்பலின் உறுமலுடனும் ஜங்காரின் அலறலுடனும் இருட்டு வந்தது. வெளிச்சத்தின் நூலுடன் சாலையில் வாகனங்கள் பாய்ந்து சென்றன.

‘அம்மாவும் சகோதரியும் நேர்த்திக்கடன் செலுத்த வேளாங்கண்ணிக்குப் போயிருக்காங்க... என்ன செய்யணும்னு எனக்குத் தெரியல. நான் என்ன பண்ணணும்..?

'அன்னாவைப் பார்க்கணும்னா போகலாம்'.

'காசு இல்லே.'

தினேஷன் இருபது ரூபாய் தாளைத் தந்தான். நானும் பணம் கொடுத்தேன். அதை பேண்ட் பாக்கெட்டில் திணித்தான்.

பிளாட்ஃபாரம் நெரிசலில் நாங்கள் நின்றிருந்தோம். தினேஷனின் பாக்கெட்டிலிருந்து ஒரு சிகரெட்டை எடுத்து, கடந்து போன ஒரு ஆளின்உதட்டிலிருந்து தீ கொளுத்தினான். வெகுநேரம் மௌனத்தின் நிழலில் யோஹன்னான் நின்றான். ஒலிபெருக்கிகளின்அலறல் நிறைந்த சூழலிலிருந்து விடுபட்டவனைப்போல யோஹன்னான் சொன்னான்: 'நான் என் அப்பாவைப் பார்க்கப் போறேன். அந்த ஆளும் அவரோட தெய்வங்களும் இதுக்குப் பதில் சொல்லணும். அவங்கதான் என் மனநிம்மதியைக் கெடுத்தவங்க...'

நாங்கள் பார்த்துக்கொண்டிருக்கும் போதே யோஹன்னான் கூட்ட நெரிசலில் கம்பிக்கதவுகளைக் கடந்து இருட்டுக்குள் ஓடி மறைந்தான். அந்நேரத்தில், மஞ்சள் வெளிச்சத்தை வீசியபடி ஒரு ரயில் பாலத்தினூடாக ஒலியெழுப்பிக் கடந்து போனது. ஒரு வாத்துக் கூட்டம் ஒருசேர கத்துவதைப்போல அந்த ஓசை தோன்றியது.

பிறகு நாங்கள் யோஹன்னானைப் பார்க்கவில்லை. கவிழ்ந்து பெய்த மழை ஓய்ந்ததைப்போல இருந்தது. எல்லாமே இயல்பை அடைந்தன. காற்றும் வழிகளும் வாழ்க்கையும். மாலைநேரங்களில் அலுவலகம் விட்டு நடக்கக் கிளம்புவதும் காப்பி ஹவுஸ்களில் மாலைநேரம் உதிர்ந்து விழுவதும் நட்பின் அறிமுக முகங்கள் மின்னி மறைவதும் இயல்பாயின.

ஏழு நாட்களுக்குப் பிறகு ஒரு மதியநேரம் தேவநாராயணன் அலுவலகத்திற்குப் ஃபோன் செய்தான். எங்களைச் சந்திக்க அலுவலகத்திற்கு வந்தான். அவன் ஏமாற்றத்துடன் காணப் பட்டான். அவனது வெளிறிய முகத்தைப் பார்த்து நாங்கள் கேட்டோம்.

'என்ன நடந்தது?'

ஒரு இன்லேண்ட் கடிதத்தை எங்களிடம் தந்தான். நானதைப் பிரித்தேன். உன் கவிதைகள் அனைத்தும் திருடப்பட்டவை என்றும், நீ நம்பத்தகுதியற்ற கேடுகெட்டவன் என்றும் எழுதப்பட்ட ஒரு கடிதம். எழுதிய நபர் மற்றும் அனுப்பப்பட்ட இடத்தின் பெயரில்லை: 'என்ன தேவா, நமக்குத் தெரிஞ்சவங்களுக் கெல்லாம் இந்த மாதிரி கடிதங்கள் கெடைக்குது. யார் இதைச் செய்யறது?'

‘இது யோஹன்னானோட வேலை... இதைச் செஞ்சவன் அவன்தான். இங்கே எனக்குத் தெரிஞ்ச பலபேர்கிட்ட இப்படிச் சொல்லியிருக்கான். நீங்க யாராச்சும் அவனைப் பாத்தீங்களா?’

யோஹன்னானைச் சந்தித்துப் பலநாட்களாகி விட்டதாக வும் அவன் தனது தந்தையைப் பார்ப்பதற்காகப் போனதாகவும் சொன்னேன். ஆனால், தேவநாராயணன் அதற்குச் செவிசாய்க்க வில்லை. அமைதியிழந்த தேவநாராயணன் கேட்டான்:

‘அவன் ஏன் இப்படிப் பண்றான்? நாளைக்கு யார் யாரெல்லாம்..?’

இவற்றைச் செய்பவன் யோஹன்னான் என்பதை நம்ப முடியவில்லை. நிம்மதியிழந்த மனமும், கவலையுமாகப் போனவனுக்கு இதுபோன்ற செயல்களைச் செய்யும் எண்ணம் இருக்காது என்றேன். எதையும் நம்பாமல் தேவநாராயணன் கிளம்பிப் போனான்.

மாலைநேரம் ஆர்ட் கேலரியில் ஒரு ஓவியக்கண்காட்சியைக் காண்பதற்காகப் போனோம். யோஹன்னானை நாங்களும் விசாரித்துக்கொண்டிருந்தோம். பலர் அவனைப் பார்த்ததாகச் சொன்னார்கள். நேற்றுக்கூட, முந்தினநாளும், இன்று காலையிலும் நாங்கள் யோஹன்னானைப் பார்த்தோம் என்று ஒவ்வொரு வரும் சொன்னதைக் கேட்டு வியந்தோம். அவனுடன் ஒரு பெண் இருந்ததாக அரவிந்தன் கூறினான்.

‘அது நேத்து சாயங்காலம். பார்க்ல ஆள் நடமாட்டம் இல்லாத ஓரமா தடிச்ச பொண்ணோட உட்கார்ந்திருந்தான். நானும் ஜோசப்பும் நடந்து போயிட்டிருந்தோம். எங்களைப் பார்த்ததும் வெலவெலத்துப் போயிட்டான். கூச்சத்தோட பக்கத்துல வந்தான். பெறகு அந்தப் பொண்ணை எங்களுக்கு அறிமுகப்படுத்தினான். அவள் பேர் என்ன..?’

‘மெட்டில்டான்னு தோணுது.’

‘ம்ம், பிறகு சற்றுநேரம் அவன் எதையும் பேசலை. அந்தப் பொண்ணுக்கு மெச்சும்படியான அழகு எதுவுமில்ல. இருந்தாலும் அவளுக்குப் பெரிய முலைகள். அதைப் பார்த்த யாரும் கொஞ்சம் தடுமாறிடுவாங்க.’

‘குடிச்சு ஃபிட் ஆகி, முந்தாநாள் கோர்ட் வளாகத்துக்கு வந்தான். மதியநேரம். என்னை வெளியே வரச்சொல்லி, சாப்பிட்டு மூணுநாளாச்சுன்னு காசு கேட்டான். மாசக் கடைசிங்கறதால என்கிட்ட காசும் இல்ல. நான் குடுக்கல. என்னைத் திட்டினான். காசு இருந்திருந்தாலும் குடுத்திருக்க மாட்டேன். தண்ணி போட

இவன்கிட்ட காசு இருக்குது. ஆனா சாப்பிடலைன்னு சொல்லிப் பணம் வாங்குவான். ஏற்கனவே இருபது ரூபாய் தரவேண்டியிருக்குது.' சேகரன் நாயர் கோபத்துடன் சொல்லி முடித்தான். யோஹன்னான் எங்களிடமிருந்து விலகி இங்கெல்லாம் சுற்றித் திரிகிறான் என்கிற தகவல் சிறு மனசங்கடங்களைத் தந்தது. எல்லோரும் அவனை சுமையாகக் கருதுவது எங்களைக் காயப்படுத்தியது.

ஆர்ட் கேலரி நெரிசலிலிருந்து எங்களுக்கு அடைக்கலம் தந்த இடம் மொணாஸ்ரி சாலையிலுள்ள சாராயக்கடை. அங்கும் யோஹன்னானின் நிழல் எங்களைப் பின்தொடர்ந்தது.

திங்கட்கிழமை காலையில் அலுவலகத்தில் நுழைந்ததும் காவலாளி வர்கீஸ் எனக்காகக் காத்திருந்தான். படபடப்புடன் திக்கித் திக்கிப் பேசத் தொடங்கினான்.

'சார், சனிக்கிழமை சாரும் தினேஷனும் போன பெறகு அந்த ஆள் வந்திருந்தான். சாரை விசாரிச்சிட்டு இங்க வந்து போற பாட்டுக்காரன்.' யோஹன்னானைப் பற்றித்தான் வர்கீஸ் சொல்கிறான்.

'சாயங்காலத்துக்குப் பெறகு டூட்டிக்கு வந்த நான் எல்லாக் கதவுகளும் ஜன்னல்களும் சாத்தியிருக்குதான்னு பாத்து வாசலுக்கு வந்தேன். ஒரு பீடியைப் பத்தவெச்சு உட்கார்ந்தப்ப அந்த ஆள் வந்தான். சார் போயிட்டாருன்னு சொன்னப் பெறகும் ரொம்ப நேரம் நின்னான். ராத்திரியானதும் மூணு பேரைக் கூட்டிட்டு மறுபடியும் வந்தான். என்கிட்ட சொன்னான்':

'நாங்க இந்த வராந்தால படுக்கப் போறோம்.'

'கூட இருந்தவங்க யாரு?'

'அவங்களைப் பாத்ததும் பயந்திட்டேன். யேசு கிறிஸ்துவோட தலைமுடியை மாதிரி வெச்சிருந்தாங்க மூணு பேரும். ஒரே அச்சுல வார்த்ததுபோல. பெறகு புனித அந்தோணியாரைப் போல ஒருத்தன். நான் பதில் சொல்றதுக்குள்ள படுத்துத் தூங்கிட்டாங்க. கொஞ்சநேரம் பாத்திட்டு நின்னேன். ஒரு பச்சைநிற வெளிச்சம் அவங்களைச் சுற்றிலும் இருக்கறதைப் பாத்தேன். நானும் மலைச்சுப் போய் உட்கார்ந்திட்டேன். கண்ணைத் தேய்ச்சுப் பாத்தப்ப அவங்களைக் காணோம். பொழுது விடிஞ்சிருச்சு.'

வர்கீஸ் மிகுந்த பதட்டத்துடன் பேச்சை நிறுத்தினான். யோஹன்னானுக்கு ஏதேதோ நடக்கிறது. அல்லது யாருக்கெல்லாமோ ஏதேதோ வெளிப்பாடுகள் உண்டாகின்றன.

'அந்த ஆள்கிட்ட ஏதோ ஆவியோட உருவம் இருக்குது. சார் கவனமா இருங்க. இந்த விசயத்தை சார் வேற யார்கிட்டயும் சொல்லாதீங்க.'

வர்கீஸ் சைக்கிளில் கிளம்பிச் சென்றான்.

நான் இந்த விஷயத்தை தினேஷனிடம் கூறினேன். யோஹன்னானின் வீட்டுக்குச் சென்று விசாரித்து வரலாமா என்று தினேஷன் யோசனை தெரிவித்தான். 'எங்கே போனாலும் அவன் அங்க திரும்பிப் போவான். இருந்தா அங்க இருப்பான். தாயும் தங்கச்சியும் தனியா இருக்கறதா அடிக்கடி சொல்வானே?'

❍

தாய் நோய்ப் படுக்கையில் இருந்தாள். மருந்துகளின் நாற்றத்தால் அறை நிறைந்திருந்தது. வெளிறிக் களைத்து வாடிக்கிடக்கும் தாயைத் தொல்லைப்படுத்த வேண்டாமென்று தோன்றியது. அவரிடம் ஏதேனும் கேட்கவும் சொல்லவும் மனம் இடமளிக்க வில்லை. யோஹன்னானுக்கும் எனக்குமான நெருக்கத்தை மட்டும் தெரியப்படுத்தினேன். வெளிச்சமில்லாத அறையிலிருந்து அம்மா விசாரிப்பதைக் கேட்டேன்.

'யாரு?'

'யோஹன்னானை விசாரிச்சு நான்...'

நான் அறைக்குள் நுழைந்தேன். அம்மா மௌனமாக அழுதுகொண்டிருந்தாள். அம்மாவின் அருகில் ஒரு சிறுமி அமர்ந்திருந்தாள். தட்டுத்தடுமாறி எழுந்து சுவரில் சாய்ந்து நின்றாள். அவளது கண்கள் இருட்டில் வெளிச்சத்தைத் தேடிக்கொண்டிருந்தன. அவசரமான அசைந்துகொண்டிருந்த கண்கள் சொல்லின:

'ஹன்னான் போய் ரொம்ப நாளாச்சு...'

வெளியில் நிழல் மரங்களிலிருந்து காற்று வீசியது. மெல்ல வாத்துகளின் சத்தம் உயர்ந்தது. மருந்துகளின் நாற்றத்திற்கு ஈடு கொடுத்து வாத்துகளின் நாற்றமும் நிறைந்தது.

'வேளாங்கண்ணிக்குக் கௌம்பறப்ப... ம்ம் அப்பத்தான்... மாதாவோட சொரூபக் கூண்டுக்கு எதிர்ல வந்து நின்னான். கூட்டத்துல ஒரு கையாக அவன் இருந்தான். பெறகு... அவன் எங்க போனான்..? வர்றதில்லன்னு சொல்லியிருந்தான். பெறகு எப்படி அங்க வந்து சேர்ந்தான்...'

காற்றும் அம்மாவும் விசும்பலும் வாத்துகளின் கத்தலும் மட்டுமே எஞ்சியிருந்தன. சுவரைப் பிடித்துப் பிடித்து சிறுமி

வீட்டுக்குள் மறைந்தாள். அம்மா மௌனமானாள். மௌனத்தின் அமளி என்னை உறைய வைத்தது. நான் மெதுவாக எழுந்தேன். யோஹன்னான் எந்த வழியில் போயிருப்பான். இருப்பினும் ஹன்னானைப் பற்றி விசாரிக்கலாமா என்கிற எண்ணம் எழுந்தது. ஒளியிழந்த அம்மாவின் கண்களைப் பார்த்துக் கேட்டேன்:

'ஹன்னானைப் பார்க்கப் போயிருப்பானா?'

'ஹூம்', அம்மா முனகினாள்.

'ஹன்னா. ஔஸோ கொச்சாப்பன் வீட்டு ஹன்னா...'

'அவங்க யார் மகனே..?'

❍

பிறகு யோஹன்னானை நாங்கள் பார்க்கவேயில்லை. பத்திரிகைகளின் தற்கொலைப் பக்கங்களில் அவனைத் தேடினேன். ஒரு விபத்துமரணம். அல்லது ஒரு அனாதைப்பிணம். அதுவுமில்லையெனில் ஒரு ஜாலவித்தைக்காரன். அப்படி யோசிக்கவே எனக்குத் தோன்றியது. பத்திகளில் எதிலும் பதில் கிடைக்கவில்லை. வழிகளும் வாழ்க்கையும் பரபரப்பு நிறைந்ததாக இருந்தன.

ஒரு தீயக்கனவைப்போல எல்லாவற்றையும் மறக்க முயன்றேன். சாராயக்கடைகளும் ஆர்ட்கேலரிகளும் நண்பர்களும் திருமணப்பந்தல்களும் யோஹன்னானை விலகிப் போக வைத்தன.

எதிர்பாராத ஒருநாள் எனக்கொரு கடிதம் வந்தது. அது கடவுளின் கடிதம். 'பயம், அதிசயம், நீதியுணர்வு, பரஸ்பரம், காதல், தியாகம், அமைதி, தற்செயல் என்றெல்லாம் வித்தியாசமான பலவித நிழல்களால் நூற்றாண்டுகளாக விளையாட்டாகவும் காரியமாகவும் மனிதன் நெய்தெடுத்த ஒரு அற்புதமான நிகழ்வு நான். அறிய முடியாதவற்றைச் சேமித்து வைக்கக்கூடிய அதிசயமான களஞ்சியம் நான். எதையும் தேட வேண்டாம். தேடியவற்றைக் கண்டடைய இயலாது. அதுதான் நான்.'

தேதியும் இடமும் முத்திரை குத்தாத கடிதமாக இருந்தது. யோஹன்னானைத் தேடுவதை நிறுத்திக்கொண்டோம். தாய்க்குச் சுகமில்லை, தங்கை மருத்துவமனையில், மருந்து வாங்க வேண்டும் என்று சொல்லிக் காசு கேட்டு எதிர்பாராமல் பெய்யும் கோடைகால மழைபோல மீண்டும் யோஹன்னான் பிரவேசிப்பான் என்று நம்பத் தோன்றுகிறது. இறைவனும் அதைத் தானே எழுதினான்.

●

8

நிழலுக்குத் தெரிந்த வெளிச்சம்

கள்ளக்காதலனின் உளவியல் என்பது ஊகிக்க முடியாத ஒரு புராணம். நிறைவு செய்ய முயலும்போதெல்லாம் ஏதேதோ இடங்களுக்கு அழைத்துச் செல்லும் வரைபடம். நான்காம் வகுப்பில் படிக்கும் போது கணக்கு நோட்டில் கோடு போடாத தாள்களில் பெண்களின் முகத்தையும் முலைகளையும் வரையத்தொடங்கினான். யாரையேனும் வரைய விரும்பினால் ராஜேஷ் அலெக்ஸாண்டர் வகுப்பு டீச்சரை மனதில் கண்டான். டீச்சரின் முகத்தை அவன் வரையவில்லை. புடவையின் இடைவெளியில் தெரியும் திரட்சியான மார்புகளையும் வெளுத்த வயிற்றின் மடிப்புகளையும் வரைந்தான். ஓவியங்கள் மெல்ல உயிர் பெறும்போது பாடப்புத்தகங்களை மறந்தான். கிராமத்திலிருந்தும், அதனுடைய சுற்றுவட்டாரங்களிருந்தும் மெல்ல மெல்ல நகர எல்லைகளுக்கு அலெக்ஸாண்டர் என்னும் கள்ளக்காதலனின் தொடர்புகள் விரிந்தபோது அவனை அடையாளம் கண்டவர்கள் அவனது கதையைக் கேட்பதற்காக நட்பின் புதிய வலைகளைப் பின்னத் தொடங்கினார்கள்.

ராஜேஷ் அலெக்ஸாண்டரை, புதுவீட்டு ஏலியம்மா பிரசவித்தபோது அண்டைவீட்டு அக்கா சொன்னாள்: 'இதோ, பக்கத்து வீட்டுல ஒரு கள்ளக்காதலன் பொறந்திருக்கான்.' ராஜேஷ் அலெக்ஸாண்டரின் நடவடிக்கைகளைத் தெரிந்து கொள்வதற்கு முன்பாகவே அண்டைவீட்டு அக்கா,

ஓடும் ரயிலில் பாய்ந்து ஏறுவது எப்படி?

மண்ணின் ஆழங்களுக்கு இறங்கி நிம்மதியும் அமைதியும் கொண்ட ஓர் உறக்கத்திற்குள் அமிழ்ந்து விட்டாள். அவளது தீர்க்கத் தரிசனத்தின் உண்மைத் தன்மையை ராஜேஷ் அலெக்ஸாண்டர் கர்ப்பத்திலிருக்கும்போதே புரிந்து வைத்திருந்தான் என்பதை அவனது பிற்கால நடவடிக்கைகளைக் கேள்விப்பட்டவர்கள் அறிந்துகொண்டார்கள்.

கள்ளக்காதலர்களின் சிந்தனை என்பது திறந்து கிடப்பதும், திறக்கக்கூடியதுமான பூட்டுகளைப் பற்றியதாகவோ முக்கியத்துவம் இல்லாத கதவுகளைப் பற்றியதாகவோ இருக்கும். ஏற்கக்கூடிய உடல்களைப் பற்றிய சிந்தனை அவர்கள் மனதில் எழுவது கிடையாது. வீட்டுக்குள் பிரவேசிப்பதே முக்கியம். இயற்கையின் சலனங்களிலிருந்தும் பருவநிலைகளிலிருந்தும் கள்ளக்காதலன்களின் உடல் விலகியே நிற்கிறது. சீரான ஒவ்வொரு தாளத்திற்கும் ஏற்பவே தங்கள் நடவடிக்கைகள் என்பதையும் அவர்கள் புரிந்து வைத்திருக்கிறார்கள். தினமும் நிகழும் ஒரு கள்ளத்தொடர்பில் பிரவேசித்து விட்டால் பிற செயல்களில் ஒரு விரைவை அவர்கள் தாமாகவே உருவாக்கிக் கொள்வார்கள். அது அவர்களின் தற்போதைய நடவடிக்கைளி லிருந்து முற்றிலும் மாறுபட்டிருக்கும்.

ராஜேஷ் அலெக்ஸாண்டரின் கைப்பேசி மாலை வேளையில்தான் தொடர்ந்து இசையை ஆலாபிக்கும். பகல் முடியும்வரை அவனது கைப்பேசி ஒரு பெட்டகத்தைப்போல சலனமற்றிருக்கும். அவ்வேளையில்அவன் தனது சாத்தப்பட்ட அறையில் தியானத்தில் ஆழ்ந்திருப்பான். ஒருநாளும் சூரியன் உதித்தெழும் விடியலை அவன் கண்டதில்லை. உச்சிவேளையில் கண்விழிப்பான். அதற்குப்பிறகான நேரங்களில் உடலைப் பற்றிய சிந்தனை மட்டுமே அவனுக்கு இருக்கும். விழித்தெழுந்ததும் அருகில் உள்ள கடையிலிருந்து புரோட்டாவும் மட்டன் குழம்பும் (அதற்கிடையில் வேறு இறைச்சிகளால் தயாரிக்கப்பட்ட குழம்புகளுக்கு மாறுவதுண்டு). தேயிலைத்தூளைக் குறைத்து, தண்ணீர் அதிகம் விட்ட ஒரு முழுத் தேநீரை அருந்திவிட்டுப் பக்கத்திலிருக்கும் பவர் கிங் ஜிம்னேஷியத்திற்குப் போய் உடம்புக்குத் தோதான சில பயிற்சிகளைச் செய்வான். திரும்பி வந்து மீண்டும் ஒரு மணிநேரம் உறங்குவான். மாலையில் கண்விழித்து யோகாவும் தியானமும் முடித்த பிறகு கைப்பேசியை ஸ்விட்ச் ஆன் செய்து அழைப்புக்காகக் காத்திருப்பான். சாயங்காலத்திற்குள் கைப்பேசி மாலைநேரப் பிரார்த்தனையை ஆரம்பித்து விடும். அப்போது முதல் அவனது மனம் இன்றைய இரவை எந்தெந்த வீடுகளில் பங்கு வைக்கலாம் என்பதைக் குறித்து மட்டுமே இருக்கும்.

ஒயாஸிஸ் பாரின் பரபரப்பான அறையில் ராஜேஷ் அலெக்ஸாண்டர் வழக்கமான மதுவின் எதிரில் அமர்ந்திருந்தான். வோட்காவில் சிறிது லெமனேட்டை ஊற்றினான். அதன்மீது மீண்டும் ஒரு எலுமிச்சைப் பழத்தை முழுவதுமாகப் பிழிந்து சிறிது உப்பை கிளாஸ் விளிம்பைச் சுற்றிலும் தேய்த்தான். சாவதானமாக ஒருமுறை மிடறை சுவைத்து நாக்கால் உதட்டை வருடினான். ராஜேஷ் அலெக்ஸாண்டர் அமர்ந்திருக்கும் இடத்திலிருந்து கவனித்தால் பாரின் உட்பகுதி முழுவதும் ஒரு வைட் ஆங்கிள் லென்ஸ் பொருத்தப்பட்ட காட்சியைப்போல தெளிவாகத் தெரியும். பணியாட்களும் மற்ற குடிகாரர்களும் வழக்கமான செயலை நிறைவேற்றிக்கொண்டிருப்பதை வெகுநேரம் பார்த்துக்கொண்டிருந்தான். பிறகு மெல்ல மெல்ல ஒவ்வொரு மிடறாக அருந்தியபடி ஒரு பிஷ் பிங்கர் ஆர்டர் செய்தான்.

உலகிலுள்ள எல்லாக் கள்ளக்காதலர்களின் ஆராதனைப் புருஷனாக இந்துப் புராணத்தின் பராசர மகரிஷி விளங்கினான். பட்டப்பகலில் பனிமலையை சிருஷ்டிப்பதற்கும் கண்ணுக்குப் புலப்படாமல் உறவுகொள்ளவும் ஆற்றல் படைத்த அவனை எப்படி ஆராதிக்காமல் இருக்க முடியும்? ஆனால், அவனுக்கென்று ஓர் ஆலயம் இல்லாமல் இருப்பது கள்ளக்காதலர்களை வருத்தமுறச் செய்தது. இருந்திருக்குமானால் ஏதேனும் வழிபாடோ நேர்த்திக்கடனோ செய்து காரியத்தைச் சாதித்திருப்பார்கள். ஒரு பனிமலையைப் படைக்க முடியாமல் போனதற்குக் கள்ளக் காதலர்கள் வருந்துவதாக ராஜேஷ் அலெக்ஸாண்டருக்குத் தோன்றியது.

இவ்வேளையில், திருவேகப்புரை புனிதமேரியை வழிபடும் தேவாலயப் போதகர் மேத்யு மாதய்கல் அவர்களின் மனைவி ஏக்னஸ் கூண்டில் அடைத்த பூனையைப்போல அமைதியிழந்து காணப்பட்டாள். தேவாலய ஆயர் இல்லத்தின் அருகிலிருந்த வீட்டின் ஜன்னல்களையும் கதவுகளையும் சாத்திவிட்டுப் படுக்கையறையிலிருந்து அடிக்கடி வந்து வாசற்கதவைப் பார்த்தாள். ஒரு அழைப்பு மணியோசைக்காகத் தவித்துக் கொண்டிருந்தபோதிலும் காற்று வீசுவது கூட இப்போது அவளைச் சஞ்சலப்படுத்துகிறது. எல்லாக் கதவுகளையும் சாத்திவிட்டுக் காற்றுக் கூட பார்த்து விடக் கூடாது என்று தன்னிடமே சொல்லியபடி ஃபோன் அருகில் போய் நின்றாள். ஒரு கருப்புப்பூனையைப் போல இரக்கமற்ற கண்களுடன் தொலைபேசி அவளைக் கவனித்தது.

அவள் தேவாலயப்போதகரின் மனைவி. பெயர் ஏக்னஸ். சுருண்ட கூந்தல். அகலம் குறைந்த நெற்றி. நெற்றியின் அருகில்

ஈரமான புருவங்கள், அவை அழகுக்கு அலங்காரமாக இருந்தன. கச்சிதமாக ஒதுக்கப்பட்ட புருவம் (மாதமிருமுறை திரட் பண்ணுவாள்.) ஐலாஷ் ஒட்டிவைத்தாற் போன்ற இமைகள். வெருகுப்பூனையின் கண்கள். சிவந்த கன்னங்களில் சோணிமா. பழங்காலக் காதல்கதைகளைப்போல மூக்கிற்குக் கீழேயுள்ள செம்புரோமங்கள் உற்றுக் கவனித்தால் மட்டும் தெரியும். கீழுதட்டுக் கடைக்கோடியில் ஒரு மச்சம் ஏக்னஸின் அழகை மெருகேற்றுகிறது. (ஒரு மலைக் கிராமத்துப் பெண்ணின் சிரிப்பு.) கழுத்தில் மூன்று மாலைகள். அவை சதாசமயமும் அவளுக்குப் பொன்நிறத்தை வழங்குகின்றன.

வான்மேகங்களுக்கிடையில் பாதிநிலவு. மேகங்களைக் காற்று தூரமாக எடுத்துப்போகிறது. நிலவு காதலின் குறியீடு. இரவுப் பறவைகளின் சத்தம் காதலின் தீவிரத்தைக் கூட்டுகிறது. இதொரு வெளியை சிருஷ்டித்தல். காதல் தனது இனிய முகூர்த்தத்தைத் தெரியப்படுத்துகிறது. ஆனால், ஏக்னஸால் இச்சூழ்நிலை எதையும் காணமுடியவில்லை. சாத்தப்பட்ட அறையில் எதிர்பார்ப்பின் நடுக்கத்தை உணர்ந்துகொண் டிருந்தாள். எந்நிமிடத்திலும் அவன் வந்துவிடுவான். இன்றைய இரவு அவனுக்குரியதென்று உறுதிப்படுத்தியிருந்தாள். அந்த எதிர்பாராத சந்தர்ப்பத்தையும் பேசி உறுதிப்படுத்தினாள். போதகர் சாயங்காலம் ஆறுமணி ஆனதும் தாமரைச்சேரிக்குக் கிளம்பிப்போனார். இனி நாளைக்குத்தான் திரும்ப முடியுமென்று கிளம்பும்போது சொன்னார். துணைக்குப் பக்கத்து வீட்டுப் பெண்ணை ஏற்பாடு செய்திருந்தார். ஏக்னஸ் அதற்கெல்லாம் தலையாட்டினாள். போதகர் புறப்பட்டதும் அலெக்ஸாண்டருக்கு ஃபோன் செய்தாள். ஃபோன் செய்யும் போது அவளுக்கு மிகவும் வியர்த்தது. நடுங்கினாள். அவள் உதட்டருகில் வியர்வை மாலையைக் கோர்க்கத் தொடங்கியது. உதட்டுக்குக் கீழே இருக்கும் மச்சம் பதக்கத்தைப் போலத் தெரிந்தது. அலெக்ஸாண்டர் வந்திருந்தால் அவனை இரும்புப்பிடியாகக் கட்டியணைத்து அந்த மார்பில் தலைசாய்த்துக் கொஞ்சம் அழவேண்டுமென்று விரும்பினாள். கள்ளத்தொடர்பை வைத்திருக்கும் பெண்களிடம் இத்தகைய நடவடிக்கைகள் வழக்கமாக இருப்பதில்லை. அவர்கள் எதிர்பார்க்கும் செயலுக்குள் விரைந்துசென்று கணநேர இன்பத்தை அனுபவிப்பார்கள். பின்னர் குளிர்பானத்தையோ பாலையோ அருந்திவிட்டு கள்ளக்காதலனை அவசரமாக வெளியே தள்ள முற்படுவார்கள். பக்கத்து வீடுகளின் வெளிச்சத் திற்குச் சிக்காமல் இருட்டின் மறைப்புக்குள் கள்ளக்காதலன் போனதும் அவனது கைப்பேசியைத் தொடர்ந்து அழைத்து இனி வேறொரு நாளென்று சொல்வார்கள். நிம்மதிப் பெருமூச்சை விட்டுக் கடந்துபோன நிமிடங்களை மனதின் திரைச்சீலையில்

மீண்டும் ரீவைண்ட் செய்வார்கள். மின்விசிறியின் குளிர்காற்றில் மெதுவாக உறங்குவதையே இந்தக் கள்ளக்காதலிகள் செய்வார்கள். ஏக்னஸ் அத்தகையதொரு நிமிடத்திற்காகக் காத்திருந்தாள். இருப்பினும் அவளுக்குள் முன்பு எப்போதும் நிகழ்ந்திராத காதலின் நிறத்தைக் கொண்ட கண்ணாடி வளையல்கள் உடைந்து விழுந்து நொறுங்கின. அலெக்ஸாண்டர் பாரிலிருந்து வெளியே வந்து ஆட்டோவுக்காகக் கை நீட்டினான். கைநீட்டிய ஆட்டோக்கள் எல்லாம் அவனை அலட்சியப்படுத்தின. அதொரு தீயச்சகுனமாக அலெக்ஸாண்டருக்குத் தோன்றியது. இருப்பினும் நகரவாழ்க்கையில் சகுனங்களுக்கு இடமில்லை என்கிற எண்ணத்தை மனதில் எழுப்பி அடுத்த ஆட்டோவுக்காகக் காத்திருந்தான். ஆனால் ஒரு திடீர் வேலைநிறுத்தத்தை ஏற்படுத்தி ஆட்டோக்கள் அனைத்தும் நகரத்தை விட்டு மறைந்து விட்டதாக நீண்டநேரக் காத்திருப்புக்குப் பிறகு அலெக்ஸாண்டர் உணர்ந்தான். ஒரு கள்ளக்காதலனின் வாழ்க்கையில் நேரத்திற் கான முக்கியத்துவத்தைப்போல வேறெதுவுமில்லை என்கிற பட்டறிவு அலெக்ஸாண்டருக்கு இருந்தது. எனவே, அவசரமாகக் கைப்பேசியில் விரல்களை அழுத்தினான். வானத்திலிருந்து பூமியில் தோன்றியதைப்போல ஒரு வெள்ளைநிற அம்பாசிடர் கார் அவ்வேளையில் அவனெதிரில் வந்து நின்றது.

எல்லா ஞாயிற்றுக்கிழமைகளிலும் அலெக்ஸாண்டர், ஏக்னஸின் கணவனிடமிருந்துதான் திருப்பலியைப் பெற்றுக் கொள்கிறான். உங்களின் கடன்களுக்குப் பரிகாரமும் பாவங்களுக்கு விடுதலையும் கிடைக்க இது கைமாறாகட்டும் என்று கூறியவாறு ஒவ்வொரு ஞாயிற்றுக்கிழமைகளிலும் பெற்றுக்கொண்டிருந்தான். போதகர் மேத்யூ மாதய்கல்லினுடைய பெண்சாயலைக்கொண்ட சலனங்களைக் கண்ணுறும் போது அலெக்ஸாண்டரின் மனதில் ஒரு நான்குகால் மிருகம் தரையைப் பிறாண்டும். அது பெண்கள் மீதான அடங்காத விருப்பம் என்பதை அலெக்ஸாண்டர் அறிவான். அவ்வேளையில் அவன் ஏக்னஸை மனதில் துகிலுரிப்பான். போதகர் மேத்யூவின் கொஞ்சும் குரலைக் கொண்ட திருப்பலி பிரசங்கத்திலிருந்து ஒரு நிமிடத்திற்குள் விடுபட்டு, ஏக்னஸின் செழுமையான உடலை நோக்கி ஒரு பாதையை ஆயத்தப்படுத்துவான்.

ஒரு மெல்லிய கைத்தறி வேட்டியைப்போல மழை பெய்து கொண்டிருந்தது. அலெக்ஸாண்டர் கார் டிரைவரிடம் சீக்கிரம், சீக்கிரம் என்று அறிவுறுத்திக்கொண்டிருந்தான். டிரைவர் பக்கவாட்டுக் கண்ணாடிகளை உயர்த்துவதற்காக வேகத்தைக் குறைத்தான். அலெக்ஸாண்டரின் சீக்கிரம் என்கிற சத்தம் உச்சத்தை எட்டியது. ஒரு நிமிடம் டிரைவரின் பாதத்தை அதிர

ஓடும் ரயிலில் பாய்ந்து ஏறுவது எப்படி? 81

வைத்து காரின் வேகம் அதிகரித்தது. ஏதேனும் நோக்கங்களுக்காக ஒரு கள்ளக்காதலனின் மனம் சமரசம் அடையுமானால் அச்செயலை நிகழ்த்தும் போது உத்வேக நிலையிலிருக்கும். அது முடியும் வரை அவன் பைத்தியத்தின் நூல் பாலத்தின் ஊடாக அனாயசமாக நடந்துகொண்டிருப்பான். அதீத கவனத்தைக் கொண்ட ஒரு மனதிற்கு மட்டும்தான் பித்துப்பிடிக்கும் என்று பலமுறை அலெக்ஸாண்டருக்குத் தோன்றியதுண்டு. காற்றின் வேகத்தை விட கார் விரைவதை அறிந்த அலெக்ஸாண்டர் மகிழ்ந்தான்.

ஏக்னஸின் ஃபோன் கரோல் பாடலை இசைத்தது. ஆவலின் அணையைக் கடந்து போனைக் காதோடு சேர்த்து வைத்தாள். ராஜேஷ் அலெக்ஸாண்டரின் குரல். அவன் சில நிமிடங்களுக்குள்ளாக வந்து சேர்வான். வீட்டின் எல்லா விளக்குகளையும் அணைத்து விட வேண்டும் என்பதற்கான சமிக்ஞைதான் இந்த அழைப்பு. வீட்டின் உள்ளேயும் வெளியேயும் உள்ள எல்லா விளக்குகளையும் அணைத்தாள். இருட்டில் வீட்டின் சுவரைப் பிடித்தவாறு கேட் வரை வந்தாள். கேட் பூட்டைத் திறந்துவைத்தாள். ராஜேஷ் அலெக்ஸாண்டருக்கு ஏக்னஸின் வீட்டுக்குள் நுழைவதற்கான வழி எளிதாகி விடும். முன்கதவின் மறைப்பில் கதவைத் தாழிடாமல் படபடக்கும் இதயத்துடன் ஏக்னஸ் நிற்பாள். அவ்வேளையில் ஊசி விழும் ஓசையைக்கூட அவளால் கேட்க முடியும். ராஜேஷ் கேட் பிடியைத் தள்ளித் திறப்பது அவளுக்குத் தெரிந்தது. திறந்த கேட்டின் சிறு இடைவெளியில் உள்ளே வந்தான். பிறகு சுற்றிலும் கவனித்தவாறு ஓசையெழுப்பாமல் கேட்டை மூடினான். சாவியைப் பத்திரப்படுத்தி வைக்கும் கடிதப் பெட்டியிலிருந்து சாவியை எடுத்து, அசையாமல் கேட்டைப் பூட்டினான். ஒரு கணம் மூச்சிழுத்து சுற்றிலும் பார்த்தான். அப்போது காற்று கூட வீசவில்லை. அந்நேரத்தில் வானத்து நிலவை மேகங்கள் மறைத்தன. இயற்கை இருட்டை மட்டும் தந்தது. தரைப்புழுதிக்குக் கூட நோகாதவாறு ராஜேஷ் அலெக்ஸாண்டர் ஏக்னஸின் வீட்டுக்கதவை நோக்கிப் போனான். வாசல் செடிகளுக்கிடையில் இரவுப்பூக்களைச் சுற்றிலும் மின்மினிகளும் விட்டில்களும் பறந்து கொண்டிருந்தன. ஒரு பூ உதிர்ந்து விழுவதைப்போல கதவு திறந்தது. இருட்டிலும் சுடர்விடும் ஏக்னஸின் கண்களை அலெக்ஸாண்டர் கவனித்தான். திறந்திருந்த கதவின் இடைவெளியினூடாக வெளிச்சம் ஒரு கணம் விழுந்தது. அதை மறைத்து ஏக்னஸ் அதிவேகத்தில் கட்டியணைத்தாள். அவனது நெற்றியிலும் கண்களிலும் உதடுகளிலும் கன்னங்களிலும் எல்லாம் வேதனை தரும் விதமாக முத்தமிட்டாள். அவளுடைய பற்களும் நாக்கும் அவனது ரத்தத்தின் சுவையை உணர்ந்தன.

குளியலறையை விட்டு வெளியே வரும்போது ஏக்னஸின் உடம்பெல்லாம் வலித்தது. நீண்ட நாட்களுக்குப் பிறகு மிகவும் ஆசைப்பட்ட பொருள் கிடைத்த மகிழ்ச்சியில் அந்த வலியை மறந்தாள். ஈரக்கூந்தலில் டவலைக் கட்டி இன்னொரு டவலை உடம்பில் சுற்றியவாறு கட்டிலில் சோம்பிப் படுத்துக் கிடக்கும் ராஜேஷைப் பார்த்தாள். அப்போதும் அவனுக்குள்ளிருந்த நெருப்பு அணையவில்லை என்பதைத் தெரிந்துகொண்டாள். அங்கியைப் போன்ற தொய்வான ஒரு ஆடையை அணிந்து ராஜேஷ் பருகுவதற்காகக் குளிர்பானத்தை எடுத்துவந்தாள். மாதுளைச்சாற்றின் ஒவ்வொரு திப்பியையும் ருசித்து தனக்கு விருப்பமான வோட்காவைப் பருகுவதைப்போல ராஜேஷ் குளிர்பானத்தைப் பருகினான்.

“எத்தனை நாளாச்சு இந்த மாதிரி ஒரு நாள் கெடைச்சு...”

“எப்பவும், நான் எப்பவும் நெனைச்சுப் பார்ப்பேன்...”

“நம்ம மனசு மேல இருக்கறவனுக்குத் தெரியும். என்னைக்காவது இந்த மாதிரியான ஒரு நாளை நமக்குத் தராம இருக்க மாட்டார்...”

“வாழ்க்கையில இன்னைக்கு வரைக்கும் நான் ஒருத்தரை மட்டும்தான் காதலிச்சிருக்கேன். அது நீ மட்டும்தான்... என்னோட ஒடம்பையும் மனசையும் நான் பங்குவெச்சதும் உனக்கு மட்டும்தான்...” ஏக்னஸ் படுக்கையில் ராஜேஷுடன் சேர்ந்து உட்கார்ந்தாள்.

அவனது கண்கள் அன்பின் தெளிந்த நீர்நிலை. மெதுவாக அவனது ஆடையற்ற மார்பில் தலையைச் சாய்த்துக்கொண்டாள்.

எல்லாக் கள்ளக்காதலர்களும் தங்களுடைய வைப்பாட்டிகளிடம் இப்படித்தான் சொல்வார்கள். வாழ்க்கையில் ஒருபோதும் யாரிடமிருந்தும் அன்பு கிடைத்ததில்லை. மற்றவர்கள் தன்னை வெறுத்துக் கோபப்படுவது ஏனென்று தெரியவில்லை. இப்படி வாழ்ந்துகொண்டிருக்கும் நிலையில்தான் ஒருமுறை மட்டும் தெரியும் அன்பின், தாலாட்டின், எதிர்பார்ப்பின் ஒரு தடாகம் நீயெனச் சொல்வது அந்நேரத்தின் ஒரு நிமிடத்திற்காகவே என்பதைக் கள்ளக்காதலன் அறிவான். ஆனால், அப்படித் தோன்றுவதை வெளிப்படுத்தமாட்டான்.

டிரஸிங் டேபிளில் தனித்துக் கிடந்த அலெக்ஸாண்டரின் கைப்பேசி உயிர்பெற்றது. அவ்வளவு நேரம் வைப்ரேஷன் மோடில் இருந்தது. அதனுடைய உறுமல் ஒருகணம் அலெக்ஸாண்டரைத் திடுக்கிட வைத்தது. ஏக்னஸை மார்பிலிருந்து விலக்கி கைப்பேசியை எடுத்தான். கைப்பேசியின் திரையில் வெளிச்சம்

தோன்றி மறைந்து அணைந்தது. வேறொரு உடம்பின் நிர்வாணத்தை நோக்கி அவ்வேளையிலேயே அவன் மனம் பறந்துசென்றது. ஏக்னஸை கவனிக்காமல் களைந்து போட்டிருந்த உடைகளை உடுக்கத் தொடங்கினான். அப்போது கீழே அழைப்பு மணி ஒலித்தது.

பூட்டிய கேட்டைத் திறந்து வீட்டுக்கதவருகே வந்து அழைப்பது யார்? ஏக்னஸ் பயத்துடன் நினைத்துப்பார்த்தாள். அதை அவள் சொல்லவும் செய்தாள். வெளியே நிற்பது போதகர் மேத்யூ மாதய்கல் என்று ராஜேஷ் உறுதிப்படுத்திக்கொண்டான். எதிர்பாராத ஒரு காட்சியில் புகுந்து கதாபாத்திரம் ஆவதற்கு விரும்பாத ராஜேஷ் அலெக்ஸாண்டர் எல்லாத் தெய்வங்களையும் அழைத்தான். கள்ளக்காதலனுக்குக் குறிப்பிடத்தக்க ஒரு கடவுள் இல்லாததால் கோபமடைந்தான். இருட்டை மறைப்பாக வைத்து புழக்கடைக் கதவைத் திறந்து அருகிலிருந்த மதில் மீது ஏறினான். இரவின் நிழலுக்குள் தனது உடலை மறைத்து வைக்க முயன்றான். இனி நடைபெறப் போகும் நிகழ்வுகளுக்கு இன்னொரு சாட்சி தேவையில்லை என்பதைப் புரிந்து வைத்திருந்தான். அப்படிப் புரிந்து கொள்ளாவிடில் அவனொரு கள்ளக் காதலனே இல்லை.

●

9

தியான மையத்தில் வியாகுல மாதா

தியான மையத்தை ரயில்வண்டி அடைந்த போது நேரம் மதியத்தைத் தாண்டியிருந்தது. ஒரு நிமிடத்திற்கு மேலாக ரயில் நிற்காது. ஆகவே, அவசர அவசரமாக ஃபிலோமினாவை கீழே இறக்கினாள் மேரியம்மா. ஃபிலோமினாவுக்கு மிகவும் பசித்தது. இருப்பினும் அவ்விஷயத்தை மேரியம்மாவிடம் சொல்லவில்லை. மழைமேகம் கவிந்த வானத்தைப் போல காணப்பட்டது மேரியம்மாவின் முகம். பசியை மீறி ஆட்கள் யாரும் அல்லது அறிமுகமானவர்கள் யாரும் தங்களைப் பார்த்துவிடக் கூடாது என்கிற மௌனமான பிரார்த்தனை மேரியம்மாவின் உதடுகளிலிருந்து வெளிப்பட்டுக் கொண்டிருந்தது. அம்பு திருவிழா பிரதட்சிண நாளன்று நடப்பதைப் போல சீக்கிரம், சீக்கிரம் என்று சொல்லியவாறு ஃபிலோமினாவைத் தள்ளியபடி மேரியம்மா ஸ்டேஷனுக்கு வெளியே வந்தாள். ரயில் கூவல் ஒலியெழுப்பி கிளம்பிச் சென்றது. அந்தக் கூவல் சத்தம் தங்களை அவமானப்படுத்துகிறதோவென மேரியம்மாவுக்குத் தோன்றவும் செய்தது. மனிதர்கள் மட்டுமல்ல; தற்போது வாகனங்களும் கேலி செய்யத் தொடங்கிவிட்டதா... என்கிற சங்கடத்துடன் மேரியம்மா தனக்குள் முணுமுணுத்தாள். காலம் முடியுற நேரத்துல மனுசனோட ஒவ்வொரு கண்டுபிடிப்புங்க...

ரயில்நிலையத்திற்கு வெளியில் கார்களும் ஆட்டோ ரிக்ஷாக்களும் நின்றிருந்தன. இரையைப்

பிடிக்கக் காத்திருக்கும் வனவிலங்குகளைப் போன்ற மனிதக்கண்கள். மேரியம்மா யாரையும் பொருட்படுத்தாமல் முன்னால் நின்றிருந்த ஆட்டோ ரிக்ஷாவுக்குள் ஃபிலோமினாவைப் பிடித்துத் தள்ளினாள். ஆட்டோ டிரைவர் எங்கேயென்று விசாரிப்பதற்குள் தியான மையம் என்றாள் மேரியம்மா.

உச்சிவெயில் தார்ச் சாலையில் ஆவியாக எழுந்து கொண்டிருந்தது. அவளது கண்களின் அமைதித் தடாகத்தை ஆட்டோ டிரைவர் ரியர் கண்ணாடி வழியாகப் பார்த்தான். அவன் தங்களைக் கவனிக்கிறான் எனத் தெரிந்ததும் மேரியம்மா ஃபிலோமினாவின் புடவைத் தலைப்பை எடுத்து அவளது தலையில் போர்த்தி முகத்தை மறைத்தாள். அப்போது ஓரக்கண்ணால் ஆட்டோ டிரைவர் மேரியம்மாவைப் பார்த்தான்.

வியாகுல மாதாவின் முகத்தைப் போன்றிருந்தது ஃபிலோமினாவின் முகம். அவளது ஒளிரும் கண்களின் ஓரத்தில் ஓர் தெளிந்த நீரூற்று நிறைவதை மேரியம்மா கவனித்தாள். 'தியானத்துக்காகவா?' என்று ஆட்டோ டிரைவர் கேட்டபோது ஒரு முனகலுடன் மேரியம்மா பதிலை முடித்தாள். பின்னர் ஆட்டோவின் அடியில் கடந்து செல்லும் சாலையின் கருமையில் கண்களைத் தாழ்த்தி மேரியம்மா நகர்ந்து உட்கார்ந்தாள். சொரூபக் கூண்டில் சிலையைப்போல ஃபிலோமினா அமர்ந்திருப்பதைப் பார்ப்பதற்காக ரியர் கண்ணாடியைச் சரிப்படுத்திய டிரைவர், இந்தப் பெண்ணை எங்கோ பார்த்திருக்கிறோமே என்று மனதில் சொல்லிக்கொண்டான். ம்ம் . . . எங்கேயோ இருந்திட்டுப்போகட்டும் என ஆறுதல்பட்டு, ஹாரனை அழுத்தி டிவைன் சென்டருக்கான மண்பாதையை நோக்கி ஆட்டோவைத் திருப்பினான். ஆட்டோவுக்குள் திருப்பிறவியின் படம் மாட்டப்பட்டிருப்பதை மேரியம்மா கவனித்தாள். அச்சமயம் சிலுவை போட்டுக்கொண்டாள். மையத்தில் அறிமுகமானவர்கள் யாரும் இருக்கக் கூடாது என்கிற மௌனப் பிரார்த்தனையைத் தொடர்ந்தாள். வாணியம்பாடியிலிருந்து இந்த இடம்வரை அறிமுகமானவர்களின் கண்ணில் சிக்காமல் ஒரு புதையலை எடுத்து வருவதைப் போல அத்தனை பாதுகாப்புடன், ஃபிலோமினாவை ரயிலில் ஏற்றி இங்கு அழைத்து வந்திருக்கிறாள். நிறைய கேள்விகளுக்கான பதிலைத் தந்த எழுத்துகள்கூட மனதை விட்டு மாய்ந்து போய்விட்டன. இனி எந்தக் கேள்வியைக் கேட்டாலும் மேரியம்மாவின் உதட்டில் ஒரு முனகல் மட்டுமே வரும்.

'தியான மையத்துக்கு வர்றது இது முதல் தடவையா..?' டிரைவர் பேச்சைத் தொடரும் நோக்கில் கேட்டான். மேரியம்மா ஆமாம் என்கிற பொருளில் உம் கொட்டினாள்.

‘நல்ல கூட்டம் இப்ப ... எங்கிருந்தெல்லாமே ஆளுங்க வர்றாங்க ...’ ஆட்டோ டிரைவர் அந்த உம் கொட்டலுக்குத் தொடர்ந்து பதிலளித்தான். ஆனால் மேரியம்மா எதிர்வினை யாற்றவில்லை. ஆட்டோ டிரைவர் தலையைத் திருப்பி பதில் இல்லையா என்ற கேள்வியைக் கண்களால் கேட்டுத் திரும்பி னான். மேரியம்மா வெளியே வெயிலின் தகிப்பில் கண்களைப் பதித்திருந்தாள்.

இப்போதும் ஃபிலோமினா மௌனமாக அமர்ந்திருந்தாள். தியானமையத்திலிருந்து திரும்பிப்போகும் பெண்கள் கூட்டமொன்று ஆட்டோவின் எதிரில் நடந்துபோனது. அவர்களின் வெள்ளை உடையில் செம்மண் புழுதி படிந்திருப்பதை மேரியம்மா கவனித்தாள். பாதையோரத்தில் மாணவிகளின் கூச்சல் சத்தத்தைத் தாண்டி ஆட்டோ சென்றது. பள்ளிக்குழந்தை களின் ஆரவாரத்தைக் கேட்ட ஃபிலோமினாவின் கண்களின் ஓர் அசைவு தெரிந்தது. வாழ்நாளில் முதல்முறையாகத் தலையைத் திருப்பிப் பார்ப்பதைப்போல ஃபிலோமினா ஆட்டோவுக்கு வெளியே தலையை நீட்டித் திரும்பிப் பார்த்தாள். குழந்தைகள் சோற்றுப்பாத்திரங்களைத் தூக்கிப் போட்டு ஓடி விளையாடுவதை ஒரு திரைப்படக் காட்சியைப்போல ஃபிலோமினா பார்த்தாள். தொலைவில் எங்கிருந்தோ எழுந்த ஒரு தொடர் மணியோசையை ஆட்டோவைப் பின்தொடர்ந்த காற்று எடுத்துவந்து சேர்த்தது. அதொரு பள்ளிக்கூடத்தின் மணியோசையாக ஃபிலோமினாவின் மனதில் எதிரொலித்தது.

குழந்தைகள் நிறைந்திருக்கும் பள்ளி முற்றம். தேசியகீதத்தைப் பாடி அசம்பெளி பிரிந்தது. குழந்தைகளும் ஆசிரியைகளும் தத்தமது வகுப்பறைகளை நோக்கிச் சென்றார்கள். சர்வஞானமும் ஒரு பாட்டின் தாளத்தில் பள்ளிக்கட்டடத்தில் நிறைந்தது. ஏழாம் வகுப்புவரை உள்ள ஒரு அப்பர் பிரைமரி பள்ளிக்கூடத்தில் மூன்றாம் வகுப்பு ‘பி’ பிரிவில் ஃபிலோமினா டீச்சர் கணக்கு களின் உலகிற்குக் குழந்தைகளைக் கைப்பிடித்து அழைத்துப் போனாள். ஒன்றும் ஒன்றும் இரண்டு என்கிற வாய்ப்பாடு பிரார்த்தனைப் பாடலைப்போல ஃபிலோமினாவின் உதட்டில் உதிர்ந்து விழுந்தது. கூட்டுப்பாடலின் அரவம்போல குழந்தைகள் ஃபிலோமினாவுடன் சேர்ந்து பாடினார்கள். ஒரு தினத்தின் சுற்றுப்பாதையில், காலைவெயில் உஷ்ணமடைந்து மதியவெயிலின் தகிப்பிலிருந்து சாயங்கால வெயிலின் பொன்னிறத்திற்கு உருண்டது. வராந்தா உத்திரக்கட்டையில் தொங்கவிடப்பட்ட தண்டவாள இரும்புத்துண்டில் பியூன் சேகரன் இரும்புத்தண்டைத் தட்டி மரணப் பாடலை முழக்கினான். எதிர்பாராத வேளையில் பெருமழை பெய்வதைப்போல

குழந்தைகள் வகுப்பறையிலிருந்து தத்தமது வீடுகளுக்குப் பெய்து விழுந்தார்கள்.

வயல்வரப்பு வழியாக ஃபிலோமினா நடந்தாள். செறக்காட்டு சிறுகோயில்வரை ரேணு டீச்சர் உடன் வந்தாள். உளுந்துத் தோட்டமும் மூங்கில் காடும் தாண்டி தேவாலயத்திற்கு அப்பால் லில்லி வில்லாவரை இனி டீச்சருக்குத் துணை அவளது கனவுகள் மட்டுமே. சாலமன் வீட்டுக்கு வந்திருக்க வேண்டும் என்கிற கனவே ஃபிலோமினாவின் மனதில் நிறைந்தது. சாலமன் சீக்கிரமாகவே வீட்டுக்கு வந்து விடுவான் என்றும் தேவி டாக்கீஸில் மோகன்லால் நடித்த ஆறாம் தம்புரான் திரைப்படம் பார்க்கப் போகலாம் என்றும் காலையில் பள்ளிக்கூடத்திற்குக் கிளம்பும்போது உறுதிப்படுத்திய ஆசை ஃபிலோமினா டீச்சரின் நடையைத் துரிதப்படுத்தியது. மோகன்லால் திரைப்படங்களின் காட்சிகளைத் தொலைக்காட்சி யில் பார்த்து குழந்தைகளைப் போல ஃபிலோமினா டீச்சர் கைதட்டி உரக்கச் சிரிப்பாள். அதைக் கண்ட சாலமன் தலையில் ஒரு குட்டு வைத்துக் கொடுப்பான். 'நீ ஏன்டீ பெண்ணே, ஒரு வித ஃபான்ஸ்காரங்களை மாதிரி . . .' 'மோகன்லாலை எனக்குப் புடிக்கும் தானே... நமக்கு பார்க்கான் முந்திரி தோப்பு சினிமாவுல சாலமன் என்கறது தான் அவரோட பேர்... அதை மறந்திடாதீங்க.' அப்போது சாலமன் சிரிப்பான். அதைக் கண்ட ஃபிலோமினாவின் உடல் மே மாத மரத்தைப் போல பூத்துக் குலுங்கும்.

உளுந்துத் தோட்டத்தைத் தாண்டி மூங்கில்காட்டை நோக்கி நடந்தாள். மூங்கில் காட்டுக்குள் எப்போதும் சீட்டு விளையாடிக்கொண்டிருக்கும் பெரியவீட்டுப் பையன்கள் இருப்பார்கள். அவர்களின் மோசமான கண்களுக்கு எதிர்ப்படாமல் அவ்விடத்தைக் கடக்க முடியாது என்பது ஃபிலோமினாவுக்குத் தெரியும். எதுக்காக இந்தப் பையன்கள் பொண்ணுங்களைப் பார்க்காததைப்போல இப்படி வெறிச்சுப் பார்க்கிறானுங்க என்று ஃபிலோமினா தனக்குள் சொல்லிக் கொள்வாள். வெயில் பொன்னிறத்தை வழங்கி, மூங்கில் காட்டை ஒரு தங்கக் கோளமாக மாற்றியிருந்தது. நடைபாதையின் இருமருங்கிலும் பெருமரங்கள் நிறைந்து வானத்தைக் குறுக்கு வழியாக மாற்றியிருந்தன. சிவந்த மேகக்கூட்டங்கள் நடைக் கூடத்தின் ஊடாகப் பறந்து போவதைப் பார்த்து, மூங்கில் காடு சட்டென முடிவடைய வேண்டுமென பிரார்த்தித்து ஃபிலோமினா விரைந்தாள். மூங்கில் புதர்களுக்குள் நுழைந்தால் ஒரு வனத்திற்குள் நுழைகிற எண்ணம் எப்போதும் மனதில் எழும். அடர்ந்த மூங்கில் கூட்டங்களின் நடுவில் மெல்லிய இருள்

படர்ந்திருக்கும். சில்வண்டுகள் ஒலியெழுப்பும். ஈரமண்ணின் வாசம் இருக்கும். கூடு திரும்பிய பறவைகளும் அவ்வேளையில் பொரிந்த பறவைக்குஞ்சுகளின் கிரீச்சிடலும் ஒலிக்கும். மனதில் நிறைந்த எண்ணற்ற கனவுகளின், பாடல்களின் அலைகளில் ஒரு நொடியிடையில் ஃபிலோமினாவின் குரலை ஐந்து விரல்கள் அமுக்கின. என்ன நடக்கிறது என்று உணர்வதற்குள் சில கைகள் ஃபிலோமினாவின் உடலில் பிரவேசித்தன. மண்ணின் குளிர்ச்சிக்குள் அவளை வீழ்த்தின. அடையாளம் தெரியும் சில முகங்கள், திறக்க முற்பட்ட அவளது உதடுகளைத் தமது வாய்க்குள் விழுங்கின. வாழ்நாளில் சாலமன் மட்டும் நேர்மையாக, ஓர் அனுஷ்டானம்போல செய்த செயல்களைக் கொடூரமாகக் காட்டுமிராண்டித்தனமாக அவள் மீது செயல்படுத்திக் கொண்டிருந்தன. அழுவதற்குக் கூட வாய்ப்புத் தராமல் அவளது தொண்டையும் கண்களும் மூடின. இருட்டு மட்டும் எஞ்சியபோது ஃபிலோமினா ஈரமான மண்ணில் சருகுகளின் நடுவில் ஒரு கிழிந்த துணியைப்போல கிடந்தாள்.

அருட்தந்தை குரியகோஸின் அலுவலக அறையில் குழந்தை யேசுவை மார்போடு சேர்த்தணைத்த மாதாவின் பிரகாசமான ஒரு சிலை வெளிர் பச்சைநிறத்தில் தென்பட்டது. மாதாவின் கண்களில் மட்டும் கருப்புமை படர்ந்திருந்தது. மாதா கருணை நிறைந்த ஒரு பார்வையைத் தனக்குத் தருவதாக ஃபிலோமினா வுக்குத் தோன்றியது. சுவர்களின் மறுபக்கத்தில் தெய்வீகமும் பக்தியும் நிறைந்த பாடல்கள் ஓராயிரம் உதடுகளிலிருந்து நிறைவதை மேரியம்மா கவனித்தாள். குரியகோஸ் எதுவும் பேசாமல் தங்களையே பார்ப்பதைக் கவனித்த மேரியம்மா, எதையாவது சொல்லுங்க ஃபாதர்... என்று உதட்டைத் திறக்க முயன்றாள். ஆனால், கூட்டுப்பிரார்த்தனையின் சத்தத்தில் அருட்தந்தை குரியகோஸ் கண் இமைக்காமல் அமர்ந்திருப்பதைக் கண்ட மேரியம்மா மிகவும் வருந்தினாள். எந்நிமிடத்திலும் அருட்தந்தை எதையாவது சொல்வாரென்று மேரியம்மா ஆறுதலடைந்தார். பிரார்த்தனையின் சத்தம் நின்ற நிமிடத்தில் அருட்தந்தை குரியகோஸ் கண்களை இமைத்துத் திறந்து, ‘மேரியம்மா எதுக்கும் கவலைப்படாதீங்க. ஃபிலோமினா இங்கேயே தங்கியிருக்கட்டும்’ என்று விளக்கமாகத் தணிந்த குரலில் சொன்னார். அதைக் கேட்டபோது இடியோசையுடன் ஒரு மழை பெய்து ஓய்ந்த அமைதி மேரியம்மாவின் மனதில் பரவியது. ‘மேரியம்மாவுக்கும் ஃபிலோமினாவுக்கும் தங்கறதுக்கு பின்பக்கத்துல குவேட்டர்ஸ் இருக்குது. கொஞ்சநாள் இங்க தங்கினா எல்லாக் கவலைகளும் தீர்ந்திடும். கர்த்தர் தீர்த்து வைப்பார். சாயங்காலப் பிரார்த்தனையில கலந்துக்குங்க.’

அதற்குப் பதிலளிக்கும் விதமாக மேரியம்மா உம் கொட்டினாள். பிறகு ஸ்துதி சொன்னாள். ஃபிலோமினா அப்போதும் மௌனத்தின் வெளிச்சட்டையை அணிந்திருந்தாள். அருட்தந்தை மிகுந்த வருத்தத்துடன் அவளைப் பார்த்தார். அவளது கூந்தல் மீதிருந்த புடவையின் முந்தானை அறையில் சுழலும் மின்விசிறிக்காற்றில் மெல்ல அசைந்துகொண்டிருந்தது. அவளது நிர்மலமான கண்களில் துயரம் மட்டுமே நிறைந்திருந்தது. மேரியம்மா மெதுவாக ஃபிலோமினாவைத் தொட்டாள். அவள் அனிச்சையாக எழுந்தாள்.

அவள் நடந்து செல்வது ஒரு கற்சிலையின் அசைவைப் போன்றிருந்தது. காற்றில் பறக்கும் ஒரு சருகைப்போல பறந்து அகன்றாள். அருட்தந்தையின் மனதில் இந்த ஆட்டுக்குட்டியை எங்கேயோ பார்த்திருக்கிறோமே என்கிற எண்ணம் மின்னலைப் போல ஒளிர்ந்தது. 'என் கர்த்தரே, எங்கே' என்று சொல்லி அவர்கள் கண்களை விட்டு அகன்றதை உணர்ந்த அருட்தந்தை குரியகோஸ் திரும்பினார். அருட்தந்தையின் பார்வை வெளிர் பச்சைநிற சிலை மீது விழுந்தது. மாதாவின் கண்களின் துயரத்தை அவர் தெரிந்துகொண்டார். திகைப்புடன் தலையைத் திருப்பி ஃபிலோமினா நடந்து போன கதவைப்பார்த்தார். தெய்வமே... மாதாவே... அவ்வேளையில் பிரார்த்தனை மண்டபத்தில் கூட்டுப்பிரார்த்தனையின் மணியோசை ஒலிக்கத் தொடங்கியது.

●

10

ஒற்றைச் சாளர உலகம்

சாவியை நுழைத்து வளைவு வடிவக் கதவைப் பூட்டினான். முன்பக்கத்து விளக்கை அணைத்தான். இப்போது வீட்டைச் சுற்றிலும் இருட்டு. எல்லா அறைகளிலும் வெளிச்சம். ஒவ்வொரு அறையாக விளக்கை அணைத்து விட்டு இருட்டை வரவேற்றான். அவனது விரலில் இருட்டின் கருமை நிறைந்தது. அவனுடன் அனிதா இருந்தாள். அவளது தோளைப் பிடித்தபடி படுக்கையறைக்குக் கூட்டிப் போனான். அந்த அறையில் மட்டும் வெளிச்சம் இருந்தது. எப்போது அணைப்பார்களென்று காத்துக் கொண்டிருந்தது.

கதவுகளும் ஜன்னல்களும் மூடப்பட்டு, பாதுகாக்கப்பட்ட ஒரு பெட்டகத்தைப் போன்ற படுக்கையறை. அவளது கண்களில் இழுத்துப் போர்த்திய ஒரு கார்மேகத்தின் நிழல் படிந்திருந்தது. அலைகளற்ற தடாகத்தைப்போல, நீர் நிறைந்த கண்கள். பீதியின் ராட்சத முகத்தைக்கண்டு பயந்து அரண்ட கண்கள். இனி நடக்க போவது என்னவென்று புரியாத நிராதரவு நிறைந்த கண்கள்.

'உட்கார்...'

அவன் மெதுவாகச் சொன்னான். செய்வதறியாமல் நின்றாள். உட்காரும்படி கையால் சைகை செய்தான். சட்டென அனுசரித்தால் ஏற்படும் எதிர்வினை எப்படியிருக்குமென இன்றும் அவளுக்குத் தெரியாது.

'உட்கார்...'

அவன் சற்று உரக்கக் கூறினான். அவள் சட்டென்று அமர்ந்தாள். அவளது பார்வை அவன் மீது நிலைத்தது.

அன்பு வழியும் அவனது கண்கள். ஆறுதலின், கழிவிரக்கத்தின் தெளிந்த நீர் ஊற்றாகத் தெரியும் இந்தக் கண்களின் பாவனை எந்நேரத்திலும் மாறக் கூடும் என்பதை அறிவாள். அப்படி மாறினால் அது எதுவாக இருக்கும் என்பதையும் அறிவாள். நிமிடந்தோறும் இமைத்துத் திறக்கும் அவனுடைய கண்களை நோக்கித் தயக்கத்துடன் அமர்ந்தாள்.

திறந்து கிடக்கும் ஏதோ ஜன்னல் ஊடாகக் காற்று வீட்டுக்குள் புகுந்தது. இருட்டிலும் காற்றுக்கு வழி தவறவில்லை. படுக்கையறைச் சூழல் புழுக்கமாக இருந்தது. மேலே சுழன்று கொண்டிருக்கும் மின்விசிறியிலிருந்து வெப்பக்காற்று வீசியது. அவளது சிரசிலிருந்து வியர்வை வழிந்தது. தலைமுடி நெற்றியில் நனைந்து ஒட்டிக்கொண்டிருந்தது. அவனது விரல்கள் மெல்ல மெல்ல அவளது கன்னங்களிலிருந்து தோளில் இறங்கியது. ஜன்னல் வழியாக வீசிய காற்று அந்தச் சூழலுக்குத் தொய்வை உண்டாக்க வீணாக முயற்சித்தது. மின்விசிறியின் வெப்பக்காற்று ஜன்னல் காற்றின் குளிர்ச்சியில் ஆவியானது.

அவன் கட்டிலை விட்டு எழுந்தான். படுக்கையறை மூலையில் வைக்கப்பட்டிருந்த தொலைக்காட்சிப் பெட்டியை இயக்கினான். ஏதோ வெளிநாட்டு சானலிலிருந்து கூவி ஆர்ப்பரிக்கும் சத்தம் உயர்ந்தது. அதொரு நடன உருவம். விளக்குகள் ஒளிர்வதும் அணைவதுமாக இருந்தன. குறைந்த ஆடைகளை உடுத்திய பெண் உடல்களை ஏக்கத்துடன் பார்த்துக்கொண்டிருந்தான். பிறகு திரும்பி அவளருகில் வந்தான்.

'அனிதாவுக்கு டான்ஸ்ஆடத் தெரியாதா..?'

அவனது உதடுகளிலிருந்து எழுந்த சத்தம் மென்மையாக இருந்தது. அவள் எதுவும் பேசாமல் அவனையும், பிறகு அவ்வப்போது டெலிவிஷன் காட்சிகளையும் பார்த்து தலைகுனிந்து அமர்ந்திருந்தாள். இப்போது தொலைக்காட்சிக் கூச்சல்கள் உச்சத்தை எட்டியிருந்தன. நடனமாடிக்கொண் டிருந்த பெண்கள் தங்கள் ஆடைகளைக் களைந்தெறியத் தொடங்கியிருந்தார்கள். வியர்வையும் கிரீமும் கலந்த ஆண் உடல்கள் அருவருப்பான அசைவுகளுடன் இடுப்பை ஆட்டிக் கொண்டிருந்தன. நிர்வாணப் பெண் உடல்களின் புடைப்பு களைக் கண்ட அவனுடைய கண்கள் மிருகத்தனமான ஏதோ உணர்ச்சிக்கு ஆளானது.

'உனக்கு டான்ஸ் தெரியாதா? வா நாம கைக்கோர்த்து டான்ஸ் ஆடலாம்.'

அவன் அனிதாவின் தோளில் கை போட்டான். அவனது கால்கள் மெல்ல ஆடத் தொடங்கின. அவள் அசையவே இல்லை.

‘இன்னைக்கு நம்ம முதலிரவு மாதிரி எனக்குத் தெரியுது. பழசையெல்லாம் மறந்து இன்னைக்கு அனிதா என்கூட டான்ஸ் ஆடுவியா..?’

தொலைக்காட்சிச் சத்தம். பக்கத்து மேசையிலிருந்த ரிமோட்டை எடுத்து அழுத்தினான். அறையில், திருவிழா மைதானத்தைப் போன்ற களேபரம் நிறைந்திருந்தது. பக்கத்து வீடுகளில் இருப்பவர்கள் என்ன நினைப்பார்களென்று நினைத்துப் பார்த்தாள். அதைப் பற்றிக் குறிப்பிட்டால் எத்தகைய எதிர்வினை இருக்குமென்று தெரியாததால் எல்லாவற்றையும் பொறுத்துக் கொண்டாள். மிகுந்த அடக்கத்துடன் அவனது கைகளுக்குள் அமிழ்ந்தாள். அவனது விரல்கள் அவளது தோளிலிருந்து மார்பை நோக்கி வருவதைக் கண்டாள். நடனத்தின் முரட்டுத்தனமான தாளத்துடன் அவனது விரல்கள் அவளது இரவு உடையின் பொத்தான்களை அவிழ்க்கத் தொடங்கின. எதிர்க்கவேண்டுமென்று மனதில் எண்ணியபோதிலும் அதை வெளிப்படுத்த வலுவற்றவளாக இருந்தாள். காற்றில் பறந்து செல்லும் ஒரு சருகைப்போல அவளது உள்ளாடை அறையின் ஏதோ மூலையில் போய் விழுந்தது. ஒருபோதும் அவனெதிரில் இவ்வளவு வெளிச்சத்தில் அம்மணமாக நின்றதில்லை என உள்ளூர சொல்லிக்கொண்டாள்.

‘வேண்டாம், என்னைத் தொல்லைப்படுத்தாதீங்க’ என்று அவளுடைய கண்கள் மௌனமாக எதிர்த்தன. ஆனால் அவன் எதையும் பொருட்படுத்தவில்லை. தொலைக்காட்சிச் சத்தத்தில் அவன் எதையோ சொன்னது அவளுக்குப் புரியவில்லை. உயிர்ப்பான தாளத்தில் அவனது கால்கள் அருவருப்பாக ஆடின. அவளுடைய மார்பை அழுத்தி வேதனைப்படுத்தினான். அவனுடைய எல்லாச் செய்கைகளுக்கும் கீழ்ப்படிந்தாள். தாக்குப்பிடிக்க முடியாத வலிமையுடன் அவளை இழுத்து மார்போடு சேர்த்துக் கொண்டான். அவள் உடல் வேர்த்தது. அந்த வியர்வை மணத்தை தனது மூக்குக்குள் இழுத்துக்கொண்டான். பின்னர், அவள் சற்றும் எதிர்பாராத வேளையில் அவளைப் பலமாகத் தரையில் கிடத்தினான். அந்த மிருகத்தனமான வேகத்தில் ஒரு களிமண் பாத்திரத்தைப்போல விழுந்து உடைந்தாள்.

‘பெண்களின் மணத்தை நான் அறிந்ததில்லை. வாசனைத் திரவியங்களினுடைய ரசாயனப் பொருட்களினுடைய மணத்தை விருப்பம்போல நான் அனுபவித்ததுண்டு. ஒவ்வொரு நிமிடமும் எனக்குள் ஆழ்ந்து செல்லும் நறுமணத்தில், ஒரு பெண் உடலின் மணத்தைத் தேடிக்கொண்டிருக்கிறேன். சொல்லுங்கள்

டாக்டர்... பெண்ணின் மணம் என்ன? அது எப்படி இருக்கும்? நான் அனுபவித்த எதுவும் பெண்ணின் மணம் அல்ல. எனது கனவுகளுக்குள் பிரவேசித்த பெண் உடல்களில் கூட எந்த மணமும் இருந்ததில்லை. அப்போதெல்லாம் பூக்களுடையதும், நறுமணப் பொருட்களுடையதுமான மணத்தை அறிந்தேன். கனவின் நறுமணத்தைக்கூட என்னால் அனுபவிக்க முடிகிறது சார் . . . என்னால் முடியவில்லை. எனது தலை வீங்குகிறது. நான் சாகப் போகிறேனா... சொல்லுங்க சார்... எனக்கு வாழ வேண்டும் என்கிற ஆசை தீரவில்லை. நான் வாழ வேண்டும். அதற்காக சார்... ப்ளீஸ்... நான் வாழ வேண்டும்...'

'அனிதாவைத் திருமணம் செய்தபோதிலும் நான் ஒரு பெண்ணை அறிந்ததில்லை..? அவளுடைய மணத்தை அறிந்த தில்லை... சார்... அவள் அருகில் வரும்போதும் இழுத்தணைக்கும் போதும் சாம்பிராணியின் மணத்தையே உணர்ந்தேன். அல்லது ஏதேனும் ஊதுபத்தியின் மணம். குழந்தைப்பருவத்தில் அம்மாவின் அருகில் செல்லும்போது நான் உணர்ந்த ஒரு மணம் உள்ளது. அதை எப்படி விவரிப்பது சார்... எனக்குத் தெரியாது. என் அப்பா, அம்மாவிடம் சொல்வதைக் கேட்டிருக்கிறேன். நீ அருகில் வரும்போதுதான் ஒரு பெண்ணின் மணத்தை உணர்கிறேன். அப்பாவின் வார்த்தையை கேட்ட பிறகு அம்மாவின் மணத்தை அறிந்துகொள்வதற்காக பலமுறை அம்மாவின் அருகில் அமர்ந்திருக்கிறேன். அவள் மடியில் தலைவைத்து உறங்கியிருக்கிறேன். அப்போதெல்லாம் நான் அனுபவித்த ஓர் ஆனந்தம் உண்டு. அதை எப்படி சார் சொல்லிப் புரிய வைப்பது..? அதைப் போன்றதொரு மணத்தை இதுவரை உணர்ந்ததில்லை சார்... அதுவென்ன சார்... என் தலை வீங்கத் தொடங்குகிறது. என்னுடைய பார்வை போகிறது சார்... நான் இதே இருட்டுக்குள் அமிழ்ந்து அமிழ்ந்து...'

ஆழத்தின் மீது அலைகள் இல்லாத ஒரு தெளிந்த நீர் நிலையைப் போல கடல். வெண்மணற்பரப்பின் மீது ஈரமான கடல்காற்று. நிம்மதியின் தெளிந்த நீரூற்றாக கடல் மெல்ல மெல்ல அருகில் வருவதைப்போல. சாந்தமான சமுத்திரத்தின் ஆழங்களை நோக்கி கண்களை வெறித்து வெளிக்கூடத்தில் அனிதா நின்றாள்.

அவளது கண்கள் நீர் நிறைந்த தடாகம். டாக்டர் வருவதைப் பார்த்து எழுந்தாள். வராந்தாவின் ஊடாக வீசிய காற்றுக்கு ஊதுபத்தியின் மணம்.

'அனிருத்தன் தூங்கிட்டு இருக்கான். நானொரு மருந்தைக் குடுத்திருக்கேன். அவன் தூங்கட்டும். நாம கொஞ்சதூரம் சும்மா நடந்திட்டு வரலாம்.'

94 மதுபால்

மருத்துவமனை வாசலில் மாலைவெயில் படர்ந்திருந்தது. வெளியே விசாலமான தோட்டத்தில் நிறைந்திருந்த மரங்கள்மீது காற்று. ஆளற்ற ஒரு பிரேத வனத்தைப்போல மருத்துவமனை கட்டடம் தனித்து நிற்கிறது.

வராந்தாவில் அனிதா நின்றுகொண்டிருக்கிறாள்.

திரும்பி நின்ற டாக்டர் அழைத்தார். அவள் ஒரு கற்சிலையைப் போல. இப்போது அவள் கன்னங்களில் கண்ணீர்த் தாரை சூரியவெளிச்சத்தில் ஒளிர்கிறது. அனிதாவின் அருகில் சென்றார் டாக்டர். அவளை எப்படித் தேற்றுவது எனத் தெரியாமல், ஒரு நிமிடம் கழித்துப் பேசினார்:

‘கல்யாணம் முடிஞ்சு ரொம்ப நாள் ஆகலையே. எல்லாம் சரியாயிடும். குழந்தைப் பருவத்துல அனிருத்தனுக்குத் தன்னோட அம்மாகிட்ட தோணுன ஒரு நெருக்கம். அவனோட மனசுல அதிகமா இருக்குது. அது … அது மாறிடும் … மாறக் கூடியதுதான் … அனிதா எதுக்கும் பயப்பட வேண்டாம்.’

‘இல்ல சார். . . இது மாறும்னு எனக்குத் தோணல. எத்தனை நாளாச்சு … பார்த்துட்டுத்தானே இருக்கேன். அவரோட கண்கள்ல ஒரு பிரத்யேக பாவனை … சந்தேகமா என்னை … ஒண்ணா இருந்த நாள்கள்ல எனக்கு அது புரியல … மூடி வெச்ச அறையில தன்னந்தனியா என்னோட நிமிஷங்க. வெளியே கேட்கற ஒவ்வொரு சத்தத்திலேயும் யாரோ ஒருத்தன் என்னைப் பார்க்க வர்றதா ஒரு நெனைப்பு. உதவிக்கு ஒருத்தரைகூட கூப்பிட முடியாத விதமா பூட்டி வெச்சிருக்கற ஃபோன். வராந்தாவுல வீசிட்டுப் போற பத்திரிகையக் கூட சந்தேகமா எடுக்கற அனி. பக்கத்துல போற போது தர்ற வதைகள். அனியோட ரௌத்திரமான கண்கள்ல தெரியற சிவப்பு. கடிதம் எடுத்துட்டு வர்ற தபால்காரனை வழியிலேயே தடுத்து நிறுத்தி, வீட்டுக்குக் கடிதங்கள் இருந்தா கொண்டு போய்க் குடுக்கக் கூடாதுன்னு மிரட்டல் விடுற அனி. பழைய சாமான்களை வாங்க வந்த பையனை கேட் எதிர்ல பார்த்ததும் அவனைப் பயங்கரமா அடிச்ச அனி. அந்த எஞ்சின வீரியம் அத்தனையையும் என்னோட உடம்பு ஏத்துக்கிட்ட நாள்கள்.’

எதுவும் பேசாமல் அனிதா நிற்பதைக் கண்ட டாக்டர் மீண்டும் வராந்தா மீதேறினார்.

தொலைவில் பால் கம்பெனியிலிருந்து ஒரு சைரன் ஒலித்தது. அதொரு ஆம்புலன்ஸின் அலறலுக்கு நீண்டது.

அனிதாவின் மௌனத்தைக் கவனித்த டாக்டர் பயந்தார். அவள் எதையாவது கூறினால் அனிருத்தன் இனிமேல்

தொடரவிருக்கும் செய்கைகளில் ஆறுதலின் நிழலை வழங்க முடியுமென்று டாக்டர் நம்பினார். மனப்பொருத்தங்களில் ஒரு வாழ்க்கையின் முத்துமணிகளைக் கோர்க்க முடியும். ஆனால், சந்தேகத்தின் நிழல்களில் எப்படி நிம்மதியான ஒரு வாழ்க்கையைக் கோர்ப்பது?

நீண்ட நாட்கள் மருத்துவமனை வாசத்திற்குப் பிறகு ஓரிரவு. அனிதாவின் படுக்கையறையில் அனிருத்தன் களைப்புடன் தூங்கிக் கொண்டிருந்தான். டாக்டர் தந்த மருந்துகளை நேரம் தவறாமல் அனிதா கொடுத்து வந்தாள். அவற்றை ஒரு வார்த்தை கூட பேசாமல் வாங்கி உட்கொள்வான். அவள் நாற்காலி யிலிருந்து எழுந்து தொலைக்காட்சியை இயக்கினாள். திரையில் பாலமுரளி கிருஷ்ணாவின் இசைக் கச்சேரிக் காட்சி. அவள் ரிமோட்டை எடுத்து ஒலியைக் குறைத்தாள். பின்னர் பட்டன்களை அழுத்தி சேனல்களை மாற்றிக்கொண்டே இருந்தாள். கடைசியாக ஒரு சானலில் நிறுத்தினாள். நிர்வாண மேனியுடன் நிறையப் பெண்களும் ஆண்களும். கடற்கரையிலுள்ள அரண்மனையில் நடனமாடிக் கொண்டிருக்கிறார்கள். அனிருத்தனின் மனதில் எப்போதும் இந்த நிர்வாண உடல்கள்தான். அவளது கண்கள் அக்காட்சியில் நிலைத்தன. அவ்வப்போது அனிருத்தனைப் பார்த்தாள். அவன் தூங்கிக்கொண்டிருந்தான். மனதிற்குள் ஒரு முடிவெடுத்தாள். அனிருத்தன் கண்விழிக்கும்போது சொல்ல வேண்டும். உங்கள் கனவுகளின் ஒரு பெண்ணாக இதோ மறுபிறவி எடுத்திருக்கிறேன். இனி எஞ்சியிருக்கும் காலமெல்லாம் உங்கள் எதிரில் பெண்ணின் நறுமணத்துடன் இருப்பேன்.

அணிந்திருந்த இரவுஆடையை ஒரு பூவைப்போலப் பிரித்தெடுத்து அவனருகில் அமர்ந்தாள். கனவுகள் நிரம்பி வழியும் அவனது மூடிய கண்கள். அறையெங்கும் முரட்டு இசை. தொலைக்காட்சி ஒலியைக் கூட்டினாள். இந்த இரைச்சலின் ஏற்ற இறக்கத்தில் எந்நிமிடத்திலும் அனிருத்தன் கண்விழிக்கக் கூடும். அவளை இந்தக் கோலத்தில் காணும்போது அவனது கண்கள் ஒளிரும். அறையில் முற்றத்தை நோக்கி ஒரு கதவு மட்டும் திறந்திருந்தது. இங்கு, இவ்வீட்டில் வசிக்கத் தொடங்கிய பிறகு முதல்முறையாகப் படுக்கையறையின் ஜன்னல் திறந்து கிடக்கிறது அனிதா தனக்குள் சொல்லிக்கொண்டாள். அறைக்குள் குளிர்ந்த காற்று வருகிறது. இவ்வுலகிற்கு ஆறுதலின் புதிய காற்று வருவதற்காக அந்த ஜன்னல் திறந்தே இருக்கட்டும். இப்போதுஅறையெங்கும் குளிர்.

●

11

நட்சத்திரங்களின் நடுவில்தான் வாழ்க்கை

இவ்வளவு தாழ்ந்த வானத்தை உலகில் எங்குமே காண முடியாது என்று ஜூன் 20ஆம் தேதி இங்கே வந்து தங்கி, திரும்பிப் போகும்போது மேத்யூ பால் கூறினார். பல உலகநாடுகளின் வானத்தைப் பார்த்திருக்கிறேன். சில நாடுகளில் மேத்யூ பால் எனக்குத் துணையாக இருந்திருக்கிறார். மலைகளைச் சுற்றிலும் ஒரு பந்தலைப்போல கீழே நழுவி இறங்கியிருக்கிறது வானம். ஒன்றரை வருடங்களாக இம்மலையில் வசித்து வருகிறேன். ஆனால், ஒருபோதும் வானத்தை ஒரு விரல்நுனி யில் தொட முடியுமெனத் தோன்றியதில்லை. ஆனால், அப்படியொரு காட்சியைப்பற்றிச் சொல்வதற்கு மேத்யூ பால் வர வேண்டியிருந்தது. ஒரு வாரம் தங்கிவிட்டுத் திரும்பிப் போகும்வேளையில் மேத்யூ பால் வானத்தைப்பற்றிக் குறிப்பிட்டார். அந்நேரத்தில்தான் நானதைக் கவனித்தேன்.

செங்குத்தான மலைத்தொடர்களில் மரங்கள் எதுவுமில்லை. ஆள் உயரத்திற்குப் பசும்புற்கள் வளர்ந்து நிற்கின்றன. இம்மலைப்பிரதேசத்தை கனடாவைச் சேர்ந்த குரியச்சன் வாங்கியிருந்தார். கிட்டத்தட்ட முன்னூற்றிப் பத்து ஏக்கர். பனியும், இதமான வெப்பத்தைத் தரும் வெயிலும், மெல்லிய குளிர்க்காற்றும் இம்மலைத்தொடர்களைச் சுற்றிக் காணப்படுகின்றன. ஃபிலடெல்ஃபியாவில் பத்தொன்பது ஆண்டுகள் வசித்துவிட்டு மும்பையை வந்தடைந்ததும் நகரம் அலுப்பை மட்டும் மிச்சம்

வைத்தது. அவ்வேளையில் குரியச்சன் சொன்னார்: எஞ்சிய காலம் இங்கே வாழ்ந்து முடிக்கலாம். அவர் சொல்லவில்லை; ஒரு மின்னஞ்சல் அனுப்பியிருந்தார். பிறகு மாத்யூ பாலின் கருத்துக்கு நான் செவி சாய்த்தேன். அவரும் கட்டாயப்படுத்தினார்.

விசாலமான நகரச்சாலைகளைக் கடந்து குறுகலான இந்த மலைப்பாதைக்குள் ஒடுங்கிப் பதினெட்டு மாதங்கள் ஆகின்றன. மனதிற்குப் பேரமைதி. வாசிப்பறையில் கணினித் திரையில் வந்து நிறையும் தகவல்களுக்கு நிம்மதியின், ஆறுதலின் மெல்லிய ஸ்பரிசம். ஜூன் 27ஆம் தேதி மேத்யூ பால் புறப்படும் போது பள்ளத்தாக்கு வரை உடன் வருகிறேன் என்றேன். ஆனால், அவர் தனித்துச் செல்வதாகக் கூறினார். எனது உடல்நிலை மலையிறக்கத்திற்கு உகந்ததல்ல என்று அன்புடன் கடிந்துகொண்டார். ‘தனியாகத் தான் வந்தேன். திரும்பிப் போறதும் தனித்தே இருக்கட்டும். அதுதான் அதோட ஒரு … என்ன …’ அவர் கூறுவதைக் கேட்டு நிற்க மட்டுமே முடிந்தது.

‘எப்படின்னாலும் இந்த வானத்தைப் பார்த்துகிட்டிருக்க உன்னால முடியுதே. நீ அதிர்ஷ்டசாலி. உண்மைதான் குஞ்ஞுண்ணியே … நீ அதிர்ஷ்டசாலிதான் … இவ்வளவு கீழே தாழ்ந்திருக்கற வானத்தை உலகத்துல வேற எங்கேயும் பார்க்க முடியாது …’

நாளை என் பிறந்தநாள். நேற்று வந்த மின்னஞ்சலில் ஒரு வாழ்த்துச் செய்தி இருந்தது. அதைப் பற்றிய நினைவு அப்போது தான் எழுந்தது. என்னுடைய அறுபதாம் பிறந்தநாள். மேத்யூ பாலுக்கு எத்தனை வயது இருக்கும்? ஐம்பது … ஐம்பத்தைந்து … இங்கே தங்கியிருந்தபோது கேட்கமுடியவில்லை. எங்களிடையே கிட்டத்தட்ட பத்து வருடப் பரிச்சயம்உண்டு. வயதைப் பார்த்து அல்லவே அறிமுகமானதும் நண்பர்களானதும் ஒன்றாக வசிக்கத் தொடங்கியதும் எல்லாம். எல்லாம் நிமித்தங்கள் … அல்லது விதி.

விதி …

அந்த வார்த்தையை யாரிடமிருந்து முதலில் கேட்டேன்? அப்பா ..? ஆமாம், அப்பாதான் கூறினார். இருபதாம் வயதில் பட்டப்படிப்பு தேர்வு முடிவுகள் வெளிவந்த நாள். ஒரு தாளில் தோல்வியடைந்து விட்டேன். தேர்ச்சி பெற்றுவிடுவேன் என்கிற நம்பிக்கை இருந்தது. இருப்பினும் தேர்ச்சி பெற நான்கு மதிப்பெண்கள் தேவைப்பட்டன. மறுமதிப்பீட்டுக்கு விண்ணப்பிக்குமாறு எல்லோரும் சொன்னார்கள். அச்சமயத்தில் அப்பா சொன்னார், ‘பரவாயில்லடா … இப்படி நடக்கணும்ங்கறது விதியாக இருக்கலாம். இனித் திரும்பவும் ஒருதடவை எழுத லாம். பிரார்த்தனை பண்ணிக்க … உன்னோட விதி.’ பின்னர்

வாழ்க்கையின் பல கட்டங்களில் இந்த வார்த்தை விடாமல் பின்தொடர்ந்தது. ஐம்பதாம் பிறந்தநாளின் போது ஃபிராங்க்ஃபர்ட் விமான நிலையத்தில் விமானத்தின் வெளியேறும் கதவிலிருந்த ஏணிப்படி மீது கால் வைத்தபோது தலைசுற்றிக் கீழே விழுந்தேன். இரண்டு வருடம் நினைவிழந்து படுத்துக்கிடந்தேன். அதுவும் ஏற்கனவே எழுதப்பட்ட விதியாக இருக்கலாம். மறுபடியும் தன்னுணர்வைப் பெறுவேன் என்று யாருக்கும் நம்பிக்கை இல்லை. இருப்பினும் இவ்வானத்தைக் காண்பதற்காக வாழ்ந்துகொண்டிருக்கிறேன். நிம்மதியான தெளிந்த மனதுடன்.

அருகிலுள்ள விமான நிலையத்திலிருந்து இருநூற்றி ஐம்பது கிலோ மீட்டர் காரில் பயணித்தால் குளிர்க்காற்று வீசும் இத்துண்டு நிலப்பகுதியை வந்தடையலாம். புள்ளிக்கானம் எஸ்டேட் ரோடும், வனஅதிகாரிகளின் செக்போஸ்ட்டும் தாண்டினால் இந்த மண்பாதை குரியச்சன் கட்டிய பங்களாவுக்கு மட்டுமே வந்து சேரும். மூன்று படுக்கையறைகளும், படிப்பகமும், சிட்டிங் கம் டைனிங் ரூமும், சமையலறையும் கொண்ட இரண்டடுக்குக் கட்டடம். பேக்கட் துரை கட்டடத்தை வடிவமைத்திருந்தார். முன்பு குரியச்சன் திருவனந்தபுரத்தில் இருபது வருடங்களுக்கு முன்பு துரையைச் சந்தித்த போது ஒரு வீட்டைக் கட்ட வேண்டும் என்றார். அன்று வரைந்து தந்த டிசைனை பிற்பாடு இந்த மலைச்சரிவில் கட்டடமாக எழுப்பினார்.

பங்களாவின் பின்பக்கமாக இன்ஸ்ட்டிடியூட்டுக்கான தார்ச் சாலை செல்கிறது. முன்னூற்றிப் பத்து ஏக்கர் நிலத்தின் ஏழு ஏக்கரில் குரியச்சனும், வரீதும் இணைந்து இப்படியொரு தொழிலகத்தை உருவாக்கினார்கள். கேள்விப்பட்ட போது மகிழ்ச்சியடைந்தேன். என்னுடைய பாடவிஷயம். கேரளத்தில் ஒரு மேலாண்மை மற்றும் தொழில்நுட்ப பள்ளிக்கூடத்தின் பெரும்வளர்ச்சியைப் பற்றி மேத்யூ பாலின் பூனா ஃபிளாட்டில் அமர்ந்து பேசிக்கொண்டிருந்தார் வரீது. அப்போது நான் அங்கு சென்றேன். ஐஸ்லோக்கில் மாதாந்திர மருத்துவப் பரிசோதனையை முடித்து விட்டுப் பூனாவுக்குக் கிளம்பினேன். மருத்துவமனையில் ஸ்கேனிங் செய்யக் கண்மூடிப் படுத்துக் கிடந்தபோது முதலில் நினைவுக்கு வந்தவர் மேத்யூ பால்.

மேத்யூவும் வரீதும் மிகவும் கட்டாயப்படுத்தினார்கள். ‘குஞ்ஞுண்ணி இது உன்னோட ஒரு திட்டமா எடுத்துக்க. நம்ம எல்லோருமா சேர்ந்து இங்க இருக்கற கொழந்தைகளுக்கு, ஏதாச்சும் செய்யலைன்னா எப்பிடி. எல்லோரும் அமெரிக்கா வுக்கும் கேம்பிரிட்ஜுக்கும் போய்ப் படிக்கமுடியுமா? பணம் பண்றதுக்கான ஒரு யோசனையா இல்லாம ஏதாச்சும் நல்ல காரியம் பண்ணினோம்ங்கற திருப்தி... அப்புறம் வயசான காலத்துல ஒரு

ரிட்டயர்ட்மெண்ட் லைஃப்... அதனால குஞ்ஞுண்ணி இதுக்கு ஒத்துக்கணும்...'

வாழ விரும்பியதும் வாழ்ந்து காட்ட விரும்பியதும் இப்படியெல்லாம் தானா..? பருத்திப்புள்ளி கிராமத்தில் அய்னி மலையோரத்தில் ஓடு வேய்ந்த வீடு. வீட்டின் எதிரில் பரந்த நெல்வயல். வயலுக்கப்பால் கோடையிலும் வற்றாத சித்திர நதி.

ஊரைவிட்டு முதல்முறையாகப் பருத்திப்புள்ளிக்குப் போனவர்தான் அப்பா. திரும்பி வந்து அம்மாவையும் என்னையும் சகோதரிகளையும் தம்பியையும் அழைத்துப் போனார். காட்டையும் புதர்களையும் வெட்டி அகற்றி நிலத்தைப் பண்படுத்தி பொன் விளையும் பூமியாக்கினார். எதிர்பார்ப்பின் தண்ணீர் பாய்ச்சினார். நிம்மதியின் அறுவடைக் காலம். தனது குழந்தைகளைக் காட்டிலும் மண்ணை அதிகம் நேசித்தார் அப்பா. அப்பாவின் அன்பு, பங்கிட்டுத் தருவதற்கானதெனத் தோன்றியபோது கவலை நீங்குகிறது. அதை அம்மா சொல்லவும் செய்தாள்: 'உங்களுக்கு எங்களைவிட அதிக அக்கறை தோட்டத்து மேல தான். கொழந்தைங்களை நிமிர்ந்து கூட பார்க்கறதில்ல. அவங்களுக்கு ரொம்ப கவலை...' அப்பாவின் பதிலை வாசலை ஒட்டிய படிப்பறையிலிருந்து கேட்டேன்.

'இதுங்க எல்லாம் எதையாச்சும் கொத்தித்தின்னு எங்கேயாவது பறந்து போயிடுங்க. கடைசிக்காலம் வரை இந்த மண்ணு மட்டும்தான் மிச்சம் இருக்கும். நாம செத்தப் பெறகும் அவங்களுக்கு ஒரு நல்ல எதிர்காலம் வேணும்னா இந்த மண் இருக்கணும்டி திரேசா குட்டி... ஒடம்புக்கு முடியறப்ப நல்லா உழைச்சா வயசான காலத்துல யாரோட உதவியும் தேவைப் படாது. அந்த சுகமே தனிதான்...'

அப்பா மீதான வருத்தம் அத்துடன் தீர்ந்துபோனது. குழந்தைகளுக்காக இரவு பகல் பாராமல் கஷ்டப்படும்போது அன்பைக் காண முடிந்தது. எந்தத் தேவைக்கும் அதனுடைய மதிப்பை உணர்ந்து அப்பா உதவினார். அந்த அன்புதான் இன்று இதுவரை அழைத்து வந்திருக்கிறது.

பட்டப்படிப்பை செப்டம்பர் மாதத்தில் எழுதி முடித்ததும் ஒரு வேலை வேண்டுமென்று முதலில் தோன்றியது. பாலக்காட்டு வடக்கன்தறயில் வசித்து வந்த கருணாகர அண்ணனின் வீட்டுக்கு அப்பாவைப் பின்தொடர்ந்து சென்றேன்.

'இவன் என்னோட பையன் சார்... அலெக்ஸ். சார் இவனை வேலையில சேர்த்துக்கணும்.'

'என்ன படிச்சே?'

கருணாகர அண்ணன் அலுவலக அறையிலிருந்து கேட்டார். சான்றிதழ்களை எதிரில் வைத்தேன். மதிப்பெண் சான்றிதழைப் புரட்டிப் பார்த்து திருப்பித் தரும்போது கேட்டார்:

'நல்ல மார்க் இருக்குதே... எம்.காம் படிக்கலாமே..?'

'படிக்கணும். இருந்தாலும் ஒரு வேலை கெடைச்சா படிப்பையும் தொடரலாம்... அப்பாவுக்கும் உதவியா இருக்குமே...'

கருணாகர அண்ணனுக்குப் பிடித்துவிட்டது. அவரது சிரிப்பில் அதைக் காண முடிந்தது: 'திறமைசாலி'.

'சபஸ்டியா... அலெக்ஸை வேலைக்கு எடுத்துக்கறேன்... இவன் உன்னோட பையனே தான்... உழைக்கணும்ங்கற மனசு இருக்குதில்லையா... இந்தக் காலத்துப் பையன்ங்கிட்ட இல்லாத ஒண்ணு...'

அப்பாவின் கண்கள் நிறைந்தன. திரும்பும்போது அசோகா பவனில் தேநீர் பருகினோம். பஸ்ஸில் அமர்ந்து காற்று வாங்கும்போது அப்பா சொன்னார்: 'படிக்கற ஆசை இருந்தா என்கிட்ட சொல்லலாமே. பணத்தை நான் தருவேன் இல்லியா... சொன்னா போதுமே.'

'வேலைக்குப் போறது நல்லதுதானே... எனக்குக் கீழே மூணு நாலு பேர் இருக்காங்களே. முடியற காலத்துல அப்பாவுக்கு உதவி பண்ணினா அதோட பலன் எனக்குக் கெடைக்கும். அதனாலதான் அப்பா...'

'எனக்கு எதுவும் வேண்டாம்டா குஞ்ஞுண்ணியே... பாசம் இருந்தா போதும் எல்லாத்துக்கும்...'

கருணாகரன் அண்ணன்தான் என்னை அமெரிக்காவுக்கு அனுப்பி வைத்தார். எம்.பி.ஏ முடித்துவிட்டு சிக்காகோ பல்கலைக்கழகத்தில் உதவித்தொகையையும் வேலையையும் ஏற்பாடு செய்ததும் விமானம் ஏற்றி விட்டதும் கருணாகர அண்ணன் தான். அவர் இறந்தபோது வந்து பார்க்கக்கூட இயலவில்லை. இப்போது இந்த அறையில் மாலையிட்டு மாட்டப் பட்டிருக்கும் படங்களில் ஒன்று கருணாகர அண்ணனுடையது. இல்லாவிடினும் வாழ்க்கை என்பது இப்படித்தான். சில நமது கைக்கு எடுத்து வந்து தரும். சில கையிலூடே வழிந்து போவதைச் செய்வதறியாது பார்த்து நிற்க மட்டுமே இயலும்.

மேகங்கள் இல்லாத வானத்தில் ஒரு விமானம் உறுமியது. ஓசை எல்லையின்மைக்கு அகன்று போனது. கண்ணாடி ஜன்னலில் வானம் நீலநிறமாகக் காட்சியளித்தது. இலைகளில்லாத ஒற்றை மரம். புல்மேடு, கண்ணாடியை விளிம்புக்கு விளிம்பாகப்

பகுத்திருந்தது. கண்ணாடிச் சட்டமிட்ட ஒரு ஓவியத்தைப் போல. விருப்பத்திற்கேற்ப மாற்றக்கூடிய ஒரு டிஜிட்டல் பெயிண்டிங். வளாகத்தில் ஆள் நடமாட்டம் இல்லை. இன்ஸ்ட்டிடியூட் மாணவர்கள் கிறிஸ்துமஸ் பண்டிகைக்காக வீடுகளுக்குப் போயிருக்கிறார்கள். தோட்டக்காரனும், வாட்ச்மேனும், மூன்று நான்கு தமிழர்களும் பணியாள் குடியிருப்பில் இருக்கக் கூடும். சமையல்காரர் வந்து போயிருப்பார். இனி சாயங்காலம் திரும்பிவந்து இரவு உணவைச் சமைத்து வைத்து விட்டுக் கிளம்புவார். அறுபதாம் பிறந்தநாளைத் தனியாகக் கொண்டாட வேண்டும். கதறியவாறு பூமிக்குத் தனித்து வந்தோம். என்றும் யாரேனும் உடன் இருப்பார்கள் எனக் கருதுவது சுத்த அபத்தம். யாருக்கும் யாரையும் பொருட்படுத்தக் கூட நேரமில்லை. தத்தமது நிமிடங்களில் தத்தமது காரியங்களுக்காக மட்டும் வாழ்கிறார்கள்…

வயதானபோது அப்பாவுக்குப் பிடிவாதம் அதிகரித்தது. சின்னக்குழந்தைகளைப்போல எல்லாவற்றிற்கும் விடாப்பிடியான பிடிவாதம். தங்கைகளும் தம்பியும் நல்ல நிலையை எட்டியபோது வீட்டில் ஒண்டி ஆளானார் அப்பா. எனது இன்றைய நிலைமை. அம்மாவின் மரணம் அப்பாவை அனாதை ஆக்கியது. எல்லாவற்றையும் நிறைவு செய்துவிட்டுக் கடைசிக் காலத்தில் அப்பாவுக்குத் துணையாக இருக்கத் திரும்பி வர முடிவெடுத்திருந்தேன். ஒவ்வொரு விடுமுறையின் போதும் திரும்பிச் செல்லும் வேளையில் அப்பா சொல்வார்:

'இன்னை வரைக்கும் உன்னோட கல்யாணம் நடக்கவே இல்லையே…'

'நடக்கும் அப்பா… நேரம் வரலைன்னு நெனைக்கறேன்…'

'மத்தவங்க எல்லாம் கரையேறின பெறகும் உனக்கு மட்டும்… விதி…'

அப்பாவின் கண்களின் விழிமணிகளைச் சுற்றி ஒரு வெண்ணிற வட்டம் காணப்படும். வயதான போது அதனுடைய வெண்மை அதிகரித்துக் காணப்படுகிறது. நனைந்த கண்களைத் துடைத்து, அப்பா தன்னிடமே சொல்லிக் கொண்டார்: 'நான் சாகறதுக்குள்ள குஞ்ஞுண்ணியோட கல்யாணத்தைப் பார்க்க முடியுமா என்னோட கர்த்தரே…'

'எல்லாம் நடக்கும் அப்பா…'

அப்பா எதுவும் பேசாமல் சாய்வு நாற்காலியில் படுத்திருந்தார்.

எனக்குத் தெரியும். அப்பா எதைப்பற்றி யோசித்துக் கொண்டிருக்கிறார் என்று. விரும்பிய ஒருத்தியைப் பற்றிக் குறிப்பிட்ட போது அதெல்லாம் சரிப்பட்டு வராது என்று

விலக்கினார். என்னுடைய எந்த விருப்பத்திற்கும் மறுப்பு சொல்லாத அப்பா இதை மட்டும் வேண்டாம் என்று அடம்பிடித்தார். அது எதற்காகவென்று இன்றுவரை எனக்கு விளங்கவேயில்லை. அப்பெண்ணுக்குத் திருமணமாகி விட்டது. இப்போது இரண்டு குழந்தைகள் இருக்கிறார்கள். ஹீத்ரூ விமான நிலையத்தில் கடைசியாகப் பார்த்தேன். பன்னிரண்டு வருடங்களுக்கு முன்பு.

மருத்துவமனையில் படுத்தவாறு என்னைப் பார்க்க வேண்டும் என்று அப்பா பிடிவாதம் பண்ணினபோது எல்லாவற்றையும் ஒதுக்கிவிட்டுத் திரும்பி வந்தேன். அதிகாலை யில் வீட்டில் நுழைந்தேன். ஏழு நாட்கள் மருத்துவமனை வாசத்திற்குப் பிறகு எல்லாச் சிகிச்சைகளும் முடிந்தன. இனி வீட்டில் தங்கி ஓய்வெடுக்கட்டும் என்று மருத்துவர் சொல்லி யிருந்தார். அப்பா வீட்டுக்கு வந்து ஒருமாதம் ஆகியிருந்தது. அவர்தான் கேட்டைத் திறந்தார்.

‘எப்படி இருக்கீங்க அப்பா..?’

ஓ... எந்தப் பிரச்சினையும் இல்ல. பெறகு வயசாகுது இல்லியா...’

‘அப்பா இங்க தனியா..?’

‘பசங்க இருந்தாங்க. எல்லோர்கிட்டயும் கௌம்பச் சொன்னேன். ஒவ்வொருத்தருக்கும் அவங்கவங்களோட வேலைகள்... நாம இங்க படுத்துக் கெடக்கறோம்ங்கறதுக்காக...’

‘இருந்தாலும் அப்பா இப்பிடி முடியாம இருக்கறப்ப... தனியா விட்டுட்டு..?’

அப்பாவின் அறையில் ஃபிளாஸ்கில் வைக்கப்பட்டிருந்த கருப்புத் தேநீரை நீட்டினார்.

‘நீ பயணக் களைப்புல வந்திருக்கே. கொஞ்சம் படுத்து ஓய்வெடு. ஒண்ணு ஒண்ணரை மணிக்குக் கூப்பிடறேன்... எனக்கு உன்கிட்ட ஒரு விசயத்தைச் சொல்ல வேண்டியிருக்குது.’

‘அப்படின்னா இப்பவே சொல்லுங்க. நான் அப்புறமா போய்ப் படுக்கறேன்.’

‘வேண்டாம்டா... ரொம்ப நேரம் உட்கார்ந்து வந்திருக்கே. கொஞ்சம் ஓய்வெடுத்தப் பெறகு சொல்றேன்.’

‘ஆனா அப்பா...’

பிறகு எதுவும் பேசாமல் படுக்கையறையைச் சுட்டிக் காட்டினார். கட்டிலில் அமர்ந்தார்.

அப்பா மிகுந்த சோர்வுடன் காணப்பட்டார். என்னிடம் சொல்வதற்கு என்ன உள்ளது. நாற்பது வயதில் கல்யாணம் பண்ணாமல் இருப்பது அப்பாவுக்குக் கவலையளிக்கிறது. போகட்டும். இனி மேல் ஒரு கல்யாணம். அதெல்லாம் சரிப்பட்டு வராது. அப்பாவுக்காகவே இந்த வீட்டைக் கட்டினேன். நான் வரும்போது மட்டும் திறக்கக் கூடிய படுக்கையறை. கட்டிலில் விரிக்கப்பட்டிருந்த ஷீட்டை உதறிவிட்டுப் படுத்தேன். உள்ளே அப்பாவின் அறையில் ஏதோ கீழே விழும் சத்தம் கேட்டது. பதறியடித்து அவரது அறைக்குப் போனபோது சுவாசிக்க முடியாமல் திணறிக்கொண்டிருந்தார். அப்பாவின் கண்கள் மேல்நோக்கி செருகிப் புரண்டுக்கொண்டிருந்தன. அப்பா ... அப்பா ... என்கிற அழைப்புக்குச் செவிசாய்க்காமல் அவரது வாயிலிருந்து அரற்றல் சத்தம் மட்டும் வெளிப்பட்டுக் கொண்டிருந்தது. கைகளால் தாங்கிப் பிடித்து அவரது மார்பைத் தடவினேன். கண்களை வெறித்துக் காற்றைப் பலமாக இழுத்தார். முதலாவது சுவாசம். இரண்டாவது சுவாசம். பாரம் மிகுந்த மூன்றாவது சுவாசம், ஒரு புயல் காற்றைப் போல என் முகத்தில் பட்டு பரவிச் செல்வதை உணர்ந்தேன். அப்பாவின் கண்கள் மேல்நோக்கி சென்று அசைவிழந்தன. கர்த்தரே, இதைக் காண்பதற்குத் தானா இந்த அதிகாலையில் வந்து சேர்ந்தேன்? சொல்வதற்கு எதைஎதையோ மிச்சம் வைத்து எதுவும் சொல்லாமல் அப்பா போய்விட்டார்.

பார்த்துக்கொண்டிருக்கையில் அவர் உயர எடுத்துக் கொள்ளப்பட்டார். அவர்கள் கண்களுக்கு மறைவாக ஒரு மேகம் அவரை எடுத்துக்கொண்டது.

அவர் போகிறபோது அவர்கள் வானத்தை அண்ணாந்து பார்த்துக்கொண்டு நின்றார்கள்.

சடங்குகள் முடிந்ததும் வீட்டைத் தங்கைக்கு எழுதிக் கொடுத்து விட்டு மும்பைக்குத் திரும்பிப்போனேன். யாரு மில்லாமல் தனிமையில் இத்தனைக் காலம் வாழ்ந்துவிட்டேன். அப்பா சொல்ல விரும்பியது என்னவென்று பலமுறை யோசித்துப் பார்த்தேன். ஏதேனும் சமிக்ஞைக்காகக் காத்திருந்தேன். எந்த உறக்க வேளையிலும் அப்பா வரவில்லை. ஒவ்வொரு ஞாயிறுகளிலும் தேவாலயத்தின் பிரார்த்தனை மண்டபத்தில் நிற்கும்போது கர்த்தரை விடக் கூடுதலாக அப்பாவை அழைத்தேன். ஆனால், எனது கனவுகளில் ஒருமுறைகூட அப்பா வரவில்லை. எதையும் சொல்லவுமில்லை.

தூய வானத்தைப் பார்த்துக்கொண்டிருப்பதில் ஒரு சுகம் உண்டு. எல்லாப் பரபரப்புகளிலிருந்தும் விலகிய

இம்மாலைநேரத்தில் அப்பாவைப் பற்றி மட்டும் சிந்திக்கிறேன். என்றேனும் ஒருநாள், அப்பா சொல்வதற்காக மிச்சம் வைத்ததைச் சொல்வார் என்கிற எண்ணம் விரும்பக்கூடியதாக இருந்தது. காற்று வீசுகிறது. நல்ல குளிர். வானத்தின் சூரிய ஒளி சிவப்பை விரித்திருக்கிறது. நிறங்கள் நிறைந்த வானம். கண்ணிமைக்காமல் வானத்தின் அதிசயத்தைப் பார்த்துக்கொண்டிருந்தேன். மெல்ல மெல்லக் கண்கள் மூடுகின்றன.

பக்கத்தில் யாரோ நிற்கிறார்கள். எனது மார்பை அவர் தொடுகிறார். 'குஞ்ஞுண்ணியே' என்கிற அழைப்பை இப்போது கேட்க முடிகிறது. கர்த்தரே, அது அப்பாவின் குரல் அல்லவா? கடைசியில் அப்பா வந்து விட்டாரே? நான் எத்தனை காலமாக உங்களுக்காகக் காத்திருக்கிறேன் அப்பா. அப்பா ஏன் எதுவும் பேசாமல்...

'குஞ்ஞுண்ணியே, நான் உன்னைப் பார்த்துக்கொண்டிருக்கிறேன். நான் நினைவுகூர்வது உனது விஷயத்தை மட்டுமே. குறிப்பிட்ட வயதைத் தாண்டி விட்டால் துணைக்கு யாரும் இருக்க மாட்டார்கள்... தனியாக மரணத்திற்கு அடிபணிய வேண்டியிருக்கும். எனது அந்திமக் காலத்தில் துணையாக இருந்தாய். ஆனால், உனது அந்திம நாட்களில் உனக்குத் துணையாக யாரும் இருக்க மாட்டார்கள். அதுதான் என் பயம்... அதுதான் உன்னோட விதி...

'என்னிடம் சொல்ல விரும்பியது இதைத்தானா அப்பா... எனக்குத் துணையாக அப்பா இருப்பீங்க. அது போதும் அப்பா. இறந்த பிறகு... ஆனா வாழற போது...'

மேகமூட்டத்தை விலக்க ஒரு புயற்காற்று வீசியது. இப்போது என்னால் வானத்தைத் தொடமுடியும். மேகங்களின் ஊடாக பனியைப்போல மிதந்து போக இப்போது என்னால் முடிகிறது. எனது விரல்நுனிகளில் அப்பாவின் கைகள் இருந்தன. அது எனக்கு நிம்மதியைத் தருகிறது. எதுவும் இல்லாவிட்டாலும் யாருமில்லாவிட்டாலும் என்னுடன் அப்பா இருக்கிறார்.

ஃபோன் ஒலிக்கிறது. இந்த பூமி முழுவதும் மணியோசை ஒலிக்கிறது. யாரோ எங்கிருந்தோ ஒரு வாழ்த்துக் கூற அழைக்கக்கூடும். ஆனால், என்னால் அதைக் கேட்க முடியவில்லை. கர்த்தரே, அப்பா என்னை எங்கே அழைத்துப் போகிறார். வானத்தைத் தொட்டபடி இப்படிப் பயணிக்கும் நான் எவ்வளவு பெரிய அதிர்ஷ்டசாலி.

●

12

சிறகுகள் இல்லாமல்
தேவதைகள் பறப்பதுண்டு

6042ஆம் நம்பர் ரயில்வண்டி மங்களாபுரத்தி லிருந்து புறப்பட்டுக் கிட்டத்தட்ட இரண்டு மணிநேரம் ஆகியிருக்கும். ஏ ஒன் கம்பார்ட்மெண்டில் மூன்றாம் நம்பர் பெர்த்தில் டாக்டர் ஹேமலதா அமர்ந்திருப்பாள். இப்போது ரயில் கண்ணூர் நிலையத்தில் இரண்டாவது நடைமேடையில் நின்றிருக்கும். அங்கு கண்ணன் அவளைச் சந்திக்கக் கூடும். அவனிடமிருந்து அவள் பேக்கை வாங்கியிருப்பாள். பேக்கில் மருந்துகள் இருக்குமோ... என்னவோ?

கோயம்புத்தூர்—சொர்ணூர் பயணிகள் ரயில் இருபத்தி ஐந்து நிமிடங்கள் தாமதமாக இப்போது ஓடிக்கொண்டிருக்கிறது. அதில் முதல்வகுப்பு கம்பார்ட்மெண்டில் டி – குபேயில் டாக்டர் நாகராஜன் அமர்ந்திருக்கிறார். ஆரோக்கியமான திடகாத்திரத் தோற்றமும், அறுபது வயதிலும் ஓர் இளைஞனின் சுறுசுறுப்பும், சுமார் ஆறடி உயரமும் கொண்டவர் நாகராஜன். அவரது வலது கைக்குக் குறைபாடு இருப்பது முதல் பார்வையில் தெரியாது. 6042 – நம்பர் ரயிலில் தனித்துப் பயணித்துக் கொண்டிருக்கும் மகளைப்பற்றி யோசித்தார். தனித்துப் பயணிப்பதால் அவளுக்கு ஏதாவது அசௌகரியங்கள் இருக்குமோ..?

ரயில் வண்டிகள் இரண்டு திசைகளிலிருந்து ஒரே இலக்கை அடைய ஓடிக்கொண்டிருந்தன.

மழைமேகம் சூழ்ந்த வானம். ஆகவேதான் உஷ்ணம் அதிகமாகத் தெரிகிறது. ஒரு குளிர்ந்த காற்று வீசினால் மழை பெய்துவிடும். ரயில் வண்டியின் சோம்பலான அசைவு ஒரு ஏற்றப்பாட்டின் தாளத்தைப் போலத் தெரிந்தது. ஹேமலதா வாசித்துக்கொண்டிருந்த புத்தகத்தை மடக்கிவைத்தாள்.

ஹேமலதாவின் அருகில் அமர்ந்திருந்தவன் அவளிடமிருந்து மிகவும் பணிவுடன் தண்ணீர் பாட்டிலை வாங்கி மூடியைத் திறந்து வாயில் ஊற்றிக்கொண்டான். ரயில்வண்டியின் அசைவில் கொஞ்சம் தண்ணீர் அவனது கன்னத்தில் வழிந்து உடையை நனைத்தது. சாரி என்று சொல்லி ஹேமலதாவிடம் தண்ணீர் பாட்டிலைத் திருப்பிக்கொடுத்தான்.

மங்களாபுரத்திலிருந்து ஹேமலதாவுடன் ரயிலேறி அவளது எதிர் இருக்கையில் அமர்ந்துகொண்டான். வெள்ளை நிற பேண்ட்டும் இளம் மஞ்சள் நிற சட்டையும் அணிந்திருந்தான். அகன்ற நெற்றி முழுவதும் தெரியும்படி தலைமுடியைப் பின்பக்கமாக வாரியிருந்தான். தங்கநிற ஃப்ரேமைக்கொண்ட மூக்குக் கண்ணாடியை அணிந்து ஓரிரண்டு நரைத்த அடர்ந்த மீசையைத் தடவி மெல்லச் சிரித்தான். அந்தச் சிரிப்பு நன்றிக்குறிப்பாக இருந்தது. நாற்பத்தி ஐந்து வயதின் குளிர்ச்சிக்குள் பிரவேசிக்கும் உடலை மீண்டும் இளமையின் வாசற்படியில் கட்டிப்போட வேண்டும் என்கிற தோரணையும் பாவனையும்.

'டாக்டர் சாப்பிடலையே... வாங்கணுமா?'

'வேண்டாம், நான் எடுத்து வந்திருக்கேன்.'

டாக்டர் ஹேமலதா பேக்கைத் திறந்து உணவுப் பொட்டலத்தை எடுத்தாள். இப்போது ரயில் ஏதோ பாலத்தின் ஊடாகக் கடந்து சென்றுகொண்டிருந்தது. ஏசி கம்பார்ட்மெண்ட் என்பதால் வெளியில் ரயில் வண்டியின் சத்தத்தை அவர்கள் உணரவேயில்லை. ஹேமலதா சாப்பிடுவதை வேடிக்கை பார்த்துக்கொண்டிருந்தான். பாண்டிச்சேரி மினரல் வாட்டர் பாட்டிலின் மூடியைத் திறந்து அவளுக்கு உதவினான். ஏதேதோ நிலையங்களில் வண்டி நின்றது. யார் யாரையோ ஏற்றிக்கொண்டு வண்டி பயணத்தைத் தொடர்ந்தது. அந்தப் பயணத்தில் டாக்டர் ஹேமலதா அவனை ஒரு நல்ல துணையாகவே கருதினாள். நட்பின் பளிங்குப்பாத்திரத்தை ஈரம் காயாத துணியால் துடைத்துக்கொண்டிருந்தாள். வெளிச்சத்தின் மெல்லிய வானவில்கள் கம்பார்ட்மெண்டில் அவர்கள் எதிரில் ஒளிர்ந்து கொண்டே இருந்தன.

டாக்டர் நாகராஜன் வாட்சைப் பார்த்து நேரத்தைத் தெரிந்துகொண்டார். தனது வண்டி சொர்ணூரை எட்டும்போது

ஹேமலதாவின் வண்டியும் அவ்விடத்தை அடைய வேண்டு மென்று மனதாரப் பிரார்த்தித்தார். அப்படி நிகழாமல் தனது வண்டி போய்ச் சேர்வதற்கு முன்பாக ஹேமலதாவின் வண்டி வந்துவிட்டால், அதில் தன்னால் ஏறமுடியாமல் ஹேமலதா தனித்துச் செல்ல நேர்ந்தால்... ஏனோ இரவு வேளையில் அவளைத் தனியே அனுப்ப நாகராஜனுக்கு விருப்பமில்லை. பத்திரிகை களின் வெள்ளைப்பக்கத்தின் கருப்பு எழுத்துகள் அவரது மனதைத் தொடர்ந்து அலைக்கழித்துக்கொண்டிருந்தன.

வயல்களில் நதிவெள்ளம் நிறைந்திருந்தது. மழைச்சாரல் லேசாக கம்பார்ட்மெண்டிற்குள் தெறித்தது. நாகராஜன் கண்ணாடியை இறக்கி ஜன்னலைச் சார்த்தினார். மழைச்சாரல் கண்ணாடியில் முத்து மணிகளாக வழிந்தது. டாக்டர் ஹேமலதா படுக்கையை விரித்தாள். கூந்தலை அவிழ்த்து மீண்டும் முடிந்து பெர்த்தில் ஏறிப் படுத்துக்கொண்டாள். சைட் லைட்டைப் போட்டாள். ஒரு வாரஇதழைத் திறந்தாள். பக்கத்தில் இருந்தவன் அவளையே கவனிப்பதை அப்போதுதான் உணர்ந்தாள். அவள் பதற்றமடைந்தாள். எங்கிருந்தெனத் தெரியாத ஏதோ வெப்பம் தனக்குள் நுழைவதைப்போல.

‘தூங்கலையா?’

‘டாக்டர் படுத்துக்குங்க. லைட் ஆஃப் பண்ணறேன்.’

அவன் டியூப் லைட்டை ஆஃப் செய்தான். அவளுடையது லோயர் பர்த். நேர் மேலேயும் சைட் அப்பர் பெர்த்திலும் இரண்டு சிறுவர்கள் மேலேறிப் படுத்துத் தூங்கத் தொடங்கினார்கள். அவன் எழுந்து வெளியே சென்றான். தனித்திருக்கும் போது அவள் அவனை நினைத்துக்கொண்டாள். ஷொர்ணூரை எட்டும் போது அப்பாவும் அங்கே இருக்க வேண்டும்... இல்லா விட்டால் இரவு தனியாக...

முப்பத்தி இரண்டு வயதைக் கடந்தபோதிலும் டாக்டர் ஹேமலதாவுக்குத் திருமணம் ஆகவில்லை. மனதுக்குப் பிடித்த ஒருவன் கிடைக்கவில்லையென்று கேட்பவர்களிடம் சொன்னாள். இப்போது மெடிக்கல் ஜெர்னலின் எழுத்துகளின் மீது மதிப்பிற்குரிய ஒரு முகத்தைக் கண்டாள். அது வெளியே போன ஜானகிராமனுடையது. மணிப்பூரின் பிஸினஸ்காரனான அவனிடம் வார்த்தைகளால் வெளிப்படுத்த இயலாத ஏதோ வசீகரிப்பு இருப்பதாக அவளுக்குத் தோன்றியது. நாகர்கோவிலில் அவளுடைய அப்பா நடத்தும் கிளினிக்கின் பக்கத்தில்தான் ஜானகிராமனும் வசித்து வருகிறான் என்கிற விஷயம் அவளுக்கு நிறைவைத் தந்தது. இந்த இரவுநேரப் பயணத்தை முதல்முறையாகத்

தனியாக மேற்கொள்கிறாள். இந்தப் பயணத்தில் ஜானகிராமன் இருப்பது கடவுளின் தீர்ப்பு என்று கருதினாள்.

வெளியே போன ஜானகிராமன் திரும்பி வந்தான். அவளைப் பார்த்தான்.

'டாக்டர் தூங்கலையா..?'

அவள் சிரித்தாள்.

'உங்களுக்கு இந்த வெளிச்சம் டிஸ்டர்ப்னா, ஆஃப் பண்ணறேன்...'

'இல்ல... இல்ல...'

அவனும் சிரித்தான். படுக்கையை விரித்துப் படுத்தான்.

அவள் விளக்கை அணைத்தாள்.

இருட்டில் மின்விசிறியின் சத்தம். ரயிலின் அசுரத்தாளம். நீல வெளிச்சத்தின் மங்கிய நிலவு. ஏதேதோ நிறுத்தங்களில் நின்று ரயில் தனது பயணத்தைத் தொடர்ந்தது.

ஹல்ப் மீ... ஹல்ப் மீ... என்கிற சத்தத்தைக் கேட்டுக் கண்விழித்தேன். வெளிச்சமும் நெரிசலும் ஆட்களின் அமளியும் ரயிலுக்குள். ஆஜானுபாகுவான ஒரு முதியவரின் அருகில் நின்று ஹேமலதா அழுதுகொண்டிருந்தாள். நான்கைந்து ஆட்களும் போலீஸ்காரர்களும் ஜானகிராமனைப் பிடித்திருக்கிறார்கள். முற்றிலும் களைத்துப்போன அவன் மூச்சிறைத்துக்கொண் டிருந்தான். ஹேமலதாவின் அப்பா கொடூரமாக முறைத்து வலதுகையால் ஜானகிராமனின் முகத்தில் ஓங்கிக் குத்தினார். ஒரு பட்டாசு வெடிக்கும் சத்தம். போலீஸ்காரர்கள் அவரைத் தடுத்தார்கள். அவர்களைத் தள்ளிவிட்ட நாகராஜன் சொன்னார்:

"ஐ வில் கில் தி பாஸ்டர்ட்...'

நாகராஜன் கத்துகிறார். அவன் உதடுகள் துடிக்கின்றன. கண்கள் சிவந்திருக்கின்றன. என்ன நடந்ததெனக் கேட்டேன்.

'அந்தப் பொண்ணை பலவந்தப்படுத்த முயற்சி பண்ணினான்...'

'ரேப் அட்டம்ட்...'

'தூங்கிக்கிட்டிருந்த அவங்க ஒடம்பு மேல கையை வெச்சான்.'

ஒரு நாடகம் பார்க்கும் ரசிப்புடன் ஆட்கள் இரவு உறக்கத்தைத் தொலைத்து அந்தக் காட்சியில் பங்கேற்றார்கள்.

ஞானகிராமனும் அழுதுகொண்டிருந்தான். அவனது டி சர்ட்டில் ரயில் நிலையத்தின் சகதி படிந்திருந்தது. நான் எதையும் செய்யவில்லை என்று அழுகையின் நடுவில் சொன்னான். நாகர்கோவிலை எட்டியதும் ஞானகிராமனையும் அவனது குடும்பத்தையும் அழித்துவிடுவதாக இடதுகைக்காரனான நாகராஜன் ஆத்திரத்துடன் சொல்லிக்கொண்டிருந்தார். திரும்பத் திரும்ப அவனை அடிப்பதற்காக கை ஓங்கினார். ஹேமலதா, அழுதுகொண்டே அப்பாவைத் தடுத்தாள். போலீஸ்காரர்கள் ஹேமலதாவை விசாரிக்கத் தொடங்கியதும் நாகராஜன் அவர்களை விலக்கினார்.

'ஐ நோ... ஐ நோ... எனக்குத் தெரியும். என்ன பண்ணணும்னு எனக்குத் தெரியும். இவள் என்னோட மகள்... தனியா பயணம் செஞ்ச ஒரு பெண்கிட்ட... வேண்டாம் கேஸூம் கோர்ட்டும் எதுவும் வேணாம்... ஐ நோ... இவனை என்ன பண்ணணும்னு எனக்குத் தெரியும்.'

பச்சை விளக்கு எரிந்தது. வண்டி அசையத் தொடங்கியது. டாக்டர் ஹேமலதா வண்டியில் ஏறினாள். ஆட்களும். நாகராஜன் தனது இடதுகையால் ஞானகிராமனைத் தூக்கியெடுத்து வண்டிக்குள் தள்ளிவிட்டார். அப்போது அவன் அழுதபடி சொல்லிக்கொண்டிருந்தான். 'நான் எதுவும் பண்ணல. நான் நிரபராதி...'

நிறைய நிம்மதியிழந்த மனிதர்களுடன் புதிய புதிய சம்பவங்களின் காட்சியை நோக்கி அப்போதும் ரயில் விரைந்து கொண்டிருந்தது.

நான் ஞானகிராமனைப் பார்த்தேன். களைத்துப் போய் நின்றிருக்கும் இம்மனிதனின் கண்களை நம்ப மறுக்க ஏனோ எனக்குத் தோன்றவில்லை. நாகராஜனின் எதிரில் ஒரு பூனைக்குட்டியைப்போல பம்மி நின்றிருந்தான். அவனுக்கு மனைவியும் குழந்தைகளும் இருக்கமாட்டார்கள்... இருக்கக் கூடும். அனுசரிக்கக் கூடிய ஒரு மனிதனாகத்தானே ஞானகிராமன் இருந்தான். அப்படிப்பட்டவன் டாக்டர் ஹேமலதாவை என்ன செய்திருப்பான். யாரோ தன்னைப் பலவந்தப்படுத்த முயன்றதாக ஹேமலதா சொல்கிறாள். அப்படிச் செய்தவன் ஞானகிராமனாக இருப்பானா? இந்த நிகழ்வுகள் அனைத்தும் உறக்கத்தின் நிலையற்ற நீர்நிலையின் ஆழத்தில் ஹேமலதா கண்ட கனவாக இருக்குமோ? தெரியாது. ஒரு அறிமுகமற்றப் பார்வையாளனின் கண்களில், பத்திரிகைத்தாள்களில் அச்சு மைப் புரள்வதற்கான செய்திகள் தாம் இவை.

ஜானகிராமன் தலைகுனிந்து அமர்ந்திருக்கிறான். வெளிச்சத்தில் அவனது கண்கள் நிரம்பி வழிவதைக் காணலாம். அவனைக் கொன்றுவிட வேண்டும் என்கிற ஆத்திரத்தில் நாகராஜன் அமர்ந்திருக்கிறார். மனித வாழ்க்கையில் புலப்படாத தீயச்சக்திகள் எப்படியெல்லாம் செயல்படுகின்றன. முடிவு செய்து உறுதிப்படுத்திய பயணங்கள் மீது உறுதி செய்யப்படாத கருநிழல் எத்தனை விரைவாகப் பரவுகிறது.

ஹேமலதாவிடம் படுத்துக்கொள்ளுமாறு நாகராஜன் கூறுகிறார். ஆனால் ஹேமலதா அசையாமல் அமர்ந்திருக்கிறாள். அவள் மனம் இருட்டின் ஆழங்களுக்குள் அமிழ்ந்து போயிருக் கிறது. அங்கு கனவும் நனவும் சேர்ந்து குழைந்திருக்கின்றன.

ஜானகிராமனை எதற்காக நாகராஜன் கொண்டு போகிறார். அவர்கள் அவனைக் கொல்லப்போகிறார்களா... எஞ்சிய வாழ்நாட்களை எப்படி செலவிடப் போகிறது அவனது விதி?

ரயில் நின்றது. அது நான் இறங்க வேண்டிய ஸ்டேஷன் என்பதை ஆட்களின் சத்தத்திலிருந்து புரிந்துகொண்டேன். பேக்கை எடுத்து இறங்குவதற்கு முன்பு மீண்டுமொரு முறை ஜானகிராமனைப் பார்த்தேன். இறங்கிச் செல்பவர்களிடம் என்னைக் காப்பாற்றுங்கள் நான் அப்பாவி என்று அவனது கண்கள் மன்றாடின. எல்லாக் கண்களும் வெறுப்புடன் அவனைப் புறக்கணித்துக் கடந்து போகின்றன. அவர்கள் தன்னையும் தனது வார்த்தைகளையும் நம்புவார்களென்று ஜானகிராமன் மீண்டும் எதிர்பார்த்தான்.

வெகுநேரம் கழித்து அவனது எதிர்பார்ப்புகளுடன் ரயில் விரைவதைப் பார்த்துக்கொண்டிருந்தேன். தனியாக இருட்டில். கடைசியில் சிவந்த வெளிச்சமும் மறைந்தது. என்னால் எதையும் செய்ய இயலவில்லை. எண்ணற்ற, இயல்பை மீறிய சம்பவங்களின் நிலையற்ற நீர்நிலைகளில் நான்... ஹேமலதாவின் முகபாவத்தையும் அந்த பீதியையும் பார்த்துக்கொண்டிருந்தேன். அத்துடன் கண்ணீர் சிந்தும் ஜானகிராமனையும்.

வெறிச்சோடிய ரயில்நிலையத்திலிருந்து வெளியே வந்தபோது இருட்டில் நான் ஒருத்தனைப் பார்த்தேன். அவன் என்னருகில் வந்தான். 'நான் உங்களுக்காகக் காத்திருக்கிறேன்.'

'நீங்க யார்..? எதுக்காக..?'

'நான் யாராகவோ இருக்கட்டும். ஆனால், உங்களை இப்படி விட எனக்குத் தோன்றவில்லை.'

'நீங்க என்ன பண்ணப் போறீங்க..?'

ஓ... எதுவுமில்ல... நானும் கம்பார்ட்மெண்டில உங்க கூட இருந்தேன்.'

நான் அவனைப் பார்த்தேன். இந்த மனிதனை அந்த வண்டியில் பார்த்ததாக ஞாபகம் இல்லை.

'சிலசமயம் நீங்க என்னைப் பார்த்திருக்க மாட்டீங்க. இருக்கட்டும். ஆனா உங்க மனசை நிம்மதியிழக்கப் பண்ணணும் னும் எனக்கு விருப்பம் கெடையாது.'

மீண்டும் இந்த ஆள் என்ன சொல்கிறானெனத் தெரியாமல் திகைத்து நின்றேன்.

'நிறைய அழுத அந்தப் பொண்ணை நீங்க பார்த்தீங்க தானே... அவங்க பக்கத்துல நான் நின்னுக்கிட்டிருந்தேன். கனவுகள் மட்டும் காணுற அந்தப் பொண்ணுகிட்ட எனக்கு கொஞ்சம் விஷயங்கள் சொல்ல வேண்டி இருந்திச்சு. பல நாள்கள் அவள் கூட இருந்தேன். அவளோட கனவுகள்ல நான் மட்டுமே இருந்தேன். ஆனா சூழ்நிலைகள்...'

எனக்குப் புரிந்தது. டாக்டர் ஹேமலதாவை பலவந்தப்படுத்த முயற்சி பண்ணினவன் இவனாகத்தான் இருப்பான். ஜானகிராமனின் நிலைமையைப் பார்த்த எனக்கு இவன் மீது கோபம் எழுந்தது.

'இருக்கட்டும். நான் மீண்டும் டாக்டர் ஹேமலதாவைப் பார்ப்பேன். நானில்லாமல் அவளால தூங்க முடியாது...'

'இனி ஜானகிராமனை அவங்க...'

'ஓ... அவனொரு அப்பாவி மனுசன்...'

நான் பார்த்துக்கொண்டிருக்கும் போதே என்னெதிரில் நின்ற அவனது தலையில் இரண்டு கொம்புகள் முளைத்தன. பிறகு ஒரு சிரிப்பை உதிர்த்த அவன் வானத்தை நோக்கிப் பறந்துபோனான்.

●

13

பள்ளத்தாக்கிலிருந்து மலையேறுபவர்கள்

மூடப்பட்ட அறையின் ரகசியப் பூட்டுத் திறக்கப்படுகிறது. அதைப்பற்றிக் கூற யாரும் விரும்புவதில்லை என்றே இயல்பாகக் கருதுகிறோம். மலையேற்ற வேளையில் கதை தொடங்குகிறது. அவர்கள் மூவர். இருபத்தி இரண்டு வயது இளம்பெண்ணும், இருபத்தி நான்கு வயது இரண்டு இளைஞர்களும். அவர்கள் மனிதர்களைக் கண்டு அஞ்சினார்கள். பயம் என்பது ஓர் உணர்வு என்றும் அது எழுப்பும் பிரச்சினைகள் வாழ்க்கையிலிருந்து ஒளிந்தோட ஊக்கப்படுத்துமென்றும் நீதிபோதனை வகுப்பில் அவர்களுக்கு வகுப்பெடுத்த ஆசிரியை கூறியிருந்தாள்.

எல்லோரும் இளம்பெண்ணை மாயா என்று அழைத்தார்கள். ஆனால், அவளது நிஜப்பெயர் இருதய லட்சுமி. இப்படியொரு பெயர் இருக்கிறாதவெனத் தன்னிடமே கேட்டு மாயா என்கிற பெயரைத் தேர்ந்தெடுத்தாள். ஐந்தாம் வகுப்பு முடிந்தபோது. அந்த வயதில் விஷயங்களைப் பகுத்தறிந்து இனம் காணமுடியுமா என்கிற ஐயம் எல்லோருக்கும் இயல்பாகவே தோன்றும். ஒருநாள் பள்ளிக்கூடத்தை விட்டுத் திரும்பும்போது ஒரு சன்னியாசியைச் சந்தித்தாள். இருதய லட்சுமி என்ற பெயரைத் தனது பெற்றோர்கள் சூட்டியதாகச் சன்னியாசியிடம் கூறினாள். சன்னியாசி அவளது தலையில் கைவைத்து ஆசிவழங்கும்போது, அவரது

உச்சரிப்பை உதட்டசைவின் மூலம் தெரிந்துகொண்டாள்: 'சர்வமும் மாயையால் ஆசீர்வதிக்கப்பட்டிருக்கிறது.'

அன்றைக்கு வீடு திரும்பிய அவள் தனது இருநூறு பக்கங்களைக் கொண்ட நோட்டுப்புத்தகத்தில் ஓராயிரம் முறை எழுதினாள். மாயா... மாயா... முன்பு அம்மா ஸ்ரீராமஜெயம் என்றெழுதிய நோட்டுப்புத்தகங்களை அம்மாவின் பழைய துணிப்பெட்டியிலிருந்து தேடியெடுத்தாள். அதைப்போலவே ஐந்தாம் வகுப்பு சிறுமியொருத்தி தனது அனைத்துப் புத்தகங்களிலும் பெயர் எழுதப்பட்டிருந்த இடத்தில் மாயா என்றெழுதி பெயர்மாற்றம் செய்தாள்.

மாயா வீட்டை விட்டுக் கிளம்புவதைப் பற்றி அப்பாவிடம் சொல்லியிருந்தாள். அப்போது அப்பா கேட்டார்: 'என்னைக்குத் திரும்புவாய்.' அதொரு கேள்வியாக இருக்கவில்லை. இரண்டு பேர் விடைபெறும்போது விசாரிக்கும் ஓர் உசாவல். அவள் சாதாரணமாகச் சொன்னாள்: 'மிஞ்சிப் போனா ரெண்டு நாள். அதுக்குள்ள அப்பாவும் திரும்பி வந்திடுவீங்கதானே?' அதொரு கேள்வியாக இருந்தது. மனிதர்களுக்கிடையே நெருக்கம் நிகழ்வது மனம் திறக்கும்போதுதான். அப்பாவும் மாயாவும் பாசத்தின் தொடர்ச்சியாக இருந்தார்கள்.

வாழ்க்கையில் ஒவ்வொருவருக்கும் ஒவ்வொரு விதமான வழிகள் உள்ளன. அதற்கிணங்க நாம் முன்னோக்கிச் செல்கிறோம். ஒருவன் நன்றாக இருப்பதைக் காணும்போது மற்றவர்கள் பொறாமைப் படுவதுண்டு. அந்தக் குணத்தை மாற்ற வேண்டியுள்ளது. சட்டென்று அதை மாற்றுவது கடினம். அதற்கு நற்சிந்தனைகளைச் செயல்படுத்தி மனதிலிருக்கும் அழுக்கு களைக் கழுவித் தூய்மைப்படுத்த வேண்டும். அப்போதுதான் மனிதனாக வாழ்ந்தோமெனக் கூற முடியும். பலர் அதிருப்தி யுடனும் அமைதியின்மையுடனும் இருப்பதைக் காண்கிறோம். அதற்குக் காரணம் தீராத ஆசைகள். ஆசைகளை அடக்கி, நம்மைக் கட்டுப்படுத்தும் ஆற்றல் இருந்தால் மட்டுமே உண்மை யான மனம் படைத்தவர்களாவோம்.

மலையேறுபவர்களில் ஒருவன் அனிருத்தன். வயது 24. அவனைப் பொருத்தவரை வீட்டில் குறிப்பிடத்தக்க வருமானம் எதுவுமில்லை. அவனுடைய அப்பா கட்சி அலுவலகத்தில் துப்புரவுத் தொழிலாளி.

பெரிய பெரிய தலைவர்கள் வருகை தரும்போது பெட்டிகளை எடுத்து வைப்பதும், குளிப்பதற்காக வெந்நீர் தயாராக்கிக் கொடுப்பதும், வேளாவேளைக்கு 'காப்பி, சாயா...' என்று அவர்கள் அழைக்க முற்படுவதற்கு முன்பாகக் கையில்

சேர்ப்பதுமாக இருப்பார். ஆளையும் தகுதியையும் பார்த்து பீடி, குதப்புவதற்கான வெற்றிலை வகையறாக்கள். பிறகு அடுத்தவர்களுக்குத் தெரியாமல் மிலிட்டரிக்காரர்களுக்கான ஒதுக்கீட்டிலிருந்து ஒரு ஜவான் ரம்மையும் ஏற்பாடு செய்து கொடுப்பார். அதன் மூலம் கிடைக்கும் துச்சமான தொகையில் ஒரு வாழ்க்கையை அல்ல; ஒரு குடும்பத்தையே பாதுகாக்கும் நிலையில் இருப்பவர்.

அவரது மகன் அனிருத்தன் படிப்பில் கெட்டிக்காரன். ஆகவே, சக நண்பர்களுக்கு அவன்மீது பொறாமை. மனிதர்கள் எதற்காகப் பொறாமைப்படுகிறார்கள் என்று மாயாவிடம் கேட்பான். அப்போதெல்லாம் அவள் தனது அப்பா எழுதிய கடிதங்களைப் படித்துக்காட்டுவாள்.

அதொரு நிம்மதி. மாயாவின் அப்பா முன்னேறியபோதுதான் இந்த வாழ்க்கைக்கு ஓர் அர்த்தம் உண்டானதாக அடுத்தவருக்குக் கேட்காதபடி சொன்னாள்.

அவனுக்குத் தனது அப்பா மீது எந்தப் பிரியமும் இல்லை. அப்பா இன்றும் பெரிய தலைவர்களின் அடிமையாக வாழ்வதைக் கண்டு வருந்தினான். விளிம்புநிலை மக்களின் கட்சி என்பது இனிப் பிறக்கப் போகும் மனிதர்கள் காணும் ஒரு கனவாக இருக்க வேண்டும். அவன் சொல்வதைக் கேட்டு அப்பா கையை ஓங்கி அவனை அடிக்க வந்தார். அம்மா தடுக்காவிட்டால் அடி விழுந்திருக்கும். அவனுக்கு கம்யூனிசம் என்பது செல்வந்தரைப் போல ஒரு பெரும் நிறுவனமாகத் தோன்றியது.

மனிதர்களும் விளக்கங்களும் நிறைந்த ஒரு நிறுவனம். விசாலமான மனித விருப்பங்கள் நிறைவேறக்கூடிய, நன்மைகளால் செழிக்கும் கனவுகளைப் பற்றி அப்பா சொல்வதைக் கேட்டிருக்கிறேன். எல்லோருக்கும் எல்லாம் கிடைக்கும். யாரும் எதற்கும் கவலையோ கஷ்டமோ படத் தேவையில்லை. இருப்பவன் இல்லாதவன் என்கிற மதிலை எழுப்பக் கூடாது. மனிதர்களுக்கிடையே பரஸ்பரம் எல்லைகளைப் பிரிக்கும் வேலிகள் இல்லாத ஒருலகைப் பற்றி அப்பா பாடுவதும் பேசுவதுமான தினங்களைப் பற்றி மாயாவிடம் சொல்வான். அச்சமயங்களில் அவன் கண்கள் நிறையும். மனிதனின் நன்மையைப் பற்றித்தானே நாம் கனவு காண வேண்டுமென்று மாயா சொல்வதைக் கேட்டு ஆறுதலடைந்து சிரிப்பான்.

சூரியனைக் காட்டிலும் பூமி சிறியது. சூரியன் பூமிக்கு வெளிச்சத்தைத் தருகிறது. அந்த வெளிச்சத்தை வைத்து உயிரினங்கள் வாழ்வதற்கான அனைத்தையும் பூமி ஆயத்தப் படுத்தித் தருகிறது. மனிதனைத் தவிர்த்த உயிரினங்கள் அதை

ஒழுங்காகப் பகிர்ந்து அனுபவிக்கின்றன. ஆனால், மனிதன் அதில் அதிகாரம் செலுத்துகிறான். அது அகங்காரத்திலிருந்து உருவாகிறது. அகங்காரம் என்பது சூரிய வெப்பத்தைவிட ஆபத்தானது. சூரியவெப்பத்தில் எப்படிப் பனி உருகி இல்லாமல் ஆகிறதோ அவ்விதம் அகங்காரத்தை உருக்கி இல்லாமல் செய்ய வேண்டும்.

சமரியோஸ் முதலில் மலையேறிக்கொண்டிருந்தான். அவன் பிறந்ததும் வளர்ந்ததும் கேரளத்திற்கு வெளியே. அதொரு மெட்ரோ நகரம். அவனது பெற்றோர்கள் அவனை அடுக்குமாடிக் குடியிருப்புக்கு வெளியே விட மாட்டார்கள். குழந்தைகள் வளர்ந்துகொண்டிருப்பதை உணர வேண்டும் என்று சிந்திக்கக்கூடிய ரகத்தைச் சேர்ந்தவர்கள் அவர்கள். குழந்தைகள் வயதை எட்டும் வரை கூண்டிலேயே இருக்க வேண்டுமென்று கருதக் கூடியவர்களில் அவர்களும் அடங்குவர். பறப்பதற்கு ஆயத்தமாகும்போது முண்டித் தள்ளும் பறவைகளைப்போல இயற்கையோடு இணங்கி வாழக் கூடியவர்களாக அவர்கள் இருக்கவில்லை. ஆகவேதான் சமரியோஸ் தனது இருபது வயது வரை நான்கு சுவர்களையும் கார் ஜன்னலையும் பல்கலைக்கழகத்தின் சாத்தப்பட்ட அறைகளையும் மட்டுமே பார்த்திருந்தான். அவனுடைய தந்தை பெனடிக்கின் நிழலாக வாழப் பழகியிருந்தான்.

தாயின் காலடியில்தான் சொர்க்கம் குடிகொண்டுள்ளது. தெய்வத்தின் ஆனந்தம் என்பது தந்தையின் ஆனந்தம். தெய்வத்தின் அதிருப்தி என்பது தந்தையின் அதிருப்தி ஆகும். மிகச்சிறந்த கதவு வழியாக சொர்க்கத்திற்குள் பிரவேசிக்க விழைபவர்கள் தமது தாயையும் தந்தையையும் நிம்மதியாக வைத்திருக்கட்டும். சமரியோஸ் தன் பிரார்த்தனைகளில் பெற்றோர்களின் பாதங்களை வணங்கினான். கைகளை முத்தமிட்டான். தனது தந்தையின் ஊரைப் பற்றி அவன் எதையும் கேள்விப்பட்டதில்லை. அவர்கள் யாரும் அதைப் பற்றி அவனிடம் சொன்னதுவுமில்லை. மேனிலை வகுப்பில் படிக்கும்போது ஒரு வேற்றுச்சாதிப் பெண்ணைக் காதலித்து நள்ளிரவில் கிளம்பும் வண்டிக்காகக் கிடைத்ததைச் சுருட்டி ஓடி வந்தவர்கள் அவர்கள். பிற்பாடு மக்கள்கூட்டத்தின் நிழலில் அவர்களொரு புதிய வாழ்க்கையைத் தொடங்கினார்கள்.

பள்ளத்தாக்கில் வசித்து வந்த அம்மத்தின் வீட்டில் தங்கி மலையேற்றத்தைத் தொடங்கினார்கள். அம்மத் அவர்களுக்காகக் காத்திருந்தான். அம்மத்தின் வீடு மகாராஷ்டிராவுக்கும் கர்நாடகாவுக்கும் செல்லும் லாரிக்காரர்கள் தங்குமிடம். எப்போதும் பரபரப்பாகக் காணப்படும். பல மொழிகள் கலந்த

ஓருலகம் அது. பரஸ்பரம் அறிமுகமில்லாத பல உருவங்களைக் கொண்ட அவ்விடம் அல்லோலப்படும்.

அம்மத்துக்கு மாயாவைத் தெரியும். மழைக்காலக் காடுகளில் கிடைக்கும் நெல்லிக்காய், மாங்காய், மூங்கில் கிழங்கு போன்ற இயற்கையின் நிஜத்தையும் சுவையையும் கொண்ட நிறைய தின்பண்டங்களை எடுத்துவந்து தருவான். அப்பாவுக்கு அவனது நடவடிக்கைகள் பிடித்திருந்தன. ஊரிலும் காட்டிலும் மனிதர்களுக்காக உழைப்பவர்கள் என்று அப்பா அம்மத்தைக் குறிப்பிடுவார். முதுவான் காடு அம்மத்தின் இன்னொரு வீடாக இருந்தது. உண்மையில் அம்மத்துக்கு பூமியில் வேறு வீடு கிடையாது.

மலையேற வேண்டும் என்கிற யோசனை முதலில் அனிருத்துக்கு உதித்தது. அதொரு ஓவியத்தின் தொடக்கமாக இருந்தது. அனிருத்தின் அப்பாவைப் படமெடுக்க வரும் பாலா அண்ணனின் கையில் ஒரு படத்தைப் பார்த்தபோது ஏற்பட்ட ஆர்வம். பாலா அண்ணன் அப்பாவின் புகைப்படங்களை எடுத்து ஒரு தொடரை உருவாக்கியிருந்தார்.

உழைப்பாளியாகவும் குடும்பப் பொறுப்புகளில் அகப்பட்டுத் திணறும் எளிய கேரளத்தினரின் சிறந்த மாடலாகவும் விளங்க அப்பாவே தகுதியானவர் என்றார் பாலா அண்ணன்.

மனதில் நன்மையும் தீமையும் கொண்ட கம்யூனிஸ்ட் தலைவர்களின் குழுவைப் பார்த்துப் பழகிய ஓர் இந்தியக் குடிமகனே கோபி ஆசான் என்று வேடிக்கையாகச் சொல்லும் போது பலமுறை அப்பா சிரிப்பார். ‘உண்மையாகவே இன்றைய தலைவர்கள் யாருக்காக உரையாற்றுகிறார்கள் கோபி ஆசானே’, என்று கேட்கும் போது அப்பா இப்படிச் சொல்வார்: ‘பழைய காலத்தின் பிரச்சினைகளிலிருந்து மனிதன் வெகுதூரம் பயணிக்கிறான். ஒருவனின் பிரச்சினை என்பது உலகின் பிரச்சினையாகி விட்டது இன்றைய காலகட்டம். ஒடுக்கப்பட்ட பெரும்பான்மை வாழ்க்கைகளுக்காகத் தமது மனதையும் உடலையும் அர்ப்பணித்த உத்தமர்களும் செயல்வீரர்களுமான தலைவர்கள் இன்னும் நம்மிடையே நிற்பதாகவே எனக்குத் தோன்றுகிறது. அதுதான் எனது நம்பிக்கையும்கூட.’

அப்பா யோசித்துக்கொண்டிருக்கும் தருணங்களில் பாலா அண்ணன் காமிராவை கிளிக் செய்துகொண்டே இருந்தார். ‘கோபி ஆசானே, கேரளத்தில் இரண்டு விதமாகக் கம்யூனிஸ்டுகள் உள்ளனர். அதிகாரம் கிடைக்கும்போது ஆட்சிசெலுத்தும் கம்யூனிஸ்டுகளும் வாழ்நாள் முழுவதும் சாதாரண மக்களுக்காக

வாழ்ந்து வரும் கம்யூனிஸ்டுகளும்’. அப்போது அப்பா அமைதி யாகச் சிரிப்பார். கடைசியில் எல்லாப் புகைப்படங்களையும் மடிக்கணினியில் போட்டுக் காண்பிக்கும்போது அனிருத்தன் அப்படங்களைப் பார்த்தான்.

மர உச்சிகளின் ஊடாகக் கறுத்த மேகங்கள் தவழ்கின்றன. ஆகாயத்திலிருந்து மெல்லக் கீழிறங்கி வருகிறது இருள். பெயர்தெரியாத எண்ணற்ற மரங்கள். அவற்றின் கிளைகளின் நடுவில் ஏதோவொரு பறவையின் மறைந்திருக்கும் தோற்றம். சில கிளைகளின் நடுவில் வானத்தின் வெண்மை. கீழே இருள் மட்டும். அந்த இருட்டில் நட்சத்திரங்களைப் போன்ற மின்மினிகள். அவையொரு கூட்டிசைப் பாடலின் ஆரோகணத்தில். தரையில் வெள்ளை வண்ணத்தை ஊற்றினாற்போல. இருட்டை நோக்கிச் செல்லும் வேளையில் மின்னும் மின்மினிகளின் கூட்டு நடனம். முடிவற்ற ஓவியங்கள். அதைக் கண்ட அனிருத்தன் அன்றிரவே மாயாவை அழைத்தான்.

வாழ்க்கையில் மனிதன் ஒருபோதும் கண்டிராத காட்சிகள் இயற்கையில் உள்ளன. வாழ்வதற்காக ஒரு பிறவி கிடைத்துள்ளது. அந்த வாழ்க்கையை வைத்து முழுவதுமாகப் பார்க்க இயலாவிடில் பின்னர் எதற்காக இந்தப் பூமிக்கு வந்தோமெனச் சிந்திக்கக்கூட ஒரு பிறவி வாய்க்காது. ஆகவே நாம் அனைவரும் பார்க்க வேண்டும். நாம் பார்க்கவும் ரசிக்கவுமே இந்த நிலம் இத்தனை அழகாகக் காட்சியளிக்கிறது. அதை மனிதர்கள்தாம் புரிந்துகொள்ள வேண்டும். உனக்கும் எனக்கும் என்றைக்குப் போக வாய்ப்புக் கிடைக்கும்? பாலா அண்ணன் இந்தப் புகைப்படங்கள் அத்தனையையும் மலையில் எடுத்திருந்தார். நீ எப்போதோ அந்தக் காட்டைப் பற்றிக் கூறியதைக் கேட்டிருக்கி றேன். உனக்குத் தெரிந்த யாரோ அங்கு இருக்கிறார்கள்தானே? எல்லாவற்றையும் நீ முடிவு செய். உன்னுடன் நான் இருக்கிறேன்.

அந்த இரவிலேயே அவள் சமரியோஸை அழைத்தாள். ஒரு சமூக வலைத்தள மையத்தின் நட்புப் பட்டியல் மூலமாக அவன் அவளுக்கு அறிமுகமாகியிருந்தான். மையத்தின் சுவரெழுத்துகளில் அவளது கவலைகள் இருந்தன. எதையும் பார்த்திராத ஒரு குழந்தையின் கற்பனைகள். பள்ளிக்குழந்தை யாக இருந்தபோது படித்த புத்தகங்களில் கண்டடைந்த கதைகளைத் தனது வாழ்வனுபவங்களாகும் பட்டறிவுகளை இப்போதும் எழுதுகிறான்.

எனது பத்தாவது பிறந்தநாள் கொண்டாட்டத்திற்காக வீடு முழுவதும் பந்தல் போட்டிருந்தார்கள். நிறைய ஆட்கள், ஏராளமான பொருட்களுடன் எனக்கு வாழ்த்துகளைத்

தெரிவிக்க வந்திருந்தார்கள். என் அப்பாவுக்கு நண்பர்கள் அதிகம். ஷாருக்கானும் அபிஷேக்பச்சனும் பிறகு டெலிவிஷனில் பார்த்திருக்கும் பெயரறியாத பல நபர்களும் என் கன்னத்தைத் தட்டினார்கள். முத்தமிட்டு என் தலையில் கைவைத்து ஆசி வழங்கினார்கள். எனக்குக் கிடைத்த புத்தகங்களை எனது நூலகத்தில் வைத்தேன். எனது புத்தக அலமாரியிலிருந்து ஒரு புத்தகத்தை எடுக்க கைநீட்டினால் புத்தகம் தானாக எழுந்து நான் அமர்ந்திருக்கும் நாற்காலியை வந்தடையும். பக்கங்களைப் புரட்ட அவற்றைத் தொடக்கூடத் தேவையில்லை. நான் நினைக்கும் புத்தகங்கள் அதற்குள் என் நூலகத்தில் வந்து சேரும். ஆட்கள் வியப்புடன் எனது வாசிப்பறையில் வந்தமர்வார்கள். கண்ணாடி அலமாரியில் புத்தகங்களின் கதாபாத்திரங்கள் பாட்டுப்பாடி, உற்சாக நடனமிட்டுப் பரஸ்பரம் மனம் திறப்பார்கள். அவர்கள் என் காதருகில் வந்து தோளிலமர்ந்து புத்தகங்களின் அற்புதங்களைச் சொல்வார்கள். கதைகளைக் கேட்டுக்கேட்டு நான் சொக்கிப் போவேன். உறக்கத்தில் பலவிடங்களினூடாக அவர்கள் என்னை அழைத்துப் போவார்கள். மலைகளும் நதிகளும் மரங்களும் கடலின் ஆழங்களிலிருக்கும் பளிங்கு மாளிகையும் கடல் கன்னிகளின் கண்களின் சிரிப்பும் மேகங்களுக்கு நடுவில் வெள்ளித்தேரும் பறக்கும் குதிரைகளின் சிறகுகளின் வெண்மையும் பார்த்துப் பார்த்து, அம்மாவின் அருகில் ஓடிச்சென்று அவள் மார்பில் முகம் உயர்த்தி பிஞ்சுக்கைகளால் கட்டியணைத்து வெகுநேரம் அப்படியே நிற்பேன். சட்டென்று ஒரு நிமிடத்தில் எல்லாம் மணல்குவியலைப்போல உடைத்துச் சிதறி விழுகின்றன. அந்தப் பெரியவீட்டில் நான் தனித்து விடப்பட்டதைப்போல. யாராலும் கவனிக்கப்படாமல் யாருக்கும் தேவைப்படாமல் பெருமழையில் குளிர்ந்து நடுங்கும் நான். என் கண்கள் நிரம்பி வழிகின்றன. என்னை யாரும் நேசிப்பதில்லை என்கிற ஏக்கம். நான் சொல்வதைக் கேட்க எனது எண்ணங்களுடன் பயணிக்க பெருநகரத்தின் பதினெட்டு அடுக்குப் குடியிருப்பின் பன்னிரண்டாவது தளத்தில் மஞ்சள் சாயம் பூசப்பட்ட சுவர்களுக்குள் நான் மட்டும். என்றேனும் ஒருநாள் என் மனதை வாசிக்க, அடைக்கலம் தர யாரேனும் வர மாட்டார்களா...

கணவாயைக் கடந்து கர்நாடகாவின் காற்று வரும். அது அப்படியொன்றும் பெரிய கணவாய் அல்ல. மரங்களுக்கிடையிலூடே சருகுகளை மிதித்து உருவான பாதை இருந்தது. சருகுகளை மிதிக்கும்போது எழும் சரசரப்பு ஒரு இந்திப்பாடலைப் போன்றிருப்பதாக சமரியோஸ் கூறினான். நடக்கத் தொடங்கிய போது முதலில் அழைத்தவன் அவன்தான். அம்மத்தின்

வீட்டிலிருந்து கொஞ்சம் மரச் சீனிக்கிழங்கை வேகவைத்து பொட்டலமாகக் கட்டியிருந்தார்கள் அதைத் தின்ற சமரியோஸ் கொஞ்சம் தண்ணீர் பருகினான். அதிகம் தண்ணீரைக் குடிக்க வேண்டாம் நடக்க முடியாதென்று அனிருத்தன் அவனைத் தடுத்தான்.

விழுதுகளில் தொங்கி ஏறினார்கள். மரங்களின் அடர்த்தி பார்வையை மறைத்தது. காலடியில் கூரிய கற்களும் ஈரமான பாறையின் வழுக்கலும். கண்களை மூடவைக்கும் குளிர். பெயரற்ற மரங்களும் கொடிகளும் சிற்றுயிர்களும் பலவித ஒலிகளும் நீரோட்டமும் மலை மண்ணின் குளிரும் சரளைக்கற்களின் மினுமினுப்பும் காட்டின் மணம் வீசும் பனிக்காற்றும் தொலைவில் ஏதோ மலை இடுக்கிலூடே தாக்கும் வெறியுடன் பாய்ந்து வரும் மழைமுழக்கமும் முடிவற்ற காட்டின் உறுமலும் அத்துடன் மலையேறுபவர்களின் இதயத்துடிப்பும். காட்டுமுயல்கள் மனிதனின் காலடியோசைக்குப் பயந்து திடுக்கிட்டன. பச்சிலைப் புதர்களில் உடலை மறைத்துக்கொண்டன. மயிர்க்கால்களின் பனி ஈரத்துடன் கீரிகள் கூச்சலிட்டுப் பாய்ந்தோடின. உயரமான மரக்கிளைகளில் அமர்ந்து பறவைகள் அபயக்குரல் எழுப்பின. வழக்கமாக வந்துபோகும் ஆட்கள் கிடையாது. ஆகவே, அவை களின் எதிரில் மூன்றுபேர் அறிமுகமற்றவர்கள். அந்நியர்களை நுட்பமாக உணரும் ஆற்றலைக்கொண்ட சிறுபறவைகள் தாழ்வாகப் பறந்தன. காட்டின் அடர்த்தியில் மனிதன் அவனது தூய்மையற்ற நாற்றத்துடன் ஆட்டம்போடுவது வனத்திற்குப் புதிதல்ல.

‘மனிதர்கள் தமது பிள்ளைகளைப் பராமரிப்பதைக் காட்டிலும் சிறப்பாகக் காடு மண்ணைப் பராமரிக்கிறது…’

‘வாழ வேண்டுமானால் நாம் இங்கே வாழ வேண்டும்.’

‘அப்படிப் பண்ணினா எவனாவது வந்து நம்மளைக் கொன்னு போட்டுருவானுங்க.’

‘காடு நம்மள எதுவும் பண்ணாதுடா… நாம இதை நாசம் பண்ணாம இருந்தா போதும்…’

‘காட்டைச் சொல்லல, காட்டுல திரியற நேர்மையில்லாத மனுசங்க, மிருகங்களைவிட மோசமானவங்க…’

மாயாவின் வார்த்தைகளில் இனிமேல் வரவிருக்கும் மேகத்துணுக்குகளின் பிரகாசம் தெரிந்தது. பிரபஞ்சத்திற்கு அழிவை நிகழ்த்தாத வார்த்தைகள் இருந்தன. முழுமையான இயற்கையே கர்மங்கள் ஆகின்றன. அதைத் தவிர்த்து ஒருவனால் எதையும் உருவாக்க முடியாது. காணும் நபர் உண்மையை

மட்டுமே காண்கிறான். விஸ்வமாயாவின் கர்த்தாவான ஆத்மாவில் சரணடைபவன் பொய்மையிலிருந்து விடுபடுகிறான். இயற்கை என்பது காளி. அவள் இயற்கையின் நித்தியத்துவத்தை நிலைக்கச் செய்கிறாள். எல்லையின்மையில் பாதங்களைப் பதித்து நிற்கும் நான்கு கைகளைக்கொண்ட ஒரு பெண். மறந்து நின்று அருள்பாலிக்கும் ஆத்மாவிலிருந்து இயற்கையின் நடவடிக்கைகளை அல்லது பிரபஞ்சத்தை உருவாக்குகிறாள். படைப்பதும் அழிப்பதுமான கைகள்.

'நீ யவனபுராணம் படித்திருக்கிறாயா..? அதிலொரு உயிரினம் உள்ளது. ஸ்ஃபிக்ஸ் என்கிற கற்பனை உயிர். பெண்ணின் தலையும் சிங்கம் அல்லது நாயோட உடம்பும் சிறகும் இருக்கும். முற்கால கிரேக்க நகரமான திபிஸுக்குப் பக்கத்துல பயணிகள்கிட்ட விடை தெரியாத கேள்விகளைக் கேட்கும். பதில் தெரியாதவங்களைத் தின்னும். இந்த உயிரினத்தோட கதையை நீ கேள்விப்பட்டதுண்டா..?'

'டேய், மனுசன் படிக்கறதுக்காக இப்போது நேரத்தை வீணாக்கறதில்லைன்னு நீ மறந்திட்டீயா?' 'மனுசங்களைச் சந்திக்கவும் அவங்ககிட்ட பேசறதுக்கும் அதுல எதையாச்சும் தெரிஞ்சுக்கறதுக்கும் இன்னைக்கு யாரும் மெனக்கெடுறது கெடையாதுடா...'

பின்னர் வெகுநேரம் அமைதியாக ஆழ்ந்து மூச்சிழுத்து மேட்டில் ஏறினார்கள். திடீரென்று ஏதோ பெயர்ந்து விழும் ஓசை. மரங்கள் கூட்டமாக முறிந்து பாறைகளில் மோதி மண்ணை உலுக்கிச் சுழிக்குள் விழும் பேரோசை. நிலம் பிளக்கிறது. இனி எத்தனையோ நாட்களின் நம்பிக்கை வெளிச்சமாகத் திகழ வேண்டிய மூன்று உயிர்கள், எல்லா ஓசைகளுக்குமான முடிவைப் போன்ற பெரும்முழக்கத்தில் பயம் என்கிற உணர்வை அடைந்தனர். காட்டின் உள்ளடக்கங்கள் அவர்களுக்கு எட்ட முடியாதவையாக இருந்தன. இன்னும் ரசித்துத் தீர்க்காத காட்சிகளின் பலவித ஓவியங்கள். வழிகளின் ஆபத்துகளைக் கடந்து எந்நிமிடத்திலும் பேராழத்தில் அமிழ்ந்துவிடுவோம் என்கிற பீதியில், மலை மீது எக்கணத்திலும் நழுவி விழக்கூடிய பாறையின் ஈரத்தில் கால்வைத்து நின்றிருந்தார்கள். மலைச்சரிவுகளின் ஓசை மேல் நோக்கி உயர்ந்துகொண்டிருந்தது

●

14

ட்ரூ லிஸனர்

ஆயுளே, நீ இவ்வாறு நிலைத்திருப்பது எங்ஙனம்?
உன் வாழ்வின் ஆதாரங்கள் உன் வசம் உளதோ!
காதல் நாயகனின் நினைவுகள்
நெஞ்சைத் துளைக்கும் அம்புச்சரங்களில்
ஒன்று போதுமே உன்னை மாய்க்க!

இந்த அறையிலிருந்து வெளியே பார்த்தால் பனி விழுவது தெரியும். முதலில் மரங்களுக்கும் வீடுகளுக்கும் வெண்புகைபோல நிறைந்து பின்னர் பஞ்சுக்காய் வெடித்துக் காற்றில் பரவுவதைப் போல பனி இறங்கிப் பெய்துகொண்டிருக்கிறது. பனி எல்லாவற்றையும் மூடும். வெண்கம்பளத்தை விரித்தாற்போல அனைத்தும் வெண்மையாகத் தெரியும். அவ்வப்போது இழுத்துப் போர்த்திப் படுக்கும்போது காலையோ கையையோ உயர்த்தி வைத்தாற்போல சில மேடுகள் தெரியும். என்னவென்று நமக்குத் தெரியாது. கண்ணாடிக்கதவு இப்போது சார்த்தப்படும். பனிப்புகையும் வடியும் நீரும் இந்த ஜன்னலுக்கொரு திரைச்சீலையை உருவாக்கும். அப்போது அனைத்தும் என்னை விட்டு மறையும். அறைக்குள் குளிர் பரவும். ஹீட்டரைப் பயன்படுத்தினாலும் கைகால்கள் விரைக்கத் தொடங்கி விடும்.

இறப்புக்கு முன்பு மனிதன் இறைவனின் நாமத்தை உச்சரிப்பானென்றும் மனதில் அது மட்டுமே தங்கியிருக்குமென்றும் கூற இயலுமா? உயிர்பிரியும் நிமிடத்தில் அம்மனிதன் எதைக் குறித்து யோசிப்பான். அதுவுமில்லையெனில் இதுதான் இறுதிமூச்சென்று நினைப்பானா?

மதுபால்

மதியம் உணவருந்தி, எல்லோரிடமும் உரையாடி, கொஞ்சம் படுக்கிறேனென்று ஆறுதல் சொல்லி உறங்கியவர் சாயங்காலம் தேநீருக்காக அழைக்கும்போது அசைவற்று இருப்பதை மரணம் என்கிறோம். இப்படித்தான் மரணம் ஒருவரை அழைத்துச் செல்கிறதோ? உயிரின் இறுதித் துடிப்பு என்றழைப்பது சுவாசம் இல்லாமல் போவதா? இறப்புக்கு முன்பு, இதோ நான் சாகப் போகிறேன் என்கிற விஷயம் அம்மனிதனுக்குத் தெரியுமா? இனிமேல் இப்படிப் பேசவும் நடக்கவும் வசைபாடவும் அவன் மீது அல்லது அவள் மீது களைப்புடன் கிடந்து, அவன் அல்லது அவளது முகத்தில் விரல்களால் வரையவோ பழையவற்றைத் திரும்ப நினைவூட்டவோ இயலாதென.

எனக்கு ஏதேனும் நிகழ்ந்து விட்டால் யார் மூலமாக முதலில் தெரிந்துகொள்வார்கள். சிலசமயம் யாருக்கும் எதுவும் தெரியப்போவதில்லை. இந்தியத் தூதரகத்தில் எனது பாஸ்போர்ட்டையும் விசாவையும் பார்ப்பார்கள். அங்கு நான் வேலைபார்க்கும் நிறுவனத்திலும் விசாரிப்பார்கள். அவர்களுக்கு என் பாஸ்போர்ட் முகவரி மட்டும் தெரியும். உண்மையில் தற்போது பாஸ்போர்ட்டிலுள்ள அந்த முகவரியில் யாரும் உயிருடனில்லை என்பது எனக்கு மட்டுமே தெரியும். அப்படி யெனில் நான் இறந்து விட்டால் முதலில் யாருக்குத் தெரியும். உறவினர்களாக நான் கருதக்கூடியவர்கள் யார் இருக்கிறார்கள்?

ஒருகாலத்தில் என்னை மிகவும் நேசித்த ஒருவரிடம் கேட்டேன், நான் இறந்துவிட்டால் அல்லது எனக்கு ஏதேனும் நிகழ்ந்துவிட்டால் உங்களால் தெரிந்துகொள்ள இயலுமா? உங்களுக்குப் புலன்உணர்வாற்றல் இருப்பதாக ஒருமுறை என்னிடம் கூறியிருந்தீர்கள். அப்போது நீங்கள் என் மீது படுத்துக்கிடந்தீர்கள். உங்களுடைய எடை என்னால் தாங்கக் கூடியதைக் காட்டிலும் அதிகமென்று அடிக்கடி சொல்வேன். அதை மறுப்பதற்காக, அப்படியெனில் என் உடல் எடையை ஒரு பூவைப்போல சேர்த்தணைக்க முடியுமென்று உணர்த்த முற்பட்டீர்கள். அல்லவா? ஆகவே, நான் இப்போது மீண்டும் கேட்கிறேன்.

ஒரு பாம்பு தனது இணையைப் பின்னிப் பிணைவதைப் போல என்னை இறுகத்தழுவிக் கூறினீர்கள்: "உலகிலுள்ள சகல மனிதர்களும் இறந்துபோவார்கள். பரஸ்பரம் புரிந்து கொள்ளக் கூடியவர்களின் மரணத்தை யாரும் தெரியப்படுத்த வேண்டியதில்லை. அது தெரியப்படுத்தி விடும். மரணம் ஒரு உண்மை. அதற்குத் தெரியாதது எதுவுமில்லை. அதுவே மோட்சம். அப்போது யார் முதலில் இறப்பார்கள் என்றோ யாருடைய ஆத்மாவுக்குப் பிரபஞ்ச அஸ்தமனத்தை அடையும் சாத்தியம்

ஓடும் ரயிலில் பாய்ந்து ஏறுவது எப்படி?

உள்ளது என்றோ வாழ்ந்துகொண்டிருக்கும் போது தெரியாது. அதுபோதும். நான் உன்னையும் நீ என்னையும் மரணத்தின் வழியாக அறிந்துகொள்வோம். அதுவரைக்கும் நாம் வாழ்வோம்.

நாம் சந்தித்து எத்தனை காலம் ஆயிற்று? உங்களை நான் மறந்துவிட்டேன். மூன்று வருடங்களுக்கு முன்பு கடைசியாக உங்களை போனில் அழைத்தேன். என் அப்பா காணாமல் போன தினம். அதற்கு எத்தனையோ காலம் முன்பு நேரில் சந்தித்தோம். அன்று பலமுறை அழைத்துக்கொண்டே இருந்தோம். கடைசியில் அப்பாவைக் கண்டுபிடித்தாயிற்று என்கிற டெக்ஸ்ட் மெசேஜை அனுப்பினேன். அது கிடைத்த பிறகு பலமுறை என்னை அழைத்தீர்கள். நான் போனை எடுக்க வில்லை. போனில் ஒவ்வொரு நிமிடமும் உங்கள் பெயர் ஒளிரும்போது என் தங்கை போனை என்னிடம் காண்பித்து சைலன்ட்மோடில் அழுத்தி விடுவாள். பின்னர் சொல்வாள்: "நீ இந்த ஆள்கிட்ட தயவு செஞ்சு பேசாதே."

நான் இப்போது சொல்வதை நீங்கள் கேட்பீர்களா? அன்றைக்கு அப்பா காணாமல் போனதற்கும், அப்பா எங்களைக் கைவிட்டுப்போனதற்குமான காரணத்தை இப்போது சொல்கிறேன். நமது உரையாடலில் தகாத உறவு இருப்பதாக அப்பா பயந்தார். எந்தவொரு அப்பாவும் இப்படி யோசிப்பது நிஜம்தான். ஆனால் நாம் அவற்றைக் கடந்து விட்டோம் என்றுதானே நீங்கள் சொல்வீர்கள். நீங்கள் என் மீது படுத்துக் கிடக்கும்போதும் நான் உங்கள் மீது படுத்துத் தலையுயர்த்திப் பார்க்கும் போதும் அனுபவிக்கக்கூடிய ஒரு போதை உள்ளது. அது ஒருபோதும் மற்றவர்களுக்குப் புரியாது. நான் தங்கையிடம் பலமுறை கூறியுள்ளேன். உங்களிடம் எனக்குத் தகாத உறவு எதுவுமில்லையென்று. அவளும் என்னைப் பலமாகச் சந்தேகிக்கிறாள். நமக்குள் நடக்கும் பாலுறவு தெய்வக்குற்றமல்ல என்று நம்புகிறேன்.

அப்பாவைப் பற்றிக் கூறும் போது அம்மா உடனிருந்தாள். அந்த அம்மா உடனிருப்பதற்குக் காரணம் தாத்தாதான். தாத்தா இறந்து பத்து வருடங்களாகிவிட்டன. இந்தப் பத்தாண்டு களுக்குப் பிறகும் கெட்ட ஆவிகளைப்போல என்னைப் பின்தொடரும் ஞாபகங்களிலிருந்தும் மனதில் இன்றும் பாதுகாத்து வைத்திருக்கும் விடை தெரியாத கேள்விகளிலிருந்தும் முக்தி பெறும் வழியை இப்போதும் என்னிடமே கேட்டுக்கொண் டிருக்கிறேன்.

எங்களுக்கு ஏராளமான விவசாய நிலங்கள் இருந்தன. தாத்தாவின் மனம் அதை மேற்பார்வை செலுத்தி வந்தது.

எல்லா மரங்களிலும் குருமிளகுக் கொடிகள் படர்ந்திருந்தன. பச்சைத்துகள்கள் பெருத்துப் பெரிய துகள்கள் ஆவதையும், அது சிவப்பதையும் மெல்லக் கறுத்து உலர்வதையும் குழந்தைகளைக் கவனிப்பதைப்போல பராமரிப்பார் தாத்தா. பழுத்துப் பக்குவமெய்தி உதிரும் முன்பாக கொத்துகளைப் பறித்து வெயிலில் உலர்த்தி முற்றத்தில் மூங்கில் பாயை விரித்து மிதிப்பார். நாங்களும் இணைவதாகக் கூறுவோம். பிள்ளைகள் இதைக் கவனித்தாலே போதும், கால்களைக் காயப்படுத்த வேண்டாமென்று கூறி எங்களைப் பார்வையாளர்களாக்கி விடுவார்.

மிதிக்கப்பட்ட குருமிளகைக் கோணியில் போட்டு சந்தைக்கு எடுத்துப் போகக் காளை வண்டியை அழைப்பார். தாத்தாவுக்காக மட்டும் பிரபாகர மாமனின் காளைகள் சந்தைக்கு மூட்டைகளை ஏற்றிச்செல்லும். சந்தையில் தாத்தாவின் வரவு செலவைக் கவனிக்கும் இனாசு பாப்பனின் எதிரிலிருந்து விற்ற பணத்துடன் திரும்பும்போது சுற்றுப்பகுதியிலுள்ள எங்கள் நண்பர்களுக்கும் சேர்த்து தாத்தா தின்பண்டங்களை வாங்குவார். எல்லோரையும் அழைத்துப் பங்கிடும்போதும் நாங்களதை அன்பாக ருசிக்கும் போதும் தாத்தா பார்த்துக் கொண்டிருப்பார். அப்போது எங்களை யார் அழைத்தாலும் போகச் சம்மதிக்க மாட்டார். கையிலிருப்பதைச் சாப்பிட்டு முடித்த பிறகே கடவுள் வந்து அழைத்தால்கூட எழுந்து போக வேண்டுமென எச்சரிப்பார். உணவு இறைவனுக்கும் மேலானது.

நாங்கள் பள்ளிக்குப் போகும் வேளையில் தாத்தா சாப்பிட அமர்ந்திருப்பார். வீட்டின் புழக்கடையில் அமர்ந்து காலையில் தாத்தா சாப்பிட்டுக்கொண்டிருப்பார். அவ்வேளையில் தாத்தாவைச் சுற்றிலும் நிறைய காக்கைகள், கிளிகள், மைனாக்கள், வான்கோழிகள், அணில்கள் காத்திருக்கும். அவற்றுக்கும் தாத்தா சோற்றுப் பருக்கைகளை இடுவார். அவை தின்பதைப் பார்த்து அவற்றுடன் உரையாடி விளையாட்டுக் காட்டுவார். அப்போதும் பாத்திரத்தில் கொஞ்சம் பருக்கைகள் மிச்சமிருக்கும். எல்லாப் பறவைகளும் பிற உயிரினங்களும் போனபிறகு ‘ச்சூ ச்சூ’ வென்று விசிலடிப்பார். அப்போது வீட்டுக்குப் பின்னால் விறகுப்புரையின் அருகிலுள்ள மண்சுவருக்குள்ளிருந்து ஒரு பாம்பு ஊர்ந்து வரும். பாத்திரத்தி லுள்ள பருக்கைகளை அதற்குப் பரிமாறுவார். மண் படாத அந்தப் பருக்கைகள் முழுவதையும் பாம்பு நாக்கால் எடுப்பதைப் பார்க்கலாம். பருக்கைகள் தீரும்வரை தாத்தா அங்கு அமர்ந்திருப்பார். ஓர் ஆயுள்கால கதை முழுவதையும் அந்தப் பாம்பு கேட்டுக்கொண்டிருக்கும். பருக்கைகள் தீர்ந்ததும் பாம்பு களைப்புடன் படுத்திருக்கும். பின்னர் கொஞ்ச நேரம் கழித்துத்

தனது படத்தை விரித்து மீண்டும் விறகுப்புரைக்குத் திரும்பி விடும். அந்தப் பாம்பைத் தாத்தாவின் இறந்து போன தாத்தா வென்று எங்களிடம் கூறுவார். நான் இறந்துவிட்டால் பாம்பாகக் கூடாது. அதனால்தான் நானிந்தப் பாம்பைப் பராமரிக்கிறேன்.

ஒரு நாள் தோட்டத்தில் குருமிளகுக் கொடிகளுக்கு அடியில் விழுந்து கிடக்கும் கொத்துகளைப் பொறுக்கிக் கொண்டிருந்தேன். தாத்தா திண்ணையில் அமர்ந்து வெற்றிலை மென்று கொண்டிருந்தார். எப்போதாவது தாத்தா வெற்றிலை மெல்லுவார். மென்று முடித்ததும் எல்லாவற்றையும் குதப்பி வழுவழுப்பான தண்ணீரைப் போலாக்கித் துப்புவார். பிறகு பலமுறை வாய் கொப்பளிப்பார். தரையில் முடைந்த ஓலை களைப் போட்டுப் படுத்துறங்குவார். தாத்தா கண்விழிக்கும்வரை அருகில் அமர்ந்திருப்போம்.

அப்படிக் கண்விழிக்கும் போது தாத்தா என்னை அழைத்துச் சொல்வார்: "நீ என்கிட்ட சத்தியம் பண்ணணும். தாத்தா என்னைக்காவது இறந்திட்டா ஊராருக்குக் கூப்பிட்டுச் சொல்லறதுக்குள்ள என் கொழந்தைங்க வயிறு நிறைய சாப்பிடணும். ஆளுங்க வந்திட்டா அப்புறம் சடங்குகள் எல்லாம் முடிஞ்சப் பெறகே சாப்பிட முடியும். என்னோட மரணம் காரணமா கொழந்தைங்க பட்டினி கெடக்கறதை என்னால தாங்க முடியாது."

வீட்டில் தாத்தாவும் பாட்டியும் வெவ்வேறு அறைகளில் படுப்பது வழக்கம். "எனக்கு நினைவு தெரிஞ்ச நாள்ல இருந்து அவங்க அப்படித்தான் படுத்திட்டு இருந்தாங்க. தாம்பத்ய உறவுல செக்ஸுக்கு ரொம்ப முக்கியத்துவம் இருக்குது. நீ இப்ப பதினோறாவது வகுப்புலதான் படிக்கற. அதனால உன்னால புரிஞ்சுக்க முடியாது. கொழந்தைகள் பிறக்கவும் ஒற்றுமையா இருக்கவும் மரணம் வரைக்கும் ஒன்னா படுத்துத் தூங்கணும். உடம்புல மயங்கிக் கெடக்கற ஆர்மோன்கள் விழிப்படையறது மனமொன்றி ஒன்னா படுக்கற போதுதான்" என்றாள் சித்தி. அப்பா இல்லாத வேளைகளில் வீட்டுக்கு விருந்தாளியாக வந்து போவதை வழக்கமாகக் கொண்டிருந்தாள். தாம்பத்திய உறவைப் பற்றிய எனது முதல் அறிவு.

அழகும் படிப்பும் ஜமீன்தார் குடும்பத்தைச் சேர்ந்தவளுமாக இருந்தாள் பாட்டி. பார்வைக்கு அழகற்ற, சொத்தும் அன்பும் இல்லாத எனது தாத்தாவுக்கு வாழ்க்கைப்பட்டு நரக வாழ்க்கை அனுபவித்ததைத் தாத்தாவின் மரணத்திற்குப் பின்பு அவ்வப்போது எங்களிடம் சொல்வாள். பிறர் உதவியின்றி, குடிகாரனான ஒரு கணவனின் இரண்டு பிள்ளைகளைப் பேணி

வளர்த்த கதை. மரணம் மனிதர்களை மகான்கள் ஆக்குகிறது. அவர்கள் வாழ்க்கையில் எந்தத் தவறை இழைத்தாலும் மரணத்திற்குப் பிறகு அவை மறந்து விடும். எங்களிடம் தாத்தா எத்தனை அன்பாக நடந்து கொண்டார். இருப்பினும் பாட்டி ஏன் அப்படிக் கூறுகிறாள். மனிதர்களின் மனதைப் புரிந்து கொள்ள ஏதேனும் தனிப்பட்ட திறமை தேவையா? என் அப்பாவும் அப்பாவின் சகோதரியும் தாத்தாவும் தனித்தனி அறைகளில் அடைந்து கிடப்பது ஏன்? அவர்கள் பரஸ்பரம் எதிர்ப்படும்போது பேசிக்கொள்வதில்லை ஏன்? அவர்கள் சண்டையிட மட்டும் வாய் திறப்பது ஏன்?

என் அப்பா இன்றும் தாத்தாவுக்கு மன்னிப்பு வழங்காத ஒரு விஷயம் உள்ளது. ஒருமுறை தாத்தா மதுவருந்தி வந்து நான்கு வயதான என் அப்பாவை இழுத்துப் பிடித்து, விரல்களால் நெரித்து, அப்பாவின் வாயைத் திறந்து வாந்தியெடுத்தார். செய்வதறியாமல் திடுக்கிட்டு நின்ற அந்த நான்கு வயதுக் குழந்தையின் தோற்றம் அப்பாவின் மனதிலிருந்து இன்றுவரை மாயவில்லை. தாத்தா இறப்பதற்கு இரண்டு நாட்கள் முன்பு நடந்த சண்டையின் போது அப்பா வன்மத்துடன் நினைவுகூரும் அச்சம்பவத்தைத் தாத்தாவை நோக்கி முன்வைத்தார். தாத்தாவுக்கு ஞாபகம் இல்லை. அப்பாவின் குரல் உச்சத்தைத் தொட்டபோது தாத்தா அமைதி காத்தார். பின்னர் எல்லாம் அமைதியடைந்தபோது, வீட்டுக்கு வெளியே வராந்தாவில் அமர்ந்திருந்த அப்பாவின் அருகில் வந்து தலைகுனிந்து தாத்தா சொன்னார்: “எனக்கு அந்தச் சம்பவம் ஞாபகம் இல்லே மகனே. குடிப்போதையில செஞ்சிருப்பேன்... நீ என்னை மன்னிச்சிடு.”

அப்போது அப்பா சொன்னார்: “நானும் குடிக்கறவன்தான். ஆனா என் கொழந்தைங்களோட வாயில ஒருநாளும் வாந்தியெடுக்க மாட்டேன்.”

அதற்கு மறுநாள் பள்ளிக்கூடத்திற்குக் கிளம்பினேன். விடைபெற தாத்தாவின் அறையை நோக்கிச் சென்றேன். தாத்தாவுடனான அப்பாவின் உரசல் பலமுறை வீட்டின் நிம்மதியைக் கெடுத்துவந்தது. அதை நினைத்துத் தாத்தாவைப் பார்க்காமலேயே திரும்பி நடந்தேன். அன்றைக்குப் பாட்டியின் கையிலிருந்து கஞ்சியை வாங்கிப் பருகிவிட்டு அறைக்குத் திரும்பிக் கதவை மூடிக்கொண்டார் தாத்தா.

பின்னர், பாட்டி எத்தனைமுறை அழைத்தபோதும் திறக்கவில்லை. இது அடிக்கடி நடக்கிற காரியம் என்பதால் நானும் அதைப் பொருட்படுத்தவில்லை. தோன்றும்போது திறந்து வெளியே வரட்டுமென்று நினைத்துக்கொண்டேன்.

அப்பாவுக்கும் தாத்தாவுக்குமிடையே நடக்கும் சண்டையை அடிக்கடி மத்தியஸ்தம் செய்து எனக்கு அலுத்துவிட்டது.

மறுநாள் காலையில் பள்ளி செல்லும் வேளையில் விடைபெறுவதற்காக தாத்தாவின் அறையின் திறந்து கிடக்கும் ஜன்னல்கம்பியைப் பிடித்தேறி உள்ளே பார்த்தேன். தாத்தா கட்டிலுக்குக் கீழே குப்புறப் படுத்துக்கிடந்தார். ஆடையில்லாத முதுகு உயர்ந்து தாழ்வதைப் பார்க்க முடிந்தது. ஜன்னல் வழியாக ஒரு குச்சியை உள்ளே நுழைத்துக் கொக்கியை இழுக்கலாமென்று தரையிலிறங்கிக் குச்சியை எடுக்கக் குனிந்தேன். அந்நிமிடம் அப்பாவின் குரல் உயர்ந்தது: "நீ அங்கே எதை எடுக்கறே... போ ஸ்கூலுக்குப் போகப் பார்..."

நான் ஜன்னல் கம்பியைப் பிடித்து மீண்டுமொருமுறை ஏறி உள்ளே பார்த்துவிட்டு வேகமாக இறங்கிப் பள்ளிக்குச் சென்றேன். சொல்பேச்சைக் கேட்காவிடில் அப்பாவின் கையிலிருக்கும் தடி தொடை மீது விழுமென்று அஞ்சினேன்.

அன்று சாயங்காலம் வீட்டை அடைந்தபோது அம்மா என்னை அருகில் அழைத்தாள். வீடு, இருள் சூழ்ந்ததைப் போன்றிருந்தது. பாட்டி வாசல் திண்ணைக்குக் கீழே யாருக்கும் தெரியாமல் என்னைக் காத்து அமர்ந்திருந்தாள். நான் அம்மாவிடம் எல்லோருக்கும் என்னவாயிற்று என்கிற விதமாக நின்றேன். அம்மா என் காதருகில் வந்து சொன்னாள்: "தாத்தா போயிட்டார்னு நினைக்கறேன்." அதைக் கேட்டபோது எனக்கு எதுவும் தோன்றவில்லை. கதவுக்கொக்கியை எப்படி நீக்குவதென யோசித்துக்கொண்டிருந்தேன். பிறகு சட்டெனச் சொன்னேன்: "ஒட்டடை துடைக்கற குச்சியால கதவைத் திறக்கலாம்."

அம்மா என் வாயைப் பொத்தினாள். பிறகு சீக்கிரமாகவே எல்லாவிடங்களிலும் செய்தி பரவியது.

தாத்தாவின் மரணம் ஒரு தற்கொலையாக இருந்தது. அது எங்கள் வீட்டுக்குள் மட்டும் முடங்கிப்போன ஒரு மர்மம். தெரிந்தே ஒருவரை மரணத்தை நோக்கி அனுப்பிவிட்டதாக இப்போதும் தோன்றுகிறது. அப்பா வந்து கதவைத் திறக்கச் சொல்வாரென்று தாத்தா எதிர்பார்த்திருப்பார்? அந்தக் கதவை வெளியேயிருந்து திறப்பதற்காகவே ஜன்னல் திறந்து வைக்கப்பட்டிருந்தது. எந்த அளவுக்கு ஏமாற்றத்துடன் தாத்தா மரணத்திற்கு அடிபணிந்திருப்பார்? தாத்தாவின் மரணம் சாபமாக இன்னும் பின்தொடந்துகொண்டிருக்குமா? அம்மா எதற்காகத் தற்கொலை செய்துகொண்டாள்?

அம்மா இறக்கும்போது நான் ஃப்ளோரிடாவில் இருந்தேன். அம்மாவின் சடலத்தைப் பார்க்கக்கூட ஆர்வம்

காட்டவில்லை. அம்மாவுக்குச் சுகமில்லையென்று அப்பா ஒரு குறுஞ்செய்தி அனுப்பியிருந்தார். 'டியர் அம்மு யுவர் மதர் இஸ் ஹாஸ்பிட்டலைஸ்ட்.'

அச்சமயத்தில் அலுவலக உணவகத்தில் அமர்ந்து கண்டதை யெல்லாம் வாங்கித் தின்றுகொண்டிருந்தேன். இந்த அளவுக்கு உணவு உண்பதைக் கண்ட ரூம்மெட் கேட்டாள். நான் எதுவும் பேசாமல் சாப்பிட்டுக் கொண்டிருந்தேன். அருகில் வந்து மீண்டும் கேட்டாள்: "என்ன ஆச்சு?"

நான் தங்கையை அழைத்தேன்: "அம்மாவுக்கு என்ன நடந்தது?"

அவள் அப்பாவிடம் கோபித்துக்கொண்டு விடுதியில் தங்கியிருந்தாள். அம்மாவுக்கு என்ன நடந்ததென என்னிடமே திருப்பிக் கேட்டாள். அம்மா, அப்பா, தாத்தா ஆகியோரிடம் பேச்சை முறித்துக் கொண்ட தங்கை என்னிடமும், மாதமொரு முறை சந்திக்கும் அத்தையிடமும் மட்டுமே உரையாடிக் கொண்டிருந்தாள். அதுவும் அப்பா எங்களைக் கைவிட்டுத் திரும்பி வந்த பிறகுதான்.

அப்பா ஒரு முழுக் குடிகாரனாகி ஆட்களின் எதிரில் திறந்த புத்தகம் ஆனார். அது யார் வேண்டுமானாலும் எந்நேரத்திலும் படித்து முடிக்கக் கூடியதாக இருந்தது. மதுவருந்திக் காரை ஓட்டிய ஒரு நடுத்தர வயது ஆசாமியைப் போலீஸ் கைது செய்தது என்கிற செய்தியை எப்போதும் கேட்டுக்கொண்டே யிருந்தேன். ஒவ்வொரு கைது வேளையிலும் அப்பாவுக்கு அறிமுகமான அல்லது நட்பிலிருந்த பல போலீஸ்காரர்களும் மதிப்பிற்குரியவர்களும் அப்பாவைக் காப்பாற்றினார்கள். கெட்ட சவகாசம் அப்பாவை வழித் தவற வைத்தது. இவற்றை அறிய நேர்கிறபோது அப்பாவை அழைத்து நான்கு வசைச்சொற்களைச் சொல்வேன். எப்படியிருந்தாலும் குழந்தைப்பருவம் முதல் என்னுடன் இருந்தவர் அப்பா. என் பேச்சுக்கு முழுவதுமாகச் செவிசாய்க்கக் கூடிய ஒரு நெருக்கம் எங்களுக்குள் இருந்தது.

அம்மா ஒரு மௌன இசையாக இருந்தாள். எதற்கும் எப்போதும் வெறும் முனகல் மட்டுமே பதிலாக இருக்கும். இப்படி ஒருத்தி அந்த வீட்டிலிருப்பது யாருக்கும் தெரியாது. அம்மாவை அப்பா காதலித்துத் திருமணம் பண்ணியிருந்தார். அம்மாவை விரும்புவதாகத் தாத்தாவிடம் சொன்னபோது கேட்டார்: "உனக்கு அவளை அந்த அளவுக்கு விருப்பமாடா? உனக்கு அவள்தான் வேணுமா?" அப்பா வேண்டுமென்றார். தாத்தா கூறினார்: "முதலில் காதலிச்சா பொண்ணை மறக்க முடியாதுடா. உன்னோட கல்யாணத்தை நடத்தித் தர்றேன்."

ஆனால், கல்யாணம் முடிந்து வீட்டை அடைந்ததும் அப்பாவுக்கும் அம்மாவுக்குமிடையே கடும் வாக்குவாதம் நடந்ததாக அத்தை கூறினாள். அன்று முதல் அம்மா கண்ணாமூச்சி ஆட்டம் காட்டத் தொடங்கினாள். அப்பா குடிபோதையில் வந்தாலும் வீட்டில் அமர்ந்து குடித்தாலும் அம்மா மிரண்டு போனாள். பிறகு அவர்கள் பேசிக்கொள்ளும் வார்த்தைகளைக் கேட்காமல் இருப்பதற்காகக் காலநேரமின்றித் தோட்டத்தின் மூலைகளில் துவர்த்துத் துணியால் காதைப் பொத்திக் கொள்வதாகவும் சொன்னாள்.

நாங்கள் பிறந்தவேளையிலும், தாத்தா தற்கொலை செய்து கொண்டவேளையிலும் நாண் தொடுக்கப்பட்ட வில்லின் அதிரும் முழக்கத்தைப்போல கத்தத் தொடங்கி விட்டார் அப்பா. அதற்குள் அம்மா மௌனத்தை வரிந்துகொண்டாள். முன்பு எப்போதோ கூறிய வார்த்தைகளை அடிக்கடி நினைவூட்டினார். தமது தவறுகளிலிருந்து ஓடி ஒளிந்துகொள்ளவும், இனி மற்றவர் களின் முன்னிலையில் சொல்ல எதுவுமில்லை என்பதற்கான திரையாகத் தனது பேச்சைப் பயன்படுத்தினார். அம்மா தனது செய்கைகளில் சத்தத்தின் சீரான தாளத்தை மட்டும் பாதுகாத்தாள்.

அம்மாவின் இறப்பை முன்னிட்டு அப்பா இரண்டாவது கல்யாணம் பண்ண முடிவெடுக்கவில்லை. ஒருநாள் கூட தலைவலியில், பசியின்மையில், ஒரு சிறு அசைவில்கூட தனக்குச் சுகமில்லையென்பதை அம்மா வெளிப்படுத்தியது கிடையாது. பாட்டி சொல்வாள்: "மகனே, நீ வர்றப்பதான் அவள் இப்படி பி.டி. உஷா மாதிரி நிற்காம ஓடறாள். மத்த நேரத்துல இடுப்புல உட்கார்ந்திருக்கற மாதிரி தொங்கிட்டு இருப்பாள."

அம்மா திடீரென்று இறந்து விடுவாளென்று நான் கருதவில்லை. அம்மாவுக்கு இறந்து போவதற்கான வயதும் ஆகவில்லை. இங்கெல்லாம் மனிதர்கள் நீண்டகாலப் பராமரிப்பில் ஒரு நூற்றாண்டுவரை வாழ்ந்து வருகிறார்கள். அவர்கள் மன மகிழ்ச்சியுடன் வேறு எந்தக் கவலையின்றித் தத்தமது காரியத்தை மட்டும் கவனித்து, வாழ்ந்துவருவதாக உடன் இருப்பவர்கள் கூறுகிறார்கள். நமது சிஸ்டம் அதுதானே? நாம் எப்போதும் மற்றவர்களின் வாழ்க்கையைத்தானே வாழ்ந்து கொண்டிருக்கிறோம்.

ஒரு பெண் எத்தனை சாதாரணமானவள் என்பதை அவளது அன்பை நோக்கி நீட்டப்படும் பணக்கட்டுகளிலிருந்து அறிந்து கொள்கிறாள். அவள் தயவு தாட்சண்யமின்றி அதை நிராகரிக்கும் போதும் அந்த அன்பு அவளை வேகவைத்து நீர்க்கச் செய்கிறது.

அம்மா எனக்கொரு கடிதம் எழுதியிருந்தாள். எனக்கு அது புரியவேயில்லை. அதைப் புரிந்துகொள்ள அவளது மரணம் வரை காத்திருக்க நேர்ந்தது. நாம் காண்பதைப்போல மனிதர்கள் வாழ்ந்து விடுவதில்லை. ஒவ்வொரு மனிதனும் ஒரு தனிப்பட்ட நிலமென்பதை எனக்கு அக்கடிதம் உணர்த்தியது.

தாத்தா உறங்கக் கூடிய அந்த அறையின் தொட்டில் கொக்கியில் அம்மா தூக்கில் தொங்கினாள். அப்போது அந்த வீட்டில் யாரும் இருக்கவில்லை. அப்பா அம்மாவிடம் சண்டையிடும் சத்தம், அம்மா இறக்கும் தினத்தில் அங்கு வந்த அத்தைக்குக் கேட்டதாம். அதை ரகசியமாக என்னிடம் கூறினாள். அப்பா இருக்க மாட்டாரென்று நினைத்து அத்தை வந்திருந்தாளாம். அப்பா உச்சக்குரலில் சண்டையிடத் தொடங்கியபோது அத்தை யாருக்கும் தெரியாமல் அங்கிருந்து வெளியேறிவிட்டாளாம்.

பாட்டி இறந்தபிறகு அம்மாவும் அப்பாவும் அந்த வீட்டில் தனியாக வசித்து வந்தார்கள். அவ்வீட்டுக்கு யாரும் விருந்தாளியாக வரமாட்டார்கள். பாட்டி இறந்த தினத்திலும் அப்பாவும் அம்மாவும் சண்டை போட்டுக்கொண் டிருந்தார்கள். அன்றைக்குத் தேங்காய் பறிக்கத் தோப்புக்கு வந்தவர்கள் அப்பாவை விலக்கினார்கள். இல்லாவிட்டால் அன்றைக்கே அம்மாவை அடித்துக்கொன்றிருப்பார். பின்னர், பாட்டி அப்பாவைத் திட்டியபடி தேங்காய்களைச் சேகரித்துக் கொண்டிருந்தாள்.

தேங்காய்களை எடுத்துச் செல்லப் பெட்டி ஆட்டோ வுடன் வந்த பிரபாகரன் தோப்பின் மேற்பகுதியிலிருந்து கீழே விழுந்து கிடக்கும் பாட்டியை நோக்கி ஓடிவரும் அம்மாவைப் பார்த்தான். அந்தப் பெட்டி ஆட்டோவில் பாட்டியை மருத்துவமனைக்கு எடுத்துச் சென்றபோதிலும் உயிருடன் வீட்டுக்கு அழைத்து வருவதற்கான அதிர்ஷ்டம் வாய்க்கவில்லை. பாட்டியை அப்பா அடித்துக்கொன்றிருப்பார் என்று சித்தி நம்புகிறாள். ஆனால் அதைப்பற்றி மற்றவர்களிடம் சொல்லும் தைரியம் அத்தைக்குக் கிடையாது.

அப்பா இரண்டாவது திருமணம் செய்த தினத்திற்கு மறுநாள் அத்தையைப் பாம்பு கடித்தது. அதுவும் தாத்தாவின் அறையில். தாத்தாவின் தாத்தா பழிவாங்கி விட்டதாகத் தங்கை கூறினாள். அது அப்பாவுக்காக வைக்கப்பட்ட பொறியாக இருக்கலாம். இறந்த பின்பும் ஆத்மா எங்கும் போகாமல் அதே அறையில் தங்கியிருக்குமா? இல்லையெனில் ஏன் அந்த அறைக்கு ஒவ்வொருவராகச் சென்று உயிரை இழக்கிறார்கள். தாத்தாவின்

அறை மரணத்தை வரவழைத்துச் சிறைவைக்கும் இடமாக இருக்குமோ?

இரண்டாவது திருமணம் செய்து எங்கள் வீட்டில் வசிக்கத் தொடங்கிய நாட்களில் அப்பா என்னை அழைப்பதுண்டு. அவரது இரண்டாவது தேனிலவு என்று ஒரு புகைப்படத்தை அனுப்பித் தந்தாள் தங்கை. அதைப் பார்த்தபோது என் சீற்றம் அதிகரித்தது. நிறைய ஆபரணங்களை அணிந்து முகம் முழுக்க ஒப்பனையால் அழகுபடுத்தி அப்பாவின் தோளுக்குப் பின்னால் வெட்கத்துடன் நிற்கும் அப்பெண்ணின் படத்தைப் பார்த்த மாத்திரத்தில் அவளை மனதிலிருந்து அழித்து விட்டேன். அவ்வேளையில் அப்பா நிற்கும் தோரணையைக் கண்டு அம்மாவை மனதிற்குள் ஏசினேன்.

சிறிது தைரியத்துடனும் துணிவுடனும் அம்மா நின்றிருந்தால் இறந்திருக்க வாய்ப்பில்லை.

நான் எதற்காக அந்த வீட்டுக்குச் செல்கிறேன் என்று எவ்வளவு யோசித்தும் எந்தப் பிடிமானமும் கிடைக்கவில்லை. அப்பாவைச் சந்திக்க வேண்டுமெனில் நகரத்தின் ஏதாவதொரு மதுக்கூடத்தின் எதிரில் சென்று நின்றால் போதுமே.

அப்பாவின் தொலைபேசி அழைப்பு வரும் வேளைகளில் நான் அதை ஆன் செய்து கேட்டுக்கொண்டிருப்பேன். அப்பா எப்போதும் திரும்பத் திரும்ப ஒரு விஷயத்தை மட்டுமே வலியுறுத்து வார்: "அம்மு நீ எதுக்காக என்கூட பேச மாட்டேங்கற... உன்னைப்பார்த்து எத்தனை காலமாச்சு. அம்மா இறந்த போதும், சித்தி இறந்த போதும் நீ வரலையே. இறந்தவங்க இப்பவும் இங்கேதான் நின்னுகிட்டிருக்காங்க... அவங்களால வாழ்ந்திட்டு இருக்கறவங்களைப்பார்க்க முடியும். உன்னைப் பார்க்கணும்னு உன் அம்மாவுக்கும் சித்திக்கும் ஆசையிருக்காதா? உன் கையிலேர்ந்து உருண்டைச் சோற்றை அவங்க எதிர் பார்ப்பாங்கதானே? அதனால எத்தனை பரபரப்பான வேலை இருந்தாலும் வந்திட்டுப் போ. நான் உன்கிட்ட எந்தத் தப்பும் பண்ணல. நீங்க யாரும் இல்லைன்னா என் நெலைமை என்ன ஆகும்னு யோசிச்சதுண்டா? இங்கே தனியா வசிக்கறப்ப உண்டாகிற வருத்தம் இங்கே வந்து தங்கி இருந்தா மட்டும்தான் தெரியும்... எப்படியாவது இங்கே வந்திட்டுப் போ..."

அந்த வீட்டுக்குச் சென்றால் அப்பெண்ணின் முகத்தைப் பார்க்க நேரிடும். அவளிடம் எதையாவது பேசவேண்டும். அவள் வாய் திறந்து எதைப் பேசினாலும் ஏச வேண்டியதாகிவிடும். அவளது கண்களில் எத்தனை அன்பிருந்தாலும் என் வெறுப்பு ஒருபோதும் மாறப்போவதில்லை.

நகரத்தை அடைந்தபோது முதலில் தங்கையை அழைத்தேன். அவள் உடனிருந்தால் சற்று தைரியம் கிடைக்கும். மனதைச் சற்றுக் கடினப்படுத்தி நடந்துகொள்ளலாமென்று நினைத்து அழைத்தேன். ஃபோனை எடுத்ததும் இனி ஒருபோதும் அவ்வீட்டுக்கு வரப் போவதில்லையென உறுதியாகக் கூறினாள்.

“அம்மா எதுக்காக, தாத்தாவோட அறையில தூக்குப் போட்டுச் சாகணும்னு நீ யார்கிட்டயாவது கேட்டதுண்டா? அம்மா இறக்கற போது அப்பா எங்கே இருந்தார்னு உனக்குத் தெரியுமா? எதுவும் யாருக்கும் தெரியாது. தாத்தாவோட மரணத்தையும் அம்மாவோட மரணத்தையும் வெறும் இயற்கை மரணங்களாக்கி, அப்பா இதிலேர்ந்து விலகியிருந்தார்னு நீ யோசிக்கறதுண்டா? சில விஷயங்களை உன்கிட்ட சொல்லி யிருக்கேன். அதையெல்லாம் தெரிஞ்சப் பெறகும் எதுக்காக இங்கே வந்தே? உன் மேல எனக்கு பாசம் இருக்குது அம்மு அக்கா... ஆனா நீ அந்த அப்பாவையும் அவரோட ரெண்டாவது பொண்சாதியையும் சந்திக்கக் கூடாது. அவங்ககூட பழகக் கூடாது. ஒருவேளை நான் உன்கிட்ட பேசறது இதுவே கடைசித் தடவை ஆயிடும். வேண்டாம். நீ கவனமாக இருக்கணும்.”

பின்னர், தங்கை என்னிடம் பேசவில்லை. அவள் பேச்சைக் கேட்டிருக்கலாமென்று இப்போது யோசிக்கிறேன். அவற்றை யோசிக்கவும் நினைவு கூரவும் மட்டுமே தற்போது இயலும். அதை முழுவதுமாக உங்களிடம் சொல்லி ஆறுதல் பெறுகிறேன்.

வீட்டுக்குச் செல்லும்போது அந்தப் பெண் வாசலில் நின்று கொண்டிருந்தாள். வேட்டியை உடுத்துத் துவர்த்துத் துண்டால் தலையை மறைத்து முற்றத்தில் விரிக்கப்பட்டிருந்த மூங்கில் பாயில் எதையோ கிளறிக்கொண்டிருந்தாள். அவள் என்னைக் கவனிக்கவில்லை.

வாசலுக்குள் நுழைவதற்கான படியில் நின்றேன். என்னை மறைத்தபடி செம்பருத்தி பூத்து நின்றிருந்தது. அவள் திரும்பி என்னைப் பார்க்கும்போது எப்படிக் காட்சியளிக்கிறாள் என்று தெரிந்துகொள்வதற்காகக் காத்திருந்தேன். என்னைப் பார்த்ததும் நின்றுவிட்டாள். முதலில் அவளுக்கு அடையாளம் தெரியவில்லையெனத் தோன்றியது. ஆனால் அது என்னுடைய நினைப்பு மட்டுமே. அம்மு என்றழைத்தபடி என்னை நோக்கி ஓடி வந்தாள். எதையும் யோசிக்காமல் என்னைக் கட்டியணைத்தாள். அவள் மீது அப்பாவின் மணம். அவளது பிடியிலிருந்து திமிறித் தள்ளி நின்றேன்.

“நீ வந்திட்டயே... நிம்மதியாயிடுச்சு. இந்நேரத்துல அப்பா இங்கே இல்லியே மகளே...” அவள் அழுதாள்.

“அப்பா எங்கே போயிட்டார்?”

“அப்பா நாளைக்குத்தான் வருவார். திருநெல்லிக்குப் போயிருக்கார். இங்கே இறந்தவங்களுக்காக ஹோமம் நடத்தப் போயிருக்கார். எல்லோரும் இங்கேயே இருக்கறாங்கன்னு அதிகமா அழுவார். யார்க்கும் சாந்தி கிடைக்கலைங்கற காரணத்தை விசாரிச்சப்ப திருநெல்லிக்குப் போய்ப் பிரார்த்தனை பண்ணணும்னு சோதிடர் சொன்னார். நான் யாரையும் பார்த்தது கெடையாது மகளே. எல்லோரும் சந்தோஷப்படுவாங்க. அப்பாவை நல்லா கவனிச்சுக்கறேன். எந்தக் குறையும் இல்லாம. எவ்வளவு கவனித்தாலும் உங்க அம்மா கவனிச்ச மாதிரி வராது. இருந்தாலும் அப்பாவைத் தவிர எனக்கு வேறு யாரும் கெடையாதே.”

அந்தப் பெண் உரக்க அழுதாள்.

“எங்க அம்மாவைச் சாகறதுக்கு முன்னால நீங்க பார்த்திருக்கீங்களா?“

“இல்லே. உங்க அப்பாவைப் பார்த்ததே எங்க கல்யாண நாள்ல தான்.”

ஆனால் உண்மை என்னவென்று எனக்குத் தெரியும். என் அம்மாவைத் திருமணம் செய்வதற்கு முன்பே இந்தப் பெண்ணுடன் உறவு வைத்திருந்ததாகத் தங்கை சொன்னாள். நேருக்கு நேர் நின்று கண்களைப் பார்த்து மனிதர்களால் எப்படிப் பொய் சொல்ல முடிகிறதென என்னால் புரிந்து கொள்ள இயலவில்லை.அப்பா விருப்பம்போல வாழ்ந்து கொண்டிருப்பதாக அம்மா சத்தம் போட்டாள். அதைக் குறித்து அம்மா என்னிடம் சொல்லவில்லை.

உள் அறைக்கு என்னை அழைத்துச் சென்று அமர வைத்தாள். என்னெதிரில் வந்து நின்றாள். எனக்கெதிரில் பரிமாறப்பட்ட உணவு எதையும் நான் சாப்பிடவில்லை. வெறுமனே நாக்கில் வைத்துச் சுவை பார்த்தேன் அவ்வளவுதான்.

“எதுவும் சாப்பிடலையே மகளே ... இதோ எடுத்துக்க ... இந்த மாங்காய் இங்கே பறிச்செடுத்தது ... இந்த நேந்திரை இங்கே காய்ச்சது... மகளே, எதையாவது சாப்பிடு... இந்த அவல் இங்கே இடிச்செடுத்தது ... அப்பாவுக்கு ரொம்பப் புடிக்கும் ... மகளே, கொஞ்சம் சாப்பிட்டுப் பார்.”

அந்த இரவில் அப்பா வந்தார். அந்நேரத்தில் நான் தூங்கிக் கொண்டிருந்தேன். அப்பா அறைக்கு வந்து என் காலைத் தொட்டார். போர்த்திக்கொண்டிருந்த வேளையிலும் ஒரு குளிர் என் காலில் கரைந்தது. திடுக்கிட்டு எழுந்தேன். அறையின்

சிறுவெளிச்சத்தில் அப்பாவைக் கவனித்தேன். என் காலடியில் நின்று அப்பா நீண்ட நேரம் அழுதார்.

அப்பா எதுக்காக அழுகிறீர்களென்று சத்தமெழுப்பாமல் கேட்டேன். போதிலும் அப்பாவின் அழுகைச் சத்தம் யாருக்கும் கேட்கவில்லை. அப்பாவின் கண்ணீர் என் மனதைக் கரைத்து விட்டதாக எண்ணினேன். ஆனால் அப்பாவுக்கு ஆறுதல் கூறியபோது வெளியே போனார். கதவைச் சாத்தி வெளியே நின்றிருந்த பெண்ணிடம் "இனி இவள் இந்த வீட்டுலேர்ந்து வெளியே போகாம பார்த்துக்கணும்... செத்தவங்க எல்லோரும் மண்ணுல உரமாகணும்னா இவள் இங்கேயே இருக்கணும்." என்று சொல்வது கேட்டது. அப்பா எதுக்காக அப்படிச் சொன்னா ரென்று விளங்கவில்லை. நான் அங்கே தங்க வரவில்லையென்று கூப்பிட்டுச் சொல்லத் தோன்றியது. அந்நேரத்தில் அதையும் சொல்லிவிட்டேன். என் குரல் யாருக்கும் கேட்கவில்லை. அப்பா சாத்திய கதவைத் திறப்பதற்காகக் கதவுக் கொக்கியை பிடித்திழுத்தேன். ஆனால் அது திறக்கவில்லை.

மறுநாள் காலையில் கண்விழித்தபோது அந்த வீடு குளிர்ந்து உறைந்திருப்பதாகத் தோன்றியது. பனி விழுந்து அனைத்தும் மூடியதைப்போல, யாரையும் எங்கும் காணோம். அப்பாவும் அந்தப் பெண்ணும் மண்ணுக்கடியில் புதைந்திருப்பார்களென்று தோன்றியது.

குளிர்ந்துபோன என் உதடுகளை என்னால் திறக்க முடிய வில்லை. கதவுகளைத் திறந்துவெளியே வந்தேன். சுவரையும் கதவுகளையும் தொட இயலவில்லை. சுடுவதைப் போன்ற குளிர். அடுக்களையிலும் புழக்கடையிலும் உணவு அறையிலும் குளியலறையிலும் அவர்களைத் தேடினேன். பனிமூட்டம் சூழ்ந்த வீட்டில் நான் மட்டும் இருப்பதாக உணர்ந்தேன். வீட்டில் என்னைத் தனித்து விட்டு அவர்கள் எங்கு போயிருப்பார்களென யோசித்துப்பார்த்தேன்.

"சீக்கிரம் அந்த வீட்டுலேர்ந்து வெளியே ஓடு. இல்லைன்னா அவங்க விரிக்கற வலையில சிக்கிடுவே. அப்புறம் உன்னை யாரும் பார்க்க முடியாது. அவங்க தோண்டுற குழியில நீ அகப்படுவே. இனியும் நான் சொல்றதைக் கேள். எல்லா அறைகளையும் அவங்க திறந்து போட்டுப் போனது உன்னை இல்லாம பண்ணறதுக்குத்தான். எந்த நிமிஷமும் அந்த வீட்டோட ஆத்மா உன் கூட இணைஞ்சிடும். சிந்திக்கற மாதிரி இல்ல செயல்கள். வீட்டைச் சுற்றிலும் இறந்து போனவங்க இருக்காங்க. அவங்க உன்னைப் பார்த்திட்டு இருக்காங்க." குளிரின் நடுக்கத்தில் தங்கை என்னிடம் கூறுவதாகத் தோன்றியது.

ஓடும் ரயிலில் பாய்ந்து ஏறுவது எப்படி?

அந்த நேரத்தில்தான் அம்மா என்னை அழைத்தாள். தாத்தாவின் அறையின் கதவருகில் வந்ததும் அந்த அழைப்பு தெளிவாகக் கேட்டது. அம்மா எதற்காக இப்போது அழைக்கிறாள்.

“கொழந்தை இங்கே இருக்கறியா? எல்லாத்தையும் கேட்டுட்டுத் தானே இருந்தே? உயிரோட இருக்கறவங்கனால ஒரு நிமிஷத்துல அடுத்தவங்க உயிரை எடுத்திட முடியும். இறந்து போனவங்க எதுவும் பண்ண முடியாது. அதனால நீ இங்கேர்ந்து போயிடு. அவங்க திரும்பி வந்ததும் உன்னைப் பார்க்க வருவேன். அப்போது உன்னால என்னையும் பாட்டியையும் தாத்தாவையும் அத்தையையும் பார்க்க முடியும்.”

“நெஜமா அம்மா என்னைப் பார்க்க வருவீங்களா... நான் காத்திருக்கட்டுமா...”

அவங்க வந்தால் மட்டும். இல்லைன்னா இப்போதைக்கு நடக்காது. நான் உன்னோட கனவுல வருவேன். அப்ப நீ பார்த்தா போதும். இப்போது கிளம்பு.”

“அம்மா எதுக்காகத் தூக்குப் போட்டுக்கிட்டீங்க... யாருக்கு பயந்து அம்மா உயிரை மாய்ச்சுகிட்டீங்க. கொஞ்சம் மன தைரியத்தோட இருந்திருந்தா அம்மா இன்னும் உயிரோட இருந்திருக்கலாமே.”

“அம்மு, என்னைக் கொன்றவள் நானில்லே. வாழறதுக்குக் காரணங்கள் இருக்கற மாதிரி சாகறதுக்கும் காரணங்கள் இருக்கும். வாழ்ந்துகிட்டிருக்கறவங்களோட சந்தோஷம் தானே இறந்தவங்களுக்கு நிம்மதியைத் தருது.”

“அப்பா கூட இருக்கற அந்தப் பெண்ணா அம்மாவைக் கொன்றவள்?”

“யாரும் யாரையும் கொல்ல முடியாது. சாகறதுக்குச் சில நிமித்தங்கள் இருக்குது. ஒருத்தர் ஏதோ ஒன்னுக்கு நிமித்தம் ஆகுறார். அதனால நீ இங்கேர்ந்து கிளம்பிப் போ.”

இறக்கப் போகிறவர்கள் இறப்பதற்கான காரணத்துடன் இப்போது இங்கே வந்திருப்பதாக அம்மா சொல்லாமல் சொல்கிறாள் என்று எனக்குத் தோன்றியது. கூடங்களின் ஜன்னல்களைத் திறந்து வைத்தேன். வீட்டுக்குள் பனி நிறைந்தது. வழி எதுவும் கண்களுக்குப் புலப்படவில்லை. உடுத்திருந்த ஆடையைக் கையில் சுற்றிச் சுவரில் துழாவினேன். வெளியே அப்பாவின் தாத்தாவான பாம்பு ஒளிந்திருக்கும் விறகுக் கிடங்கின் இருட்டை நோக்கி நடந்தேன்.

ஓலைமடல்கள், பாளைக்குலைகள், வெட்டப்பட்ட தென்னைமரத்தின் அடிக்கட்டைகள், காட்டுமரங்களின் பிளந்த விறகுகள், சுள்ளிக்குச்சிகள் நிறைத்த இருட்டில் குளிரை அகற்றுவதற்காகக் காத்திருந்தேன். மரங்களின் வெப்பம் இதமளித்தது. சுவரோரத்தில் தாத்தாவின் மண்புற்றைக் கண்டேன். ஒரு விறகையெடுத்து அந்தப் புற்றைப் பெயர்த்தேன். பிறகு தாத்தாவுக்கு மட்டும் கேட்கும் விதமாக அழைத்தேன்.

“உங்களுக்குக் கேட்கிறதா? இப்போது நான் இருள் படிந்து கிடக்கிறேன். அப்பாவைப் பார்க்க விரும்பவில்லை. அந்தப் பெண் இப்போது தூரத்தில் எங்கோ இருக்கிறாள். அம்மா என்னருகில் இருக்கிறாள். தாத்தாவும் அத்தையும் முன்னோர்களும் என்னை ஒருசேர சேர்த்தணைத்திருக்கிறார்கள். இறப்பவர்கள் அதிர்ஷ்டசாலிகள். அவர்கள் எதையும் அஞ்சத் தேவையில்லை. இனி எப்போது அப்பாவை என்னால் புரிந்துகொள்ள இயலுமென்று தெரியவில்லை. ஆனால் நீங்கள் என் வார்த்தைகளை நிச்சயம் கேட்பீர்கள். நேரம் கிடைக்குமெனில் என் அப்பா இருக்குமிடம் உங்களுக்குத் தெரியும் தானே? அந்த அறை முழுவதும் இருட்டு. இருட்டு அப்பாவை மெல்ல மூடத் தொடங்கி விட்டது. மனிதர்கள் இறப்பவர்களை மட்டுமே காண்கிறார்கள் என்று அப்பாவிடம் கூற வேண்டும். இறந்த பிறகு யாருக்கும் யாரிடமும் போராட முடியாது.

வீட்டின் இரண்டாவது தளத்திற்கு மேலே சிறிய கட்டடம் உள்ளது. அதொரு சிறிய அறை. தரையில் பதிக்கக் கூடிய ஓடுகள் பதிக்கப்பட்டிருந்தன. அறையில் பரண் இல்லை. மூங்கில் பிளாச்சுகளின் மீது அடுக்கப்பட்ட ஓடுகளின் இடைவெளியின் ஊடாகவும் துவாரங்களின் ஊடாகவும் சூரிய வெளிச்சம் கீற்றுகளாக விழுந்துகொண்டிருந்தன. அந்த அறைக்கதவு ஒரு பக்கம் திறக்கும் விதமாக அமைக்கப்பட்டிருந்தது. அப்பா கதவைத் திறந்து அதற்குள் புகுந்தபோது சூரியன் மேகங்களுக்கிடையில் மறைந்தது. கறுமை படிந்த அந்தத் தரையில் அப்பா அமர்ந்தார். சூரிய ஒளியும் நிலவொளியும் இல்லாத நாட்கள் கடந்து செல்வதை உணராமல் அப்பா அந்த அறைக்குள் படுத்திருந்தார். சுவர் விரிசல்கள் ஊடாகவும் ஓடுகளின் இடைவெளிகள் ஊடாகவும் கரிய செல்லரித்த மரத்தூணிலிருந்தும் மரவட்டைகளைப் போன்ற சிறுபாம்புகள் நெளிந்து இறங்கின.

●

15

ஓடும் ரயிலில் பாய்ந்து ஏறுவது எப்படி?

ஆட்டோ ரிக்ஷாக்களும் கார்களும் மனிதர்களும் நிறைந்த ஒரு ரயில் நிலையத்தின் காலைநேரம். ஆட்கள் பரபரப்புடன் ஓடுகிறார்கள். சூரியவெளிச்சம் பட்டு ரயில் நிலையம் ஒளிர்ந்து கொண்டிருந்தது. பயணிகள் பொறுமையுடன் காத்து நிற்கும் நடைமேடையை நோக்கி வடக்குத் திசைக்குச் செல்லும் ரயில் பாய்ந்து வரும் ஆகாயக் காட்சி. டீசல் புகையைக் கக்கியபடி ஸ்டேஷனில் வந்து நின்றது ரயில். ஆட்கள் அவசர அவசரமாக ஏறியிறங்கினார்கள். தூரத்தில் சமிக்ஞை கம்பத்தில் மஞ்சள் நிறம் மாறி பச்சை வெளிச்சம் எரிந்தது. ஸ்டேஷன் மாஸ்டரின் கையிலிருந்த பச்சைக்கொடி ஆட்களின் தலைக்கு மேலே உயரமாகப் பறந்தது. எஞ்சின் டிரைவர் தலையை நீட்டி எட்டிப் பார்த்தார். மக்கள் கூட்டத்தின்மீது விசில் சத்தம் ஒலித்தது. ரயில் மெதுவாக நகரத் தொடங்கியது. பயணிகளுடன் துணைக்கு வந்தவர்கள் ரயிலை விட்டுத் தள்ளி நின்றார்கள். ஜனங்களின் கண்களுக்கு எதிர்ப்பக்கம் ஆமை வேகத்திலிருந்து குதிரை வேகத்திற்கு ரயில் விரைந்தது.

திடீரென்று ரயிலுக்குப் பின்னால் ஒரு பெண் காற்றாய் ஓடி வருவதைக் காணலாம். அந்தக் காட்சி அவளுக்கும் ரயிலுக்குமிடையே ஓட்டப்பந்தயம் நடப்பதைப் போன்றிருந்தது. ரயில் அவளைத் தோற்கடித்து விடுமென்கிற

எண்ணம் பார்வையாளர்கள் மத்தியில் ஏற்படுவதற்குள் ஒரு வீராங்கனையைப்போல ரயிலில் பாய்ந்தேறினாள்.

கரும்புகை சூழ்ந்த வான விதானத்தில் இப்போது ஒரு பெயர் தெளிவடைகிறது: ஓடும் ரயிலில் பாய்ந்து ஏறுவது எப்படி?

❍

ஒவ்வொரு நாளும் அருந்ததியின் காலைநேரங்கள் ரயில் இரைச்சலுடன் தொடங்குகின்றன. ஏழரை மணிக்கான ரயிலில் ஏறுவதற்காக நான்கு மணிக்கே எழுந்து விடுவாள். மதிய உணவைச் சமைப்பதற்காக முதலில் சமையலறைக்கு ஓடுவாள். அரிசியைக் கழுவி அடுப்பில் வைத்து அது கொதிப்பதற்கு முன்பு, திரும்பிக் குளியலறைக்கு ஓடிச்சென்று காக்காய் குளியல் போடுவாள். அதற்குள் அரவிந்தன் எழுந்து விடுவான். அவன் இடைவெளி விடாத நடைப்பயிற்சிக்குக் கிளம்புவான். கிளம்பும்போது கதவைத் தாழிட்டுக்கொள்ள நினைவூட்டுவான். பிந்தைய அருந்ததியின் நிமிடங்கள் இலக்கை நோக்கி விரையும் ஓர் ஓட்டப்பந்தயக்காரனுடையதாக இருக்கும். அரவிந்தன் திரும்புவதற்குள் குளிப்பதற்கான வெந்நீரும் பருகுவதற்கான தேநீரும் ஆயத்தப்படுத்த வேண்டும். சந்துவை எழவைத்து பிரஷில் பற்பசையை வைத்துத் தர வேண்டும். அப்போது நேரத்தின் முட்கள் அதிவேகத்தில் சுழலத் தொடங்கும். மூன்றாம் வகுப்புப் படிக்கும் சந்து டைம் டேபிளைப் பார்த்துப் புத்தகங்களைப் பைக்குள் எடுத்து வைக்கும்போது சொல்வான்: 'அம்மா பென்சில் பாக்ஸை காணோம்.' பின்னர் அதைத் தேடியெடுத்துக் கொடுக்கும்போது அவனைத் திட்டுவாள். ஒவ்வொரு நாளும் அவனை எதற்கேனும் திட்ட நேர்வதை நினைத்து வருத்தப்படுவதுண்டு. இதற்கிடையில் அழைப்புமணி ஒலிக்கும். அரவிந்தன் வியர்வையைத் துடைத்துச் செய்தித்தாளுடன் வாசலில் அமர்வான். தேநீர் தரும்போது குளிப்பதற்கான வெந்நீரைக் குளியலறையில் வைத்திருப்பதை ஞாபகப் படுத்துவாள். பிறகு மதிய உணவை டிபன் பாக்ஸ்களில் போட்டு அவற்றிலொன்றை சந்துவின் பேக்கில் வைப்பாள். அவனைக் குளிக்க வைத்து, சீருடை அணிவித்துத் தலைவாரி விடுவாள். அதற்கிடையில் அரவிந்தன் குளித்துத் திரும்பியிருப்பான். சந்துவுடன் அமர்ந்து சிற்றுண்டி அருந்துவான். அப்போது நீ சாப்பிடவில்லையாவென்று அவளிடம் கேட்பான். அவ்வேளையில் அலுவலகத்திற்கு உடுத்துச் செல்வதற்கான புடவையை இஸ்திரி போட்டுக்கொண்டிருப்பாள் அருந்ததி. ஒவ்வொரு நாளும் காலைச் சிற்றுண்டியை ரயிலில் அருந்துவதை வழக்கமாக்கியுள்ளாள் என்பதை அரவிந்தன் அறிவான். இருப்பினும் தொடர் கேள்வியைப் போல திரும்பத் திரும்பக்

கேட்பான். சந்துவை ஸ்கூட்டரில் ஏற்றிச் சாலைவரை சென்று பள்ளிப்பேருந்தில் அமர வைத்துத் திரும்புவதற்குள், அருந்ததி புடவையை உடுத்து பேக்கை எடுத்து கதவைப் பூட்டியிருப்பாள். சாவியை ஒப்படைத்துவிட்டு ஸ்கூட்டரின் பின்னால் ஏறி அமர்ந்து ரயில்வே ஸ்டேஷனை நோக்கிச்செல்லும் போது கூறுவாள்: 'இன்னைக்குத்தான் சீட்டுப்பணம் கட்ட கடைசி நாள். மதியத்துக்கு முன்பாக அதைக் கட்டினாதான் ஏலம் எடுக்க முடியும்.' அதற்குப் பதிலளிப்பதைப் போல அரவிந்தன் உம் கொட்டுவான். செலுத்த வேண்டிய கடன்சுமைகளின் முடிவுறாத கணக்குகள் இவனுடைய மனதில் நிறைந்திருக்கும். அருந்ததியை ஸ்டேஷனில் இறக்கி விடுவதற்குள் மணி ஏழரை ஆகியிருக்கும். பின்னர் அருந்ததி ஸ்டேஷனை நோக்கி ஓடுவாள். அப்போது வண்டி விசிலை ஒலித்து நகரத் தொடங்கியிருக்கும்.

ரயில் எத்தனை விரைவாக ஓடிக்கொண்டிருக்கிறது. வயல்களையும் நதிகளையும் தென்னந்தோப்புகளையும் ஓடு கம்பெனிகளையும் சூரியஒளியையையும் தாண்டி எத்தனை விரைவாகச் செல்கிறது ரயில்.

இப்போது 4744ஆம் கம்பார்ட்மெண்ட் ஓர் அலுவலக அறை. கூர்க்கஞ்சேரி சர்வீஸ் கூட்டுறவு வங்கியின் அக்கவுண்டன்ட் சாரதா கோப்புகளில் தலையைப் புதைத்து அமர்ந்திருக் கிறாள். ஆண்டிறுதிக் கணக்குகளில் கடனைத் திரும்பச் செலுத்தாதவர்களின் பட்டியலைப் பூர்த்தி செய்யாவிட்டால் மேலாளர் சிவராம கிருஷ்ண அய்யரின் ஏச்சுக்கு ஆளாக நேரிடும் என்பது தெரியும். எனவேதான், அலுவலகத்தில் முடிக்க முடியாத வேலைகளை வீட்டுக்கும் பின்னர் ரயில் பயண நேரத்திற்கும் எடுத்து வர நேர்கிறது.

"குரியச்சா, விவசாயக்கடன் பட்டியலை சார்கிட்ட குடுத்திட்டீங்க தானே?"

ஃபைலிலிருந்து தலையைத் திருப்பி சாரதா கேட்டாள். ஆமாம் என்று முனகினான் குர்யச்சன். தமாஷைச் சொல்லிச் சிரிக்க வைக்கும் நேரத்தில்தான் பதிலளிப்பான்.

தற்போது அந்த அறையில் குரியச்சனையும் சாரதாவையும் தவிர ஆறுபேர் இருந்தார்கள். அனிருத்தனும் ராமேஷ்வரனும் குரியச்சனின் சக ஊழியர்கள். சுந்தரி மணியும் ஷேனாய் என்றழைக்கப்படும் பத்மநாபனும் அருந்ததியின் அலுவலகத்திலும் பிரபாகரன் ஸ்டாக் எக்ஸ்சேஞ்சிலும் பணியாற்றுகிறார்கள். எல்லோரும் முப்பத்தைந்துக்கும் நாற்பதுக்கும் இடைப்பட்ட வயதினர்.

சூரியச்சனுக்கு சொல்வதற்கு எப்போதும் ஒரு கதை இருக்கும். அண்டை வீட்டிலோ, நெருக்கமானவர்களிடையிலோ நடந்த மரணங்களின் கதைகள். ஒவ்வொரு காலைநேரத்திலும் மரணத்தின் கரிய நிறத்தை சூரியச்சன் வெளிப்படுத்துவான்.

"ரயிலுக்கு முன்னால் குதிச்சுச் சாகறதுக்கு மிதமிஞ்சிய தைரியம் வேணும் . . . அவனுக்கு என்ன கொறைச்சல்னு நான் யோசிக்கறேன் . . . மாசாமாசம் கெடைக்கற மூவாயிரம் ரூபாய் ஒரு மகளும் மனைவியும் இருக்கற குடும்பத்தை நடத்த தாராளமாகப் போதும்."

"என்ன விஷயம்னு தெரியுமா?"

ராமேஷ்வரன் உற்சாகமடைந்தான். ராமேஷ்வரனும் அனிருத்தனும் உற்றுக் கவனிக்கும் இயல்பை உடையவர்கள். ஆகவே சூரியச்சனின் கதைகளுக்கெதிரில் செவிமடுத்துக் கொண்டிருப்பார்கள்.

"எந்தத் துப்பும் கெடைக்கலை. கல்ஃபுக்குப் போகறதுக்காக விசாவும் டிக்கெட்டும் தயார்படுத்தி வெச்சிருந்தான். கம்பெனிக்கு ஒரு வருஷத்துக்கான லீவையும் எழுதிக் குடுத்திருந்தான். பத்தாம் தேதி கிளம்பறதுக்காக எல்லாத்தையும் தயார் பண்ணி, ஊருக்குப் போய் அம்மாவைப் பார்த்திட்டு வர்றதா சொல்லிட்டுப் போனவன். நாலு நாளைக்குப் பெறகு ஊர்லேர்ந்து ஆள் வந்து சொன்னாங்க . . . அனாதைப்பிணம்னு போலீஸ்காரங்க முடிவுபண்ண பார்த்தாங்க. அந்தச் சமயத்துல யாரோ ஒருத்தருக்குத் தண்டவாளத்துலேர்ந்து அவரோட டெலிஃபோன் இன்டக்ஸ் கெடைச்சது. இல்லைன்னா அந்தப் பொண்ணும் கொழந்தையும் என்ன செய்யணும்னு தெரியாம தவிச்சுப் போயிருப்பாங்க . . ." சூரியச்சன் முழுமைப்படுத்துவதற்குள்ளாக அனிருத்தன் இடைமறிந்தான்.

"எதாவது எழுதி வெச்சிருந்தானா?"

"என்னத்த எழுதி வெக்கறது . . . எதுவும் யாருக்கும் தெரியாது . . . வீணா ஒவ்வொரு காரணத்தை நாம கண்டுபிடிக்க வேண்டியதாயிடும் . . ."

"சிலசமயம் அந்த ஆளோட மனைவிகூட . . . ஏதாவது பிரச்சனைங்க . . ."

"என்ன பிரச்சனை . . . அப்படின்னா பிரச்சனை இல்லாதவங்க யார் இருக்காங்க . . ."

யாரும் எதுவும் பேசவில்லை. எல்லோரும் தத்தமது வாழ்க்கையை ரீவைன்ட் செய்துகொண்டார்கள். கடந்த

காலங்களின் அழகான பாதைகளை அவர்கள் கண்டார்கள். பின்னர் மௌனப் பெட்டகத்திற்குள் நுழைந்தார்கள்.

அசுர வேகத்தில் ரயில் தனது பயணத்தைத் தொடர்ந்தது.

தீராத வேட்கையுடன் வாழ்க்கையைத் தியாகம் செய்த அம்மனிதர்களைப் பற்றி யோசிக்கும் வேளைகளில் அருந்ததியின் கண்கள் நிறையும். கடமைகளும் பிரச்சினைகளும் இருக்கும்போது உயிரை மாய்த்துக்கொள்வது எதற்காகவெனத் தன்னிடமே கேட்டுக்கொள்வாள். மரணம் எதற்கும் தீர்வாகாதே என்கிற ஐயம் எஞ்சும் வேளையில் குரியச்சன் சொல்வான்: "மனுஷங்க வாழறதுக்குத் தகுந்த மாதிரி இந்தப் பூமி இருக்குது. அதனால எவ்வளவு சீக்கிரமா எல்லாத்தையும் முடிச்சிட்டுப் போகணும்னு ஒவ்வொருத்தரும் அவசரப்படுறாங்க. மரணத்தைத் துணைக்கு அழைக்கறாங்க... எதற்கும் எந்த உத்தரவாதமும் இல்லாத வாழ்க்கையை வாழ்ந்து முடிக்க இந்தக் காலத்துல யார் விரும்புவாங்க..?"

ரயில் ஏதோ இரும்புப்பாலத்தின் மீது ஓடிக்கொண் டிருந்தது. குரியச்சன் ஒரு சிகரெட்டைப் பற்றவைத்துப் புகை விட்டான். கேபினில் புகை வளையங்கள் உயர்ந்தபோது சாரதா அவனைப் பார்த்தாள்: 'சாரி, சாரதா மேடத்துக்குப் புகை நாற்றம் பிடிக்காதே' என்று வேடிக்கையாகச் சொல்லி குரியச்சன் எழுந்தான். சாரதா பதிலளிக்காமல் ஃபைலில் முகத்தைப் புதைத்துக்கொண்டாள். வாழ்க்கையின் எல்லா நிமிஷங்களையும் அக்கவுண்ட் ரெஜிஸ்டர்களில் ஊசிகளாக்கி எடுத்துச்செல்லும் சாரதா மேடத்தைப் பார்க்கும் போது, எழுத்தாளர் ஆனந்தின் 'மேலாளர்கள்' என்கிற கதை அருந்ததியின் நினைவுக்கு வரும்.

அருந்ததி கைப்பையிலிருந்து டிபன் பாக்ஸை எடுத்து உணவருந்தினாள். கை கழுவி வந்ததும் பையிலிருந்து பயணக் களைப்பைப் போக்க ஒரு புத்தகத்தை எடுத்தாள்.

"என்ன புஸ்தகம் அருந்ததி?" பத்மநாபன் கை நீட்டி புத்தகத்தை வாங்கினான்.

பத்மநாபன் புத்தகம் படிப்பதில் ஆர்வமுடையவன் என்பது அருந்ததிக்குத் தெரியும். ஆகவே அவர்கள் எழுத்துகளால் பிணைந்திருந்தார்கள்.

"ஆ... இதை நான் படிச்சிருக்கேன்..." என்று சொல்லித் திருப்பிக்கொடுத்தான். அருந்ததி எழுத்துகளின் கருமைக்குள் கண்களைத் திணித்தபோது குரியச்சன் மீண்டும் ஒரு கதையைத் தொடங்கினான்.

“புதுக்காட்டுங்கற எடத்துல அந்தக் கல்யாணக் கோஷ்டி பஸ்ல ஏறினாங்க. டிரஸ்சரியில வேலை பார்க்கற நம்ம சசாங்கனும் பஸ்ல இருந்தான். பெண்களும் கொழந்தைகளுமாக இருந்த அந்தக் கல்யாணக் கோஷ்டி திரும்ப முடியாதபடி நெருக்கி நின்னுக்கிட்டிருந்தாங்க. அந்தக் கொழந்தைக்கு மூணு நாலு வயசு இருக்கும். நெரிசல்ல சிக்கித் தவிச்சிட்டு இருந்தது. நம்ம சசாங்கனுக்கு மனிதாபிமானம் கொஞ்சம் கூடுதல். அந்தக் கொழந்தை புழுங்கறதைப் பார்த்து வாங்கி மடியில் வெச்சுக் கிட்டான். பஸ் போயிட்டு இருந்தது. ஆளுங்களை ஏத்தி ஏறக்கிட்டு பஸ் திருச்சூர் போய்ச் சேர்ந்திடுச்சு. எறங்கறதுக்காக கொழந்தையைக் கூப்பிட்டப்ப அது நல்ல தூக்கத்துல இருந்தது . . . பாவம். சசாங்கன் பார்த்துக்கொண்டிருக்கும் போதே பஸ்ல இருந்தவங்க எல்லோரும் எறங்கிட்டாங்க. என்ன செய்யணும்னு தெரியாம குழம்பி நின்னுட்டிருந்தான். குழந்தையை அதனுடைய உறவினர்கள் வந்து கூட்டிட்டுப் போயிடுவாங்கன்னு நெனைச்சு தரையில் இறங்கிவிட்டான். அப்போது குழந்தை ஓங்கி அழுதது. அதைக் கேட்டு கூட்டம் சேர்ந்திடுச்சு. சசாங்கன் அவங்ககிட்ட கொழந்தையோட சொந்தக்காரங்க யாருமில்லைன்னு சொன்னான். ஆனா, ஆளுங்க அவனை விடலை. அப்புறம் அவன் சொல்ல வந்தது எதையும் அவங்க காதுல வாங்கலை. எங்கிருந்தோ கொழந்தையைத் திருடிட்டு வந்து அதோட கையிலேயும் கழுத்துலேயும் காதுலேயும் இருக்கற நகைகளை கழற்றி எடுத்துட்டுப் போறவன்னு சொல்லி அவன் மேல ஆத்திரப்பட்டாங்க. பெறகு நடத்த விஷயங்கள் பத்தி சொல்ல வேண்டியதில்ல தோழர்களே . . .

எல்லோரும் சேர்ந்து அவனைத் திருடனாக்கிட்டாங்க. கொழந்தையைத் தூக்கி வெச்சு, பஸ்ஸுலேர்ந்து எறக்கி போலீஸ் ஸ்டேஷனுக்குக் கூட்டிட்டுப் போனாங்க. ஆளுங்க கூட்டம் அதிகமாயிடுச்சு. ஒரு ஊர்வலம் மாதிரி, முன்னால கொழந்தையை மார்போடு அணைச்சிட்டு சசாங்கனும் அவனைத் தொடர்ந்து ஆள்கூட்டமும். ஸ்டேஷனுக்குப் போனதும் நடந்த காரியங் களைப் பத்திச் சொல்லத் தேவையில்லை. போலீஸ்காரங்க அவன் சொன்ன எதையும் காதுல வாங்கலை. புடிச்சு ஜெயில்ல போட்டுடுவோம்னு சொல்லி பயப்படுத்தினாங்க. ஒரு கந்தைத் துணியைப்போல அவனை மூலையில இழுத்துத் தள்ளினாங்க. விஷயம் தெரிஞ்ச எங்கள்ல சிலர் ஸ்டேஷனுக்குப் போறதுக்குள்ள கதையே தலைகீழாயிடுச்சு. கொழந்தையைக் காணோம்னு அதோட தாயும் ஆளுகளும் வந்திருந்தாங்க. கல்யாணக் கோஷ்டி வழியில இறங்கினப்ப ஒவ்வொருத்தரும் கொழந்தை அடுத்தவங்ககிட்ட இருக்குதுன்னு நெனைச்சிட்டாங்களாம்.

அப்புறம் எல்லாத்தையும் முடிச்சிட்டு வெளியே வந்தபோது ஒருத்தர்கூட இல்லே. திட்டுனவங்களும் சிரிச்சவங்களும். இருந்தாலும் அந்த எஸ்ஐ வந்து வருத்தம் தெரிவிச்சார்...”

“இந்தக் காலத்துல மனுஷனுக்கு எதுலேயும் நம்பிக்கை கெடையாது... பின்னே என்ன... யார் சொன்னாலும் கேட்க மாட்டாங்க...”

“மனுசனுக்கு இரக்கமும் அன்பும் எதுவும் தேவை யில்லைன்னு ஆயிடுச்சு... யாருக்காச்சும் உதவி பண்ணப் போனா சிலுவையில தொங்க வேண்டியதாயிடுது.”

லெவல் கிராஸ்கள், பரபரப்பற்றக் குறுக்கு வழிகள், ஓலை வேய்ந்த கூடாரங்ளைக் கடந்து ரயில் ஓடிக்கொண்டிருந்தது. அருந்ததி கைக்கடிகாரத்தைப்பார்த்தாள். பதினைந்து நிமிடங் களுக்குள் ரயில் திருச்சூரை எட்டி விடுமென்று கணக்கிட்டாள். புத்தகத்தைப் பையில் திணித்து எழுந்தாள். டாய்லெட்டின் எதிரில் வாஷ் பேஷினில் முகம் கழுவித் துடைக்கும் போது ஒல்லூரை அடைந்தது ரயில். வண்டி நின்றது. அவள் வெளியே பார்த்தாள். ஸ்டேஷன் முழுவதும் ஜனக்கூட்டம். ஆட்களைப் பார்த்தபோது அருந்ததிக்கு, மகன் டி.வியில் பார்க்கக் கூடிய ரோபோட்டின் அசைவுகள் நினைவுக்கு வந்தது. காட்சியைக் கவனித்தபடி கதவருகிலேயே நின்றாள்.

ரயில் நகரத் தொடங்கியபோது ஒரு பெண் நடைமேடையில் ஓடிவருவதைக் கவனித்தாள். அவள் கையில் கைக்குழந்தை இருந்தது. ஒவ்வொரு கம்பார்ட்மென்டின் கதவையும் பார்த்தபடி பரபரத்து ஓடிவரும் போது அவளுக்கிணையாக வண்டியின் வேகமும் கூடியது. அந்தப் பெண் அருந்ததி நிற்கும் கதவை நெருங்கியதும் ஒரு கையை நீட்டினாள்.

“ஏறப் போறீங்களா?” அருந்ததி உரக்கக் கேட்டாள்.

“ஆமாம்.”

“கொழந்தையை இப்படிக் குடுங்க...” என்று கூறி கையை நீட்டிக் குழந்தையை வாங்கிக் கதவை விட்டு விலகி நின்றாள். அந்தப் பெண் வண்டிக்குள் ஏறிவிடுவாளென்று அருந்ததி கருதினாள். அதற்குள் வண்டி அதனுடைய இறுதி வேகத்தை நோக்கிப் பாய்ந்து விட்டது. ஸ்டேஷனை ஒதுக்கித் தள்ளி ரயில் அகன்றபோது செய்வதறியாமல் கதவருகில் சென்று வெளியே எட்டிப் பார்த்தாள். ஜனத்திரளுக்குள் அந்தப் பெண் மாயமானாள். அருந்ததி கையிலிருக்கும் குழந்தையைப் பார்த்தாள். சுமார் ஒன்றோ இரண்டோ வயதையுடைய குழந்தை. அருந்ததி அதன் முகத்தையே கவனித்தபடி செய்வதறியாமல்

அதிர்ந்து போனாள். ராமேஸ்வரன் அருந்ததியையும் குழந்தையையும் பார்த்தான்.

"என்ன... என்ன நடந்தது... இது யாரோட கொழந்தை...?"

"இது... அந்தப் பொண்ணு என் கையில தந்திட்டு ரயில்ல ஏறாம..." அருந்ததியால் வார்த்தைகளை முழுமைப்படுத்த இயலவில்லை. "இழுத்து ரயிலை நிறுத்துங்க..." என்று ஆட்களின் கூச்சல் கேட்டது. அருந்ததியையும் குழந்தையையும் சுற்றி நிறையப் பேர் கூடி விட்டார்கள். எல்லாக் கண்களும் குழந்தையின் முகத்தில் பதிந்தன. அதை அறியாததைப்போல சாவதானமாகக் குழந்தை கண்களைத் திறந்தது. இப்போது குழந்தை அழத் தொடங்கி விடுமென்றும் அதனுடைய அழுகையை நிறுத்த யாராலும் இயலாதென்றும் அருந்ததி கருதினாள். ஆனால், கண்விழித்த குழந்தை அருந்ததியைப் பார்த்துச் சிரித்தது.

"என்னை உங்க கையில ஒப்படைச்சிட்டுத் தப்பிச்சிட்டாங்க தானே..?"

இவ்வளவு சிறிய குழந்தை தெளிவாகப் பேசுவதைக் கேட்டு ஒரு திகைப்புடன் அருந்ததி கேட்டாள்: "தப்பிச்சிட்டாங்களா..?"

"அம்மாவுக்கு வேறே வழி கெடையாதே..."

எவ்விதப் பற்றுதலுமின்றி உறக்கத்தின் ஆழத்திற்குக் குழந்தை கண்களை மூடிக்கொண்டது.

உலகத்தில் என்னென்ன அதிசயங்கள் நிகழ்கின்றன. தேவைப்பட்டால் இந்தக் கதையை விரித்து எழுதலாம். அருந்ததியும் சக ஊழியர்களும் ரயில்வே போலீஸுக்குத் தகவல் தெரிவித்தார்கள் என்றோ, அல்லது குழந்தையை அனாதை விடுதியில் ஒப்படைத்தார்கள் என்றோ, அதுவும் இல்லாவிடில் குழந்தையை வைத்துக்கொண்டு நிம்மதியான ஒரு வாழ்க்கையை ஆரம்பித்தார்கள் என்றோ எப்படி வேண்டுமென்றாலும் இந்தக் கதைக்குத் திருப்பத்தை உண்டாக்கலாம். ஆனால், அருந்ததியின் சிந்தனைகளுக்குள் ஒருகணம் புகுந்த கதைசொல்லி அவள் மனதை வேறுவிதமாக வாசிக்கத் தொடங்கினான். நாளை காலை பரபரப்பான ரயில் நிலையத்திற்குள் நுழையும் போது ரயில் கிளம்பியிருக்கக் கூடாது என்கிற பிரார்த்தனை மட்டுமே இருந்தது. அதை வாசித்து முடிக்கும் போது கதையறியாத ரயில் பயணத்தில், குழந்தையுடன் அருந்ததி நிற்கும் லாங் ஷாட்டில் இந்தக் கதையை நிறைவு செய்யக் கதைசொல்லி தீர்மானித்தான்.

●

16

யானோ நீயோ யாதிபரம் ...*

மொழி இயற்கையானது. வார்த்தைகள் அதனுடைய பொருளைக் கண்டடைய வெகுதொலைவைக் கடந்தாக வேண்டும். புராதனக் காலங்களில் வார்த்தை மண்ணுக்குள் புதைந்து கிடப்பதைப் போல ஒருவனின் மூளையில் அவிந்து கிடந்திருக்கலாம். பின்னர் சகிக்க இயலாத கணத்தில் ஒரு விஷயத்திற்காக அலறும் போது உள்நாக்கு மடங்கி, தொண்டையை வருடி ஆர்ப்பரித்து ஒலித்திருக்கும். அப்போது அதற்கொரு அர்த்தம் உருவாகியிருக்கும். அந்த அர்த்தத்தின் மூலமாகவே மனிதன் வார்த்தையைக் கண்டடைந்தான்.

சிறியதொரு வழிகூட பயணத்திற்கான தொடக்கம் ஆகலாம். சாய்ந்து கிடக்கும் ஒரு மரக்கிளை மீதேறி நின்று உலகைக் காண இயலும். அதனுடைய இலையைப் பறித்தெறிந்தால் அது வான் பயணமாகி விடும். பயணத்தின் எந்தப் பாதையில் நிற்கிறேனென எனக்குத் தெரியாது. இருப்பினும் கண்டதில் பாதியைக் காட்சியாகவும், கேட்டதில் பாதியை வார்த்தையாகவும் கூறுவதற்குப் பெரிய கதை உள்ளது. நினைவில் தங்கி நிற்க வேண்டுமென்றால் மிகப் பரந்த மனம் தேவை. எதையும் உள்ளுக்குள் நிறைக்கவும் அதை வாரியிறைத்து அறுவடை செய்யவும் விசாலமான ஒரு வயல்வெளி அவசியம். அப்போது ஒரு சொல் கூட கதையாகி விடும். கண்ணுற்றக் காலத்தையும், கேள்விப்பட்ட

---

* நீயும் நானும் வேறல்ல – நாராயண குரு

வார்த்தைகளையும் இன்னும் எத்தனையோ நபர்களிடம் கூற வேண்டியுள்ளது என்று பொம்மஹள்ளியைச் சேர்ந்த பாதிரியார் கூறினார். 'நீ எழுது, அது அடுத்தவனின் வார்த்தை'. அதைக் கேட்ட பிறகே இத்தனையும் எழுதுகிறேன்.

வழியோரத்தில் வரிசை வரிசையாக நிற்கும் விதவிதமான கார்கள். ஹோண்டா, மாருதி, ஹூண்டாய், போர்ட், ப்யூஷே ஃபோன்ற கார்களின் அருகில் போகும்போது 'சந்திர அண்ணா என்னை எடுத்திட்டுப் போகமாட்டீர்களா' என்று கேட்கும் மாருதி கார்களிலிருந்துதான் அந்த வார்த்தை எனக்குக் கேட்டது. எஞ்சிய வாழ்நாளில் எவ்வழியாக சஞ்சரிப்பேன் என்றும் யார் என்னிடம் பேசுவார்கள் என்றும் எனக்குத் தெரியாது. இருப்பினும் அந்த வார்த்தை என்னைச் சுற்றி, என் காதுகளின் அருகில் ஓர் ரீங்காரமாக ஒலிக்கிறது.

சவிவோத்தமபுரம் என்ற இடத்திற்கான பெயர் எப்போது வந்ததெனத் தெரியாது. இருப்புப்பாதைகளுக்காக அவ்விடத்தை அரசாங்கம் கையகப்படுத்தியதாக முன்னர் கேள்விப்பட்டிருக்கிறேன். சுற்றிலும் வயல்வெளி. அதையொட்டி, கடம்பா நதி மழைக்காலத்தில் ஆர்ப்பரித்துப் பாயும். கோடைகாலத்தில் அழுது வழிந்து கொண்டிருக்கும். ஆற்றைத் தாண்டி மலையேறி கடம்பா நதியின் படித்துறையைக் கடந்து, அரசாங்கத்திற்குச் சொந்தமான இடத்தின் வழியாகத்தான் மக்கள் திருவாம்பாடிக்குச் சென்று வந்தார்கள். நதியின் எதிர்ப்புறம் மெல்ல மெல்ல நகரம் உருவானது. நகரம் உருவாகத் தொடங்கிய போது நகரத்தைக் கட்டியெழுப்பிக் கொண்டிருந்தவர்கள் வசிக்கத் தொடங்கினார்கள். தார்பாலினை வைத்தும், பிளாஸ்டிக் ஷீட்களை வைத்தும், தகர டின்களில் ரீப்பரை அடித்தும், புடவையை மறைத்துக் கதவை உண்டாக்கியும் வீடுகள் என்று கூறத்தக்க வசிப்பிடங்களை எழுப்பினார்கள். மழையிலும் வெயிலிலும் உறங்குவதற்கான ஒரு சாய்ப்பு. தரையில் விரிக்கப் பட்ட பாயில் அமர்ந்து, களைப்புற்று அதிலேயே படுத்துறங்கவும், எலும்புக்குள் குளிர் துளைக்கும்போது பக்கத்தில் படுத்துக் கிடப்பவளின் கால்களின் நடுவில் ஊடுருவிச் செல்லவும் அதே தரை தான். முகவரிகளற்ற வாழ்க்கை. எந்த தகாத காரியத்தைச் செய்தாலும் ஒளிந்துகொள்வதற்கோ, மாயமாவதற்கோ உதவக் கூடிய நகரத்தின் பாதாளக்குகை. அதற்குள் நுழைந்து விட்டால் திரும்பி வர இயலாத பித்துப் பிடிக்க வைக்கும் வழிகள். அந்த வழிகளுக்குள் நானெனது பயணத்தை எளிதாக்கினேன்.

(அப்பள சந்திரன் என்கிற கார் திருடன் தனது சுயசரிதை யான சர்வஞான பீடம் என்கிற புத்தகத்தின் முதல் அத்தியாயத்தில் எழுதியவை.)

அப்பள சந்திரன் என்று புகார் மனுவில் குறிப்பிடப்பட்டிருந்தது. ஒன்பது வாகனத் திருட்டு, வீட்டுக்குள் புகுந்து கொள்ளையடிக்க முயற்சித்தபோது வீட்டாரை அடித்துத் துன்புறுத்தியதற்காக இரண்டு வழக்குகள், ஒருமுறை வழியோரத்தில் பேருந்துக்காகக் காத்திருந்த இளம்பெண்ணின் கழுத்துச் சங்கிலியை அறுப்பதற்கான முயற்சி. சாதாரணமாகவே இவை அனைத்துக்கும் சேர்த்துத் தண்டனை வழங்கினால் ஆயுள் தண்டனை அல்லது ஓர் ஆயுட்காலம் போதாது. ஆகவே தற்போது சந்திரன் இருக்குமிடம் உறுதியாகத் தெரியும். சிறை எண்ணாக மாறியிருந்தால் அங்கே இருக்கலாம். அல்லது அங்கிருந்து வெளியேறியிருந்தால் சவிவோத்தமபுரத்து ஆற்றுக்குள் மூழ்கியிருக்கலாம்.

சந்திரன் சிறைக்குள் இருந்தால் அங்கு போய்ச் சந்திக்கத் தீர்மானித்தேன். ஏனெனில் எனது கார் திருட்டுப் போனது. ஏதேனும் வழக்கில் போலீஸ் அவனைக் கைது செய்திருந்தால் அவ்விவரத்தைத் தெரிந்துகொள்ள இயலும். ஆனால், எனது காரை சந்திரன் கடத்திச் சென்றான் என்பது உறுதியில்லை. முதற்கட்டத் தடயங்களை மட்டும் வைத்து உறுதிப்படுத்த முடியாதே. ஆனால், இதுவரை திருட்டுப் பொருள் சிக்கவில்லை யென்று வழக்கை விசாரிக்கும் ராதகிருஷ்ணன் எஸ்.ஐ சொல்கிறார். திருட்டுப் பொருள் கிடைத்தால் மட்டுமே குற்றவாளியை எளிதாகக் கைது செய்ய இயலும். அதன் பிறகே வழக்கு சரியான திசையை நோக்கிச் செல்லும். சந்திரனை எங்கு சந்திக்கலாமென்று எஸ்.ஐ இடமே கேட்டேன். ஆசை ஆசையாய் சிரமப்பட்டு வாங்கிய கார் அது.

போலீஸ்காரர்களுக்குத் திருடர்களைப் பற்றி ஓரளவு தெரியும். திருட்டு நடந்த இடத்திற்கு வந்த அவர்கள் க்ரைம் விசிட் நடத்தியபோது சொன்னார்கள், இது அப்பள சந்திரனின் வேலை... இம்முறை அவன் தனியாக இல்லை... அதை எப்படித் தெரிந்து கொண்டீர்களென்று ஒரு போலீஸ்காரனிடம் மெதுவாகக் கேட்டேன். போலீஸ்காரன் என்னை வெறித்துப் பார்த்தான். நான் ஏதோ தகாத வார்த்தையைக் கூறியதைப்போல, அந்தப் பார்வை உணர்த்தியது. பின்னர் நான் எதுவும் பேசவில்லை. இழப்பு எனக்குத்தானே?

அச்சமயத்தில் வீட்டில் அப்பா இருந்தார். அன்று ஒரு பயணத்திற்குத் திட்டமிட்டிருந்தேன். கிளம்புவதற்காகக் காலையிலேயே எழுந்துவிட்டேன். அவ்வேளையில் ஒரு பெரும்மழை பெய்தது. நேரம் கெட்ட வேளையில் என்ன மழையென்று யோசித்து மீண்டும் படுத்துத் தூங்கினேன். அப்பா எழுந்து நாளிதழுடன் வந்து கேட்டார்: "மகனே நீ

148 மதுபால்

கௌம்பிட்டீயா…” ஆள் இல்லாவிடில் பதில் வராது என்பது அப்பாவுக்குத் தெரியும். அப்பாவின் வழக்கம் அப்படி. ஆள் இருந்தாலும் இல்லாவிட்டாலும் அப்பா கூப்பிட்டுக் கேட்பார். அப்பாவுக்கு பதில் தேவை. இல்லையெனில் மீண்டும் கேட்டுக்கொண்டே இருப்பார். ஆகவே உடனடியாகப் பதிலளித்தேன்: “அப்பா, நான் போகலை, எழுந்தபோது பலமா மழை பெய்திட்டு இருந்தது.”

“அப்படின்னா காரை யார் எடுத்திட்டுப் போனது?” அப்பாவின் குரல் லேசாக உயர்ந்தது.

அடிவயிற்றிலிருந்து ஒரு கிலி. போய்ப் பார்த்தபோது கேட் பூட்டு உடைந்து கிடந்தது. பார்வைக்குப் பூட்டிக் கிடப்பதைப் போலத் தோன்றியது. ஷெட்டை நோக்கி அமைந்திருந்தது கேட். அங்கிருந்து படியேறி வீட்டுக்குள் வர வேண்டும். ஷெட்டில் கார் இல்லை. வாசல் முழுவதும் துர்நாற்றம், நாய் கழித்து வைத்த நாற்றம். அந்த நாற்றம் தீவிரமாக இருப்பதை உணர்ந்தபோது மனிதனின் மலநாற்றம் என்பது விளங்கியது. ஓரிடத்தில் அல்ல, வாசலின் ஆங்காங்கே சாலையைப் பார்த்துக் கழித்ததைப் போல. இத்தனை பலத்த மழை பெய்திருந்தபோதிலும் மூக்கைத் துளைக்கும் அந்த நாற்றம் அங்கேயே தங்கியிருந்தது. சிலவிடங்களில் மழைவெள்ளத்துடன் வழிந்து மதிலருகில் தேங்கிக் கிடந்தது.

போலீஸ்காரனிடம் விசாரித்ததை எஸ். ஐ. ராதகிருஷ்ணன் செவிமடுத்தார். அவர் என்னருகில் வந்து கூறினார்: “சந்திரன் வந்து போனதுக்கான பல தடயங்கள் இங்கே இருக்குது. ஒவ்வொரு திருடனும் திருடும்போது விட்டுப்போற சில தடயங்கள். அது அந்தத் திருடனோட சிறப்பம்சம். கார் திருடும் சந்திரனோட வழக்கமான வித்தைகள் இங்கேயும் இருக்குது. கேட் பூட்டியிருக்கற மாதிரி தெரியறதெல்லாம். தனிஆளா குற்றச்செயலைச் செய்யறதுதான் அவனோட வழக்கம். இங்க மலம் கழிச்சதை வெச்சுப் பார்க்கறப்ப அவன் கூட வேறு ஆட்களும் இருந்திருக்கறாங்க. அப்படி முழுசாகவும் நம்ப முடியாது. அந்த மாதிரி வேற நபர்கள் இருக்கிறாங்களான்னு விசாரிக்கணும். சார் ஸ்டேஷனுக்கு வாங்க.”

திருடர்கள் இருக்குமிடத்தை போலீஸ்காரர்கள் துல்லியமாக அறிந்து வைத்திருப்பார்கள் என்று பொதுவாக எல்லோரும் கருதுகிறார்கள். அவர்களுக்குள் ஒரு நெருக்கம் இருப்பதாகவும் எண்ணுகிறார்கள். விற்பதில் ஒரு பங்கு அவர்களுக்கும் சென்று சேர்வதாகப் பொதுக்கருத்து நிலவுகிறது. ஆனால், திருட்டுப் பொருட்களை வாங்குபவர்களே போலீஸ்காரர்களைக் காட்டிலும் கூடுதலாகத் திருடனின் வாழ்க்கையைப் பற்றித் தெரிந்து

வைத்திருக்கிறார்கள். திருட்டு வாகனங்களை விற்கும்போது பெரிய விலை கிடைப்பதாகப் போலீஸ்காரர்களும் ஆட்களும் நம்புகிறார்கள். திருடர்கள் வெகுவிரைவில் செல்வந்தர்களாகி விடுவார்கள் என்றும் நினைக்கிறார்கள். ஆனால் வாகனத் திருடனின் வாழ்க்கை எப்போதும் துயர் நிறைந்ததாகவே உள்ளது. இடைத் தரகு முதலாளிகளே பணம் ஈட்டுகிறார்கள். அவர்கள் பைனான்சியர்கள் என்ற பெயரில் அறியப்படுகிறார்கள். வாகனத்தை மாற்றித்தர ஒரு திருடனுக்கு உதவுபவர்கள் இத்தகைய இடைத்தரகர்கள் தாம். ஒரு மாருதி டிசைர் அல்லது மாருதி எர்ட்டிகாவைத் திருடி விற்றால் ஒரு திருடனுக்கு என்ன கிடைக்குமென்று உங்களுக்குத் தெரியுமா? காரின் விலையை வைத்து லாபத்தைக் கணக்கிடாதீர்கள். 'டேய், திருடினது தானே, அதற்கு இத்தனை போதும்டா' என்று சொல்லித் திருட்டுப் பொருளை வாங்குபவன் தரக்கூடிய அதிகபட்சத் தொகை இருபத்தி ஐந்தாயிரம் ரூபாயாக இருக்கும். இருப்பினும், கிடைப்பதைக் காட்டிலும் அதைத் திருடுவதில்தான் மிகுந்த மனநிறைவு உள்ளது. திருடர்கள் எத்தனை அப்பாவிகள் என்பது அந்த மார்க்கத்தில் பயணிக்கும் போதுதான் உங்களுக்குப் புரியும். வாகனத்தைக் கடத்திச் சென்று, வெகுதுரிதமாக அதைக் கைமாற்றி விட வேண்டும் என்பதே திருடனின் நோக்கமாக இருக்கும். ஒரு திருட்டுக்குப் பிறகு அதை ஏதாவது பாதாளத்தில் அமிழ்த்தித் தள்ளிவிட்டால் மட்டுமே ஒரு திருடனால் நிம்மதியாக உறங்க முடியும்.

(அப்பள சந்திரனின் புத்தகம் நான்காம் அத்தியாயத்தின் சில வரிகள்)

ஸ்டேஷனை அடைந்தபோது ஆள்கூட்டம் இருந்தது. கடந்த தேர்தல் காலத்தில் தொடங்கிய ஆபாசப் பேச்சுகள். நால்வரின் கழுத்தை அறுத்ததற்கும் மார்பைப் பிளந்ததற்குமான கைது நடவடிக்கைகள். கட்சிக்காரர்களின் கூட்டம் காவல் நிலையத்தைச் சுற்றி மோதல்போக்குக்குத் தயாராகிக் கொண்டிருந்த போது நான் சென்றேன். ஆள்கூட்டத்தில் ரத்த வாடை தெரிந்தது.

ஆட்களை ஒதுங்கச் சொல்லி உள்ளே சென்றேன். மழை பெய்து ஓய்ந்த வேளை என்பதால் தரையில் ஈரமும் பலவித வாசனைத் தைலங்கள் கலந்த ஒரு காட்டமான நெடி. கொலைப் பாதகத்தின் கணக்கும், வசைச்சொற்களுமாக இருந்த யாரும் என்னைப் பொருட்படுத்தவில்லை. ஒரு கார் திருட்டை விட கொலை நிகழ்விலும், பெண்களை ஏமாற்றிய கதைகளிலும் போலீஸ்காரர்கள் அக்கறை காட்டுவதாகச் சற்று நேரத்திற்குள்

எனக்கு விளங்கி விட்டது. நீண்ட நேரம் காத்திருப்பதைக் கண்ட ஒரு போலீஸ்காரனுக்கு இரக்கம் தோன்றியபோது என்னை அழைத்தான்.

“சார், கார் திருட்டு விஷயம் தானே...”

நான் தலையாட்டினேன்.

“சார் உட்காருங்க.”

கார் வாங்கியது முதல் அது காணாமல் போனது வரையிலான கதையைக் கூறினேன். அந்த போலீஸ்காரன் அதையெல்லாம் எழுதியெடுத்தான். எனக்கு முற்றிலும் அறிமுகற்ற மொழிநடை அது.

போலீஸ்காரன் எதற்காக இப்படிச் சுற்றிவளைத்து எழுதுகிறானென்று கொஞ்சமும் புரியவில்லை. மொழியும் வார்த்தையும் வேறுவேறாக இருப்பதைப்போல. நான் அவற்றைப் படிக்கக் கேட்டு அனைத்தும் உண்மையென்று கையெழுத்திட்டேன்.

“இனி சார் போயிட்டு வாங்க... நாங்க காரைக் கண்டு பிடிச்சிடுவோம்.”

அடுத்தடுத்த நாட்கள் கார் வாங்கியதற்கான கடனை அடைப்பது தொடர்பானவை. வங்கியும் நானும் நிறைய கதைகளைச் சொன்னோம்.

“எதுக்காகச் சார் லோன் கட்டாம இருக்கீங்க...”

“கார் திருட்டுப்போனதைப் பத்தி பேங்க்ல தெரியப்படுத்தி யிருந்தேனே?”

“போலீஸ் கேசாக இருந்தாலும் லோன் ரீபே பண்ணலைன்னா ஹெட் ஆஃபீஸ்ல கேப்பாங்க சார்.”

“அதுக்காக தானே இன்சூரன்ஸ்?”

“அது எப்ப கெடைக்கும்னு சாருக்குத் தெரியுமா?”

“அது போலீஸ்காரங்க நோட்டீஸ் தர்றபோது. அந்த நோட்டீஸ் எப்ப கெடைக்குன்னு தெரியுமா சார்...”

“போலீஸ் விசாரிச்சிட்டு இருக்காங்க...”

❍

“கேஸ்ல ஏதாவது துப்புக் கெடைச்சிருக்குதா சார்...”

“நான் விசாரிச்சிட்டு இருக்கேன்...”

“ஹெட் ஆஃபீஸ்ல ஜப்தி பண்ணிடுவாங்க சார்...”

“ஜப்தி பண்ணறதுக்கு கார் இருக்கணுமே...”

“இல்லே சார்... லோன் குடுக்கற பொருள் காணாம போனாலும், இழந்திட்டாலும் அதுல அட்டேச்மென்ட் இருக்கும் சார்...”

“அது எனக்குத் தெரியாதே...”

“சார் தானே அக்ரிமென்டைப் படிச்சுக் கையெழுத்துப் போட்டீங்க...”

“கார் வாங்கறதுக்குத்தானே அக்ரிமென்ட்...”

○

“சார், சீக்கிரமா சரிபண்ணிக் குடுங்க... இல்லைன்னா ஆளுங்க வீட்டுக்கு வருவாங்க... அவங்க என்ன சொல்லுவாங்கன்னு தெரியாது சார்...”

“அவங்க வர்றப்ப நான் பேசிக்கறேன்...”

“சிக்கலாயிட்டா தயவுபண்ணி பேங்கைக் குற்றம் சொல்லாதீங்க...”

“அப்படிச் சிக்கல் பண்ணினா இந்த ஊர்ல சட்டம் இருக்குதுதானே...”

“பேங்க்கோட சட்டம் சார்...”

வங்கியும் நானும் கதைகளெழுதி அனுப்பிக்கொண்டிருந்த நாட்களில் எஸ்.ஐ. ராதா கிருஷ்ணன் என்னை அழைத்தார்.

“ஹரீந்திரன் சார், நாம பளுகல் என்கிற எடம் வரைக்கும் போயிட்டு வரணும். அங்கே சில வண்டிகளைப் பிடிச்சு வெச்சிருக்கோம்... ஒருவேளை சாரோட வண்டி அங்கே இருக்கலாம்.”

“நான் வர்றேன். எப்ப வரணும்னு சொன்னா போதும்...”

எஸ்.ஐ. தலையாட்டினார். திருட்டுப் போன அந்தக் கார் எந்த நிலைமையில் கிடைக்கப் போகிறதென்று நான் மனதில் பட்டதையெல்லாம் சொன்னேன். எஸ்.ஐ. அதைக் கேட்க வேண்டுமென்று அந்நேரத்தில் எனக்குத் தோன்றியது. எஸ்.ஐ. என்னைப் பார்த்தார்.

“சார் உட்காருங்க.”

நான் அமர்ந்தேன்.

“சார் சொன்னது சரிதான்... அந்த கார் எந்தக் கோலத்துல கெடைக்கும்னு எந்தப் பிடிமானமும் இல்லே... ஏதாவது இல்லீகல் ஏக்டிவிஸ்ட்டுக்காக காரை எடுத்திட்டுப் போயிருந்தா அப்புறம் கேஸ்... கோர்ட்னு... அவனுங்க நம்பரையெல்லாம் மாத்தியிருப்பானுங்க... நான் ஒரு விஷயத்தைச் சொல்றேன். அங்கே இருக்கறது சாரோட காராக இருந்தாலும் இல்லைன்னு சொல்லிடுங்க... நாம இன்சூரன்ஸ் வாங்கிடலாம்...”

“ஆனா திருட்டுப் போன காருக்கு இன்சூரன்ஸ் கெடைக்குமா... ஏதேதோ இஸ்யூஸ் இருக்கறதா சொல்றாங்க...”

“அப்படின்னா இங்க இருக்கற கார்ல எது பிடிச்சிருக்குதோ அதை எடுத்திட்டுப் போங்க...”

ராதா கிருஷ்ணன் சார் என்னை ஆறுதல்படுத்த அப்படிக் கூறியதாகப் புரிந்துகொண்டேன். இருப்பினும் நான் சொன்னேன்.

“என்னோட கலக்கம் சாருக்குப் புரியாது... ஆசைப்பட்டு வாங்கின கார்... ஆசை தீர ஓட்டிப் பார்க்கலை...”

“சாரோட டென்ஷன் எனக்குப் புரியுது... நாம முயற்சிக்க லாம்... அந்த அப்பள சந்திரனைத் தூக்கினா எல்லாம் கெடைச்சிடும்... நான் சாரை கூப்படறேன்...”

அப்பள சந்திரன் என்கிற பெரும் நிறுவனத்திற்குள் ஊடுருவ எனக்கொரு கடவுச்சொல் கிடைத்தது. பழயங்காடி சந்தையில் பழைய பொருட்களை வாங்கும் நீலகேசியின் வாயிலிருந்து வெளிப்பட்டது. ஒரு ஞாயிற்றுக்கிழமை அப்பா குவித்து வைத்திருந்த பழைய சாமான்களைப் பொறுக்கி யெடுக்க வந்தபோது அவனிடம் பேசினேன்.

“கேசி உன்னை சந்திக்கணும்னு நெனைச்சிட்டு இருந்தேன்.”

“என்ன விஷயம் சார். ஆஃபீஸ்லே ஏதாவது பொருள் இருக்குதா...”

“அது இல்லேடா, என்னோட காரை யாரோ திருடிட்டுப் போயிட்டாங்க...”

“அய்யய்யோ... எப்ப சார்...”

“ரெண்டு மாசமாயிடுச்சு... டேய்... இந்தத் திருட்டு வாகனம் வாங்கறவங்க யாரையாச்சும் உனக்குத் தெரியுமா? அந்தப் பக்கமா தேடினா ஏதாவது விவரம் கிடைக்கும்னு கேட்டேன்...”

பழைய சாமான்களைக் கோணியில் இழுத்துப் போட்டுக் கொண்டிருந்த நீலகேசி சற்றுநேரம் எதுவும் பேசவில்லை. கோணியின் வாய்ப்பகுதியைத் தைத்து விட்டு எழுந்தான். சுற்றிலும் ஒருமுறை பார்த்து விட்டு மெதுவாக என்னிடம் கூறினான்.

"சார், மைலாடியில ஒரு அண்ணன் இருக்கார்... அவர் திருட்டுச் சாமான்களை வாங்குவார்... அந்த அப்பளத்துக் கெல்லாம் அங்கே தான் வரவு செலவு."

"அப்பளம்..?"

"ஆமாம் சார், அப்பள சந்திரன்..."

"மைலாடியில இருக்கற அண்ணனோட பேர்..."

"அவரு பேர் எனக்குத் தெரியாது... ஆனா தேங்காபாளையத்து கொத்து சாமீன்னு கேட்டா போதும்... இதை நான் சொன்னதா யார்கிட்டேயும் சொல்லாதீங்க... தெரிஞ்சதுன்னா அவங்க கழுத்தை அறுத்திடுவாங்க."

மைலாடியில் கற்களைச் செதுக்கிச் சிலைகளை உருவாக்கும் ஆட்கள் வழியோரத்தில் அமர்ந்திருந்தார்கள். யாரும் யாரையும் கவனிக்காமல் கல்லையும் உளியையும் சுத்தியலையும் மட்டும் கவனித்துக்கொண்டிருந்தார்கள். பார்த்தால் அதுவுமொரு சிற்பமாகிவிடும் என்கிற எண்ணமாக இருக்கலாம். கருங்கல் துகளும் அதன் மீது வீசியடிக்கும் புழுதிக் காற்றுமாக நானொரு பணிக்கூடத்தின் அருகில் நின்றேன். செதுக்கிக்கொண்டிருந்தவன் என்னைக் கவனிக்கவேயில்லை. வீசியடிக்கும் புழுதிக்காற்றில் அவனால் அந்தக் கல்லை எப்படிச் செதுக்க இயலுமென்று யோசித்தேன். காற்று சற்று ஓய்ந்து காத்திருக்கும் நொடியில் என்னைக் கவனித்து விடுவானென்று கருதினேன். அவனெதிரில் சாய்த்து வைக்கப்பட்ட முடைந்த ஓலைமடலின் இடையிலூடே சூரியக்கதிர்கள் விழுந்துகொண்டிருந்தன. சுத்தியலால் உளியை அடிக்கும்போது எழும் ஓசை காற்றுக்குத் துணையானது. செதுக்குபவன் என்னைக் கவனிக்கமாட்டானென்று உறுதியான போது ச்சூ ச்சூவென்று அழைத்தேன். காற்றிலும் செதுக்கும் ஒலியிலும் அது வெளிப்படவில்லை. ஆகவே சற்று உரத்தக் குரலில் ஹலோ என்றழைத்தேன். அவன் இது யார் இங்கு வந்து தொல்லைப்படுத்துவது என்கிற தோரணையில் என்னை ஏறிட்டான்.

"கொத்து சாமீயைப் பார்க்கணும்..."

"அது யார்? அப்படி யாரும் இங்கே இல்லீயே..."

மதுபால்

பிறகு அவன் எதுவும் பேசாமல் வேலையில் மூழ்கினான். நான் எதைக் கேட்டாலும் அதற்கொரு பதில் கிடைக்குமென்று தோன்றவில்லை. காற்று பெரிய ஓசையுடன் அருவாய்மொழி கணவாயைக் கடந்தது.

இனியொரு வழியை யார் காட்டித் தருவார்களெனச் சுற்றிலும் பார்த்து நின்றேன். யாரேனும் என் வருகையைக் கவனிப்பார்கள். அவர்கள் இங்கே எதற்காக நிற்கிறீர்களென விசாரிக்கக் கூடுமென்று கருதினேன். எதுவும் நடக்கவில்லை. மெதுவாகத் திரும்ப எத்தனித்தேன். வானத்திலிருந்து பெயர்ந்து விழுந்ததைப் போல கரிய ஒரு மொட்டையன் என்னருகில் சிதறி விழுந்தான். நான் திடுக்கிட்டு பின்பக்கம் விழப் போனேன்.

"என்ன சார்... யாரைப் பாக்கறதுக்கு இங்க வந்தே... அவரைப் பாக்காம எப்பிடிப் போகப்போறே..."

"என்ன சொன்னீங்க..? எனக்குப் புரியலை. நீங்க தேங்கா பாளையத்துக் கொத்து சாமீ..."

"நான் அவன் இல்லே... அவனைப் பாக்கப் போறேன்... என்ன விஷயம்..?"

"அதை நான் அவர்கிட்ட சொன்னா போதாதா..."

மொட்டையன் வாய்விட்டுச் சிரித்தான். அந்த உடம்பிலிருந்து இவ்வளவு உச்சத்தில் குரல் உயருமென்று யாரும் எண்ண மாட்டார்கள்.

பின்னர் தன்னுடன் வரச் சொல்லியழைத்தான்.

திருட்டுப் பொருளை முழுமையாக வைத்திருப்பது ஒரு சுமை. அதைப் பிரித்துப் பல உதிரிகளாக மாற்றினால் வேகமாக விற்கலாம். அதற்கு கொஞ்ச நாட்கள் தேவைப்படும். அதைவிட சிறந்தது யாரேனும் தெரிந்த மெக்கானிக்கையோ பணிமனை மேஸ்திரியையோ தொடர்பு கொள்வதுதான். ஆனால் அந்த நபர்கள் நம்முடன் நிற்பார்கள் என்பது உறுதியாக வேண்டும். போலீஸ்காரர்களில் ஜகஜில்லாக்கள் இருப்பார்கள்; திருடர்களைப் போலவே. அவர்கள் எங்கு வேண்டுமானாலும் ஊடுருவுவார்கள். அப்போது தாக்குப்பிடிப்பவனால் மட்டுமே தண்டனைகளிலிருந்து விடுபட இயலும். பணம் கொடுத்து வாங்குபவர்கள் குறைவு. சில பைனான்சியர்களாக விளங்கும் வியாபாரிகள், கொள்ளைப் பொருளை வாங்கி, புதிய ஆர்சி புத்தகத்தைத் தயாரித்து அதற்கு லோன் கொடுத்து வியாபாரம் பண்ணுவார்கள். அவ்வாறு பல வாகனங்கள் இந்நாட்டின் சாலைகளில் ஓடிக்கொண்டிருக்கின்றன. அதிர்ஷ்டசாலிகள்

ஓடும் ரயிலில் பாய்ந்து ஏறுவது எப்படி?

அந்த கார்களில் பயணிப்பார்கள். மற்றவர்கள் எப்போது வேண்டுமானாலும் சிக்கிக்கொள்வார்கள்.

(அப்பள சந்திரனின் புத்தகத்தில் ஆறாம் அத்தியாயத்தில் சில வரிகள்)

பழைய பொருட்களை விற்பனை செய்யும் இடம். மொட்டையன் கால்களில் நடப்பதாக எனக்குத் தோன்ற வில்லை. அடுக்கப்பட்ட சாக்குகளின்மீது கைகளை ஊன்றி ஒருவித அக்ரோபாட்டிக்ஸைப்போல தாவியும் உருண்டும் போனான். இரும்புச் சாமான்கள் அடுக்கப்பட்ட ஒரு கடல் மீது ஒரு சிறுபடகில் நிற்பதைப்போல நான் தள்ளாடினேன். இரும்பை உடைக்கும் நாற்றத்தை என்னால் சகிக்க முடிய வில்லை. பிரம்மாண்டமான ஒரு கட்டடத்தில் கட்டுக்கட்டாக வீசியெறியப்பட்ட பழைய பொருட்களின் மீது காற்று இரும்புத் தூளைப் பரப்பியது. அது என் கண்ணிலும் பட்டது. கண்களைத் தேய்த்தேன். கண் திறந்ததும் எதிரில் ஆஜானுபாகுவான ஆறடி உயரமுள்ள ஒரு கரிய பூதம். அவனது கண்கள் பிதுங்கி நின்றன. தலையில் ஜடையைப் போன்ற முடி. கையற்ற நீளமான பனியனைப் போன்ற மேற்சட்டை. அது கரியும் கிரீசும் படிந்து அழுக்காகியிருந்தது. தளர்வான பேண்டின் மீது பெரிய பெல்ட், அதில் டூல்ஸ்கள் தொங்கிக்கொண்டிருந்தன.

“யார் நீங்க... என்ன வேணும்...”

“தேங்காபாளையத்து கொத்து சாமீ...”

என் குரல் வெகு சன்னமாக ஒலித்தது.

“அது நான் தான்... சாருக்கு என்ன வேணும்..?”

ஒரே மூச்சில் எனது கார் திருட்டுப்போன கதையைக் கூறினேன். அந்தக் காரை எங்கிருந்தாவது நீங்கள் வாங்கி யிருக்கிறீர்களாவெனத் தெரிந்துகொள்ள வந்திருப்பதாகக் கூறினேன்.

“காரோட போட்டோ இருக்குதா?”

நான் எனது கைப்பேசியைத் துழாவினேன். கேலரியிலிருந்து எனது காரின் படத்தைக் காட்டிக்கொடுத்தேன். அவன் கைப்பேசியை வாங்கிக் காரின் படத்தைப் பெரிதுபடுத்திப் பார்த்தான். அவனது கண்கள் உருண்டு விளையாடுவதாக எனக்குத் தோன்றியது. கைப்பேசியை என்னிடம் நீட்டும்போது அவன் எதுவும் பேசவில்லை. மெதுவாகத் திரும்பி கார்கள் பிரித்துப் போடப்பட்ட கார்களைக் குவித்து வைத்துள்ள

இடத்தை நோக்கி நடந்தான். மொட்டையன் என்னைக் கைநீட்டி அழைத்து தன்னுடன் வரச் சொன்னான்.

"சார்... காரோட ராப்பரைக் கூட பிரிக்கலையா..."

நான் இல்லையென்று தலையாட்டினேன்.

"இது முதலாளியோட குணம்... வாங்கிப் பத்து வருஷமானாலும் ராப்பரைக் கழற்றி மாத்த மாட்டார்..."

புதிய கார்கள்தான் திருட உகந்தவை. ஏதாவது முறையில் ஏதாவது கிடைக்க வேண்டுமெனில் புதிய வண்டிகளில்தான் எதிர்பார்க்க முடியும். நகரத்தின் பரபரப்பான வாகனம் நிறுத்துமிடங்களிலிருந்து இன்றைய நாட்களில் திருடர்களுக்கு எந்த வாய்ப்பும் கிடையாது. நான்கு பக்கமும்... வாய்ப்புக் கிடைத்தால் மார்பிலும் காமிராவை வைக்கக்கூடிய நிலைமை. அப்பாவித் திருடர்களைப் பற்றி யாரும் பொருட்படுத்துவதில்லை என்பதே நிஜம். கடவுளே என்று சொல்லிக் கிளம்பும்போது எதிர்ப்படும் தடைகளே பலமுறை நம்பிக்கையைத் தரும். செத்த பிணத்திற்குக் கூட தெய்வம் துணை நிற்கும். அது அதிர்ஷ்டம் போல நிகழும். ஆனால் என்றைக்கும் சந்தர்ப்பம் வாய்க்காது. முன்பெல்லாம் மிகவும் சிரமப்பட்டுத்தான் ஒரு காரைத் திறக்கவேண்டும். பிறகு என்னைக் கண்டதும் கார் அழைக்கத் தொடங்கிவிடும். சந்திர அண்ணனோட கைப்பட்டதும் எனக்கு இருநூற்றிப் பத்து வேகம் வந்துவிடுமென்று கார் என்னிடம் சொல்வதுண்டு. ஓட்டுநரின் இருக்கையில் அமர்ந்து வளையத்தைப் பிடிக்கும்போது கார் சொல்லும்: சந்திர அண்ணா, இந்த நாளுக்காகத் தான் ஏங்கிக் கொண்டிருந்தேன். என்னை ஓட்டுபவன் எந்தச் சுதந்திரத்தையும் தராமல் ஊர்ந்து ஊர்ந்து இழுத்துப் போவான். என் ஸ்பீடோ மீட்டரில் எதுக்காக இருநூற்றி நாற்பது வரை என்பதை அவன் கவனிப்பது கூட கிடையாது. நாற்பதைத் தாண்டி ஓடுவதற்காக நான் துடித்துக்கொண்டிருப்பேன். சந்திர அண்ணன்... ஸ்டார்ட்டாக்கி விட்டால் பிறகு எதுவுமில்லை. பெட்ரோலுக்கான மஞ்சள் விளக்கு எரியும்வரை தொடர்வார். வெகுசீக்கிரம் மைனர் ஷாப்பை நோக்கி முதல்படி தொடங்கி விடும். அங்கிருந்து காரின் எதிர்காலம் தீர்மானிக்கப்படும். கொத்து சாமியைப் போன்றவர்களின் கடையை எட்டினால் பிறகு ஜிங்கலாலா. எதையும் தெரிந்து கொள்ள வேண்டிய தேவை இருக்காது. அவரே எல்லா வழிகளையும் பார்த்துக்கொள்வார். திறக்க வேண்டியதைத் திறப்பார். பூட்ட வேண்டியதைப் பூட்டுவார். புதிய காராக இருந்தால் முதலில் ஒரு சிரிப்பு. அது பூவுலகை நடுங்க வைக்கும் சிரிப்பு. திருவிதாங்கூர் ராஜாக்கள்கூட இப்படிச் சிரித்திருக்க மாட்டார்களென்று சாமியே சொல்லியிருக்கிறார்.

ஓடும் ரயிலில் பாய்ந்து ஏறுவது எப்படி?

அப்போதொரு கட்டியணைப்பு இருக்கும். கழுத்தின் பின்னால் கைபோட்டு ஓர் அணைப்பு. அந்த அணைப்பில் கண்கள் பிதுங்கி விடும். ஆனால் அதிலொரு அன்பு இருக்கும். 'டேய், தறுதலை மகனே... ஆணி வரைக்கும் பிரிச்செடுக்கலாம்டா... ராப்பர் பிரிக்காத கார்களை ஒரு சின்னக் குழந்தையைத் தொடுவதைப் போல சாமி தொடுவார். கை வைக்கும்போது அதற்கு வலிக்கக் கூடாதென்பதைப் போலத் தோன்றும். ஆணியைக்கூட வெகு நிதானமாகக் கழற்றியெடுத்து ஒரு சிறு கீறல் கூட படாமல் புதிய காருக்கான உதிரிப் பொருளாக மாற்றுவதைப் பார்க்கும்போது ரசிக்கத் தோன்றும். புதிய காரை அப்படியே விற்பதைக் காட்டிலும் உதிரிப் பொருட்களாக மாற்றி விற்பதே சிறந்ததெனக் கொத்து சாமி கூறுவார். அந்தப் பணத்தில் புதிய காரையே வாங்கி விடலாம். எஞ்சினைக் கழற்றி மாற்றும்போது மட்டும் சாமி அழுவார். அந்த அழுகையும் ஒப்பாரியாக இருக்கும். "டேய்... செத்துப் போயிட்டான்டா . . . இவனோட உயிரை எடுக்கறது பாவம் இல்லியா..." எஞ்சினின் சேசிஸ் நம்பரை ஈயத்தைப் பயன்படுத்தி மாற்றும்வரை அந்த அழுகை தொடரும். சாமிக்கு அவருக்கேயுரிய ஒரு நேரம் உள்ளது. எஞ்சின் நம்பரை மாற்றியதும் வாய்விட்டுக் கத்துவார். "டேய் பொழச்சிட்டான்..." கொத்து சாமியுடனான சந்திப்பு என் வாழ்வாதாரத்திற்குக் காரணமானது. இல்லையெனில் ஏதேனும் பாதாளக்குழிக்குள் இல்லாமலாகிப் போயிருப்பேன்.

(அப்பள சந்திரனின் புத்தகத்தில் ஒன்பதாம் அத்தியாயம் மூன்றாவது பத்தி)

ராதாகிருஷ்ணன் சார் பணி மாறுதல் பெற்றுச் சென்று விட்டார். கிளம்புவதற்கு முன்பு என்னை அழைத்தார். "ஹரிந்தரன் சார்... வாகனத் திருட்டு புதிர் நிறைஞ்ச ஒன்னு. ஆழம் தெரியாத கடல்போல பாதாளம் வரைக்கும் போகும். முக்குளிச்சா என்ன நடக்கும்னு யாருக்கும் தெரியாது. சிலசமயம் முத்து கிடைக்கலாம் அல்லது ஏதேனும் திமிங்கலத்தோட வாயில் சிக்க வேண்டியதாயிடும். முங்கணும்னா முங்கிப் பார்க்கலாம். அல்லது மெதுவா இதெல்லாம் எதுக்குன்னு நீந்தி வந்திடலாம். காலம் அழிக்காத காயம் ஏதாவது இருக்குதா?"

எனக்கு எதுவும் எட்டவில்லை. காவல்நிலையத்திலிருந்து காரைக் கண்டுபிடிக்க முடியவில்லை என்கிற அறிக்கை கிடைத்தால் மட்டுமே இன்சூரன்ஸ் கம்பெனிக்குள் நுழைய முடியும். போலீஸ்காரர்கள் வந்து போய்க்கொண்டிருந்தார்கள். அவர்கள் எப்போது அறிக்கை தரப் போகிறார்களெனத் தெரியவில்லை. அது கிடைத்த பிறகே வங்கியாளர்கள்

அமைதியடைவார்கள். ராதாகிருஷ்ணன் சாருக்குப் பதிலாக வந்த எஸ்.ஐ. என் பக்கமாக நடந்து சென்றார். அவர் என்னைக் கண்டு சிரித்தபடி கடந்து போனார்.

"சார் என்னோட கார்..." அவரிடம் கேட்டேன்.

விசாரிச்சிட்டு இருக்கோம் ஹரிந்தரன் சார்..." நடந்தபடி திரும்பிப்பார்த்துச் சொன்னார்.

ஸ்டேஷனிலிருந்து வெளியே வந்தபோது யாரோ அழைப்பது கேட்டது. நான் திரும்பிப் பார்த்தேன். அந்த ஆள் என்னைப் பார்த்துப் புன்னகைத்தான். என்னருகில் வந்து கைகுலுக்கிய அந்த அந்நியனை முழுவதுமாகப் பார்த்தேன். எனக்கு அறிமுகமற்றவன். கரிக்கட்டையைப் போன்ற உடம்பு. அந்த நிறத்திற்குச் சற்றும் பொருந்தாத ஷர்ட்டும் பேண்டும். ஆனால் அந்த உடை அதிதூய்மையுடனும் மதிப்புடனும் காட்சியளித்தது. அவனது கண்களில் ஒன்று பாதி மூடியிருந்தது. அதன் மீது வெட்டுக்காயம் பட்ட ஒரு புடைத்த தழும்பு.

"சார் நீங்க சாமியைப் பார்க்க வந்தவர்தானே?"

"எந்த சாமி..?"

"தேங்காபாளையத்து கொத்து சாமி..."

"நீங்க யார்..."

"சார், நீங்க அங்க போனதையும் காரைத் தேடுனதையும் கேள்விப்பட்டேன். சார், அந்தக் கார் அங்கே இல்லே. அது வேறே ஒரு ஆர்சி யில ஓடுது... புது கார் தானே?"

"நீங்க யார்? என் கார் எங்கே இருக்குது?"

"நான் யாருமில்லே. ஆனா நீங்க அந்த காரைத் தேடாதீங்க..."

"நீங்க அப்பள சந்திரனா? எனக்கு அந்த ஆளைச் சந்திக்க முடியுமா?"

"அப்பள சந்திரனா? அது யார் சார்?"

●

ஓடும் ரயிலில் பாய்ந்து ஏறுவது எப்படி?

17

தேயிலையால் நிறம் தரப்பட்ட நிலப்பரப்பு

சசாங்கன் கம்யூனிஸ்ட்காரனாக இருக்க வில்லை. அவன் ஒரு பெரியவீட்டில் வசித்து வந்தான். குன்றின் சரிவில் அவனது வீடு அமைந்திருந்தது. அவனது முன்னோர்களால் கட்டப்பட்ட வீடு அது. வீட்டைச் சுற்றி வயல்கள் காணப்பட்டன. அடிவாரம்வரை திட்டுகளாகப் பகுக்கப்பட்ட வயல்கள். ஆங்காங்கே சற்றுப் பரந்த இடங்களில் புளி, வேம்பு, தேக்கு, நெல்லி, ஆஞ்ஞலி, ஈட்டி போன்ற பெயர் தெரியாத ஆனால் எங்கோ பெயரில் அழைக்கப்படும் நிறைய மரங்கள். அதனைச் சுற்றிலும் வளர்ந்த புற்களை மேயும் பசுக்கள். சமையற்கூடம். வீடு எல்லாவற்றையும் கவனித்துக்கொண்டிருந்தது.

வீடு என்பது சசாங்கனைக் குறிக்கும். அவன் புராதன காலத்து கிரேக்கக் கதைகளில் வரும் போர்வீரனை நினைவூட்டினான். மார்புக் கவசத்திற்குப் பதிலாக முரட்டுத்துணியால் தைக்கப்பட்ட சட்டையையும் பனியனையும் இணைத்துத் தைக்கப்பட்ட ஒரு ஆடையை அணிந்திருந்தான். பல வண்ணங்களாலான இத்தகைய ஆடைகள் அவனிடம் இருந்தன. ஒரே மாதிரியான ஆடையை ஏன் உடுக்கிறாய் என்று அவனிடம் யாரும் கேட்கவில்லை. அப்படி யாரேனும் கேட்டிருந்தால் சசாங்கன் மாற்றி யிருக்கக் கூடும். ஆனால், அறுபத்து இரண்டு வயது வரையிலான வாழ்க்கையில் யாரும் அத்தகையொரு

கேள்வியை அவனிடம் கேட்டதில்லை. இருபத்தி இரண்டாவது வயது முதல் வீட்டிலேயே இருக்கத் தொடங்கினான். அன்று இந்தியா, சீனாவுடன் யுத்தம் செய்துகொண்டிருந்த கதைகளைக் கேட்டுக்கொண்டிருந்தான். அவனது இருபத்து இரண்டாவது வயதில்தான் அப்பா காய்ச்சலில் இறந்து போனார். அன்றுவரை அவனுக்கு வீடு ஒரு சத்திரமாக இருந்து வந்தது. நகரத்திலிருந்து அவ்வப்போது வருவான். அப்பா இறப்பதற்கு முந்தைய நாள்கூட அவனும் நண்பர்களும் தேர்வு எழுதிவிட்டு ஊருக்கு வந்து சேர்ந்திருந்தார்கள். குன்றின் சரிவில் காணப்பட்ட வயல்களிலும், அவற்றைச் சுற்றியுள்ள காடுகளிலும் வேலைக்காரர்கள் வசிக்கும் குடியிருப்புகள் இருந்தன. உள் காடுகளில் மட்டும் கிடைக்கக் கூடிய வீரியம் மிக்க சாராயத்தை அருந்தி, போதையின் சூட்டில் இயற்கையின் அற்புதங்களைக் கண்டு, புதிய அனுபவங்களைப் பெற்று அவனும் நண்பர்களும் சத்திரத்தில் நுழைந்த பதினைந்தாவது நிமிடத்தில் அப்பா ஒரு நீண்ட பெருமூச்சை வெளிப்படுத்திச் சுருண்டு விழுந்தார். அது அப்பாவின் கடைசி மூச்சென்று அவ்வேளையில் அவன் கருதவில்லை. அப்பாவின் அறைக்குள்ளிருந்து அந்த சத்தம் கேட்டபோது வழக்கமாக வெளிப்படும் சத்தமெனக் கருதி அவனும் நண்பர்களும் படுத்துறங்கினார்கள். வேலையாட்களால் தயாரிக்கப்பட்டு, அவர்களுக்காக மேசை மீது வைக்கப்பட்டிருந்த உணவுப் பதார்த்தங்கள் சிற்றுயிர்களுக்கு விருந்தாயின.

மரணத்திற்குப் பிந்தைய பிரார்த்தனைகளுக்குப் பிறகு தெற்குத் தோட்டத்திலிருந்து கலையும்போது ஆட்கள் ஊர்க்காரர்கள் இனி என்ன? எப்படி? போன்ற கேள்விகளை அவனிடம் கேட்டார்கள். பதிலுக்காகக் காத்திருந்தார்கள். முதலில் எதிர்க்கேள்விக்கான பதிலைப் பார்வை மூலமாக வெளிப்படுத்தி மௌனமானான். முடிவைத் தெரிந்த பிறகே திரும்புவோம் என்கிற ஊர்க்காரர்களின் தீர்மானத்தைப் புரிந்துகொண்டான். பதிலளிப்பதைத் தவிர வேறு வழியில்லை. அது சசாங்கனின் வாழ்க்கையின் இரண்டாவது கட்டம்.

காட்டுப்புதர்களுக்கிடையில் முயல்களும் சிலசமயம் காட்டுப் பன்றிகளும் தென்படும். முயல்களைப் பொறி வைத்தும், பன்றிகளைக் குண்டு பாய்ச்சியும் பிடிப்பார்கள். ஆதிகாலம் தொட்டே மனிதனுக்கு மாமிசம் விருப்ப உணவாக இருந்து வந்துள்ளது. ஆனால் மனிதன் என்னும் பாலூட்டி உயிரினத்தின் ஜீரணமண்டலம் ஒரு தாவர உண்ணிக்கானதெனத் தெரிந்த நாள் முதல் சசாங்கன் மிருகங்ளைக் கொல்வதையும் தின்பதையும் தவிர்த்தான். அன்று அவனுக்கு வயது முப்பத்தைந்து. பிரபஞ்சவள்ளி அவனைத் திருமணம் செய்துகொண்ட நாள்

முதல் ஒரு தலையணை மந்திரம் போல ஒன்றை மட்டும் கூறிக்கொண்டிருந்தாள். செத்ததுகளைத் தின்னுட்டு நீங்க பக்கத்துல படுக்கறப்ப பொணமாட்டாம் தெரியுது. நீங்க இந்த செத்ததுகளைத் தின்றதை நிறுத்த முடியுமா? பக்கத்துல படுக்கறப்ப எனக்குப் பயமா இருக்குது...' இருபத்தைந்து வயது முதல் பத்தாண்டுகளாக அவளுடன் உறங்கியபோது நிறுத்த முடியாததைப் பிறகெப்படி திடீரென்று நிறுத்துவது... அது மேனகா காந்தி சொன்னபோதுதான்... ஒவ்வொரு மாமிசமும் நமது உடலுக்குள் செரிமானத்திற்கு எடுத்துக்கொள்ளும் நேரத்தையும் அதற்காக நமது உடல் எரிப்பதற்கு எடுத்துக்கொள்ளும் சக்தியையும் சிந்தித்துப் பார்க்கும்போது மனதில் காந்தியடிகளைக் கண்டான்... வாழ்க்கை அமைதிக்கான ஊடும்பாவும் நெய்து, தறிஓட்டத்தின் ஒத்திசைவைக் கொண்டிருப்பதை அறிந்தபோது சசாங்கன் தனது பாதையைக் கண்டான்.

பகலும் இரவும் இயற்கையின் ஒரு பகுதியாகவே இருந்தான். அதற்குள்ளாக வயலிலும் தோட்டத்திலும் வளர்ந்த செடிகளும் மரங்களும் சசாங்கனின் விரல்களின் ஸ்பரிசத்தை அறியத் தொடங்கின. அவனது வேர்வைக்குக் காட்டு மரத்தின், வயல் சகதியின் வாசனை இருப்பதாக பிரபஞ்சவள்ளி சொல்லத் தொடங்கினாள்.

'இப்ப எப்படி... இந்த வாசனை உனக்கு இஷ்டமா இருக்குதா...'

'எப்படியானாலும் சவத்தோட நாற்றம் கெடையாதே...'

குன்றுகளின் அடிவாரத்திலிருந்து வரும் காற்றில் பிணங்களின் நாற்றத்தை சசாங்கன் சுவாசிக்கத் தொடங்கினான். செத்து அழுகிய விலங்குகளின் நாற்றமாக இருக்குமென்று முதலில் எண்ணினான். பிறகு கழுத்தில் சுருக்கு மாட்டியும், நெல்வயலுக்கு அடிக்கும் பூச்சிக்கொல்லியை உட்கொண்டும் செத்து மடிந்த மனிதர்களினுடையது என்கிற உணர்வு சசாங்கனை வருத்தமுற வைத்தது. பிரபஞ்சவள்ளி இவ்விஷயத்தை முதலில் கூறினாள். 'கீழ்ப்பக்கத்துல வசிக்கற பிரபாகர நாயர் விஷம் குடிச்சுச் செத்துட்டார்...'

'எதுக்காக?'

'பேங்க் ஆளுங்க வந்திருக்காங்க... சாகறதுக்கு முன்னாடி கடிதம் எழுதி வெச்சிருக்கார்... நாலாம் கிளாஸ் படிக்கற மகள்கிட்ட எழுத வெச்சிருக்கார்...'

'ஒரு தற்கொலை குறிப்பை மனசு பக்குவப்படாத சின்னப் பொண்ணுகிட்ட எழுத வெச்சிருக்கறது சங்கடமான விஷயம்.

பிரபாகரனுக்கு இதுக்கான தைரியம் எப்படி வந்ததுன்னு யோசிக்கறப்ப எந்தப் பிடிப்பும் கெடைக்க மாட்டேங்குது.'

'தேவை அவரோடது தானே? மூத்த பெண்ணோட கல்யாணத்துக்கும், கடைசிப் பையன் மைசூர்ல படிக்க அட்மிஷனுக்காகவும் லோன் வாங்கறப்பக் கூட எங்கள்ல சிலர் சொன்னோம். இது நெருப்பு விளையாட்டு. திருப்பிச் செலுத்த முடியாம போனா பிரச்சினை ஆயிடும். அந்த ஆள் சிரிச்சுக்கிட்டே நழுவிப் போயிட்டான்...'

'மனுசனுக்குப் பேராசை பிடிச்சிடுச்சுன்னு தோணுது. வேளாண்மை பண்ணறதுக்கான பணத்தை வேறெ தேவைக்குப் பயன்படுத்தினா வாங்கின கடன் பணத்தை எப்படி அடைப்போம்ங்கற அறிவு இல்லாம போயிடுச்சே...'

'செத்துப் போனவங்களோட கடனைத் தள்ளுபடி பண்ணறதா கவர்மெண்ட் சொல்லுது. அப்படின்னா சாகறதுதான் நல்லதுன்னு நெனைச்சிருக்கலாம். அதனால வாழ்ந்திட்டு இருக்கறவங்களுக்கு தலைவலி இருக்காதே...'

உழவும் விதைக்கவும் களைபறிக்கவும் இறப்புக்குப் பின்பு அனைத்தையும் மறந்து நீண்டு நிமிர்ந்து படுப்பதற்கான நிலமும் அவர்களிடம் பரம்பரையாக இருந்து வந்தது. நிலம் என்பது மண். உயிருள்ள ஈர மண்.

மைலாம்படிச் சந்திப்பில், காட்டைத் திருத்தி விவசாயத் திற்குப் பண்படுத்தி மண்ணைப் பொன்னாக்க ஆயத்தமான ஆட்கள் ஒரு மாலைவேளையில் கலந்து பேசினார்கள். நடப்பிலுள்ள அமைப்பைக் கோபத்துடன் எதிர்க்க அவர்கள் மைக்கும் ஒலிபெருக்கியும் கட்டினார்கள். முதலில் ஆளும் கட்சி அமைச்சர்களை வசைபாடத் தொடங்கினார்கள். பிறகு வங்கியாளர்களை. மண்ணை நேசிக்கவும் அதனுடைய மணத்தையும் வெப்பத்தையும் அறிந்து மார்புடன் அணைத்து நீடிக்கச் செய்யவேண்டுமென்று மகாத்மா காந்தி கூறியுள்ளார். இதைப் புரிந்து கொள்ளாமல் மரத்தையும் குன்றையும் வெட்டிச் சமதளமாக்கி, அவ்விடங்களை வெளியேயிருந்து வரும் வியாபாரிகள் கட்டடங்களை எழுப்புகிறார்கள். அவர்களுக்கு துணையாக நின்றவர்களைத் தான் முதலில் அடையாளம் காண வேண்டுமென்று மேடைப்பேச்சைக் கேட்க நின்றிருந்தவர்களிடம் சசாங்கன் கூறினான். ஆனால், யாரும் செவிமடுக்கவில்லை. தற்போதைய நாட்களில் வேளாண் தொழில் கடிக்கும் பாம்பைக் கையிலெடுத்து நடப்பதைப் போன்ற அச்சமூட்டும் காரியம் என்று அவர்கள் சசாங்கனின் காதில் சொன்னார்கள். அரசாங்கம் மக்களுக்கு உதவாவிட்டால் அதனுடைய எல்லா

நிறுவனங்களையும் அடித்து உடைக்க வேண்டுமென்று மைக்கில் ஒருத்தன் கத்தினான். அது கடன் வழங்கும் வங்கியாக இருந்தாலும்கூட. அப்படிச் சொன்னவன் வட்டிக்குக் கடன் கொடுக்கும் திவாகரன். அவன் கதர் சட்டையும் வேட்டியும் அணிந்திருந்தான். மானந்தவாடியிலும் சுல்தான் பத்தேரியிலும் நிலங்களை வாங்கி, பணம் படைத்தவர்களுக்கான கோடைகால வசிப்பிடங்களைக் கட்டி விற்பனை செய்பவன். அவன் இப்படிப் பேசுகிறானென்று யாரும் கேட்கவில்லை. பணத்தைக் கடன் கொடுத்து வட்டியும் அசலும் திரும்பக் கிடைக்காமல் போகும்போது அவர்களின் வீட்டையும் தோட்டத்தையும் எழுதி வாங்கித் தன்வசம் வைத்துக்கொள்வான். இத்தகைய கழுத்தறுப்பு வேலையைச் செய்யக் கூடியவன் திவாகரன் என்று யாரும் நினைத்துப் பார்க்கவில்லை. வங்கியாளர்கள் மீதும் ஆட்சியாளர்கள் மீதும் விவசாயிகளுக்கு இருக்கும் எதிர்ப்பை அறிவுப்பூர்வமான சில வார்த்தைகளால் திவாகரன் தனக்குச் சாதகமாக்கிக் கூறுவதாக யாரும் கேட்கவில்லை.

வாழ்க்கையில் முதல்முறையாக சி.எச். குஞ்ஞுப்பு நினைவு நூலகத்திலிருந்து ஒரு புத்தகத்தை எடுத்து அன்றிரவு படிக்கத் தொடங்கினான் சசாங்கன். அது சமூக – விஞ்ஞான அறிவுப் பாடநூலான 'வர்க்கங்களும் வர்க்கப் போராட்டமும் என்றால் என்ன?' என்கிற புத்தகம். மனிதன் ஒரு சமூக உயிர். சமூகத்தி லிருந்து நீண்டகாலம் ஒதுங்கும் ஒருவனுக்கு அவனது மனித இயல்புகள் படிப்படியாக மங்கத் தொடங்குகிறது. சமூகம் இயற்கையிலிருந்து ஒதுங்கி தானே நிலைத்திருக்கிறது. அதற்கு நேர்மாறாக மனிதனைப் போலவே சமூகமும் இயற்கையின் பகுதியாகவும் அதனுடைய விரிவாக்கத்தின் தொடர்ச்சி யாகவும் உள்ளது. ஆகவே, உலக விரிவாக்கத்தின் உள்ளார்ந்த நியதிகளுடனும் பிணைப்புடனும் சமூகம் உருவாகிறது. யு.எஸ்.எஸ். ஆரின் ஏதோ மாநிலத்திற்கு ரஷ்யப்படை அணிவகுப்பு நடத்தியது. அப்போது 'தே ஆர் ரெஸிஸ்டிங் த ரஷ்யன் லாங்க்வேஜ்' என்று படைத்தளபதி லெனினிடம் கூறினான். ரெஸிஸ்ட் செய்பவர்களைக் கைது செய்யுமாறு லெனின் கூறியபோது படைத்தலைவர்கள் 'த என்டயர் ஸ்டேட் ஈஸ் ரெஸிஸ்ட்டிங்' என்றார்கள். அப்போது 'அரஸ்ட் த என்டயர் ஸ்டேட்'என்றார்.

சசாங்கன் புத்தகத்தை மூடி வானத்தைப் பார்த்துக் கொண்டிருந்தான். வானம் மேகங்களின்றி நிலவொளியில் ஒளிர்ந்து கொண்டிருந்தது. காற்றும் நட்சத்திரங்களும் இல்லாத வற்றி வறண்ட வானம். பிரபஞ்ச வள்ளி குளித்து உடைமாற்றி சசாங்கனின் அருகில் வந்தமர்ந்தாள். வாழ்க்கையில்

முதன்முதலாகக் காணும் காட்சியுடன் சசாங்கன் அவளெதிரில் நின்றான். ஆட்களும் ஆரவாரமும் இல்லாத பெரிய வீட்டின் முற்றத்துத் திண்ணையில் சாய்வு நாற்காலியில் சசாங்கன் மல்லாந்து கிடப்பதைப் பார்த்து பிரபஞ்ச வள்ளி அமர்ந்தாள். வாழ்க்கையில் ஒருமுறைகூட சசாங்கன் இப்படிக் கிடப்பதைப் பிரபஞ்ச வள்ளி பார்த்தது கிடையாது. குன்றின்மீது அனாதையாக்கப்பட்டதைப்போல சசாங்கனின் குடும்ப வீடு அமைந்திருந்தது. நிலவை மறைத்தபடி எங்கிருந்தோ சில கருத்த மேகப்பொதிகள் பறப்பதை சசாங்கன் கவனித்தான். அப்போது அவன் மீண்டும் புத்தகத்தில் கண்களைப் பதித்தான். பிரபஞ்ச வள்ளி அமர்ந்திருப்பதைக் கவனிக்கவேயில்லை. இத்தனைகாலம் வாசித்த புத்தகங்கள் தன்னெதிரில் எதிரில் நிரவிக் கிடப்பதைப் போல சசாங்கனுக்குத் தோன்றியது. புத்தகங்கள் சசாங்கனிடம் கூறின: 'அசைவுகள்தான் முன்னேற்றத்திற்கான அடையாளங்கள். ஒரு இலை அசையும் போதுதான் மரம் தனது இருப்பை உணர்த்துகிறது. கால்களை உதறும் குழந்தையையே தாய் விரும்புவாள். மழைக்கு முன்பு சத்தத்துடன் காற்று வரும். முளைப்பதற்கு இடி தேவைப்படுகிறது. கர்ப்பிணியின் வயிறு அசையும்போது குழந்தைக்கு உயிர் இருப்பதாகவும் தட்டும்போது திறக்கப்படும் என்றும் செண்டை மேளத்தைக் கேட்கும்போது திருவிழா நடப்பதாகவும் கையை அசைக்கும் போது ஒருவர் விடைபெறுகிறார் என்றும் அசைவின்மை மரணத்தையும் உணர்த்துகிறது.'

அப்படிப் படுத்துக்கொண்டிருக்கும் போதே சசாங்கன் தூங்கிவிட்டான். பிரபஞ்சவள்ளி அவனை உணவருந்த அழைக்கவில்லை. ஒரு குழந்தையின் கலங்கமற்ற உறக்கமாக அந்த உறக்கத்தைக் கண்டாள். உறக்கத்தில் அமைதியான வெளித்தோட்டத்தில் சசாங்கன் யார் கையையோ பிடித்து நடக்கும் குழந்தையைப் போல அதிசயங்களைக் கண்டு புன்னகைப்பதைப் பிரபஞ்ச வள்ளி புரிந்துகொண்டாள்.

கணவாயைக் கடந்து அரிசியும் மலைக் காய்கறிகளையும் ஏற்றி வரும் கர்னாடகாவைச் சேர்ந்த லாரிகளின் இரைச்சல். வயல் வரப்பில் சற்றுநேரம் அமர்ந்திருந்தான். அவன் குளிரைப் போக்குவதற்காகக் கழுத்தில் மஃப்ளரையும் உடம்பில் கம்பளியையும் போர்த்தியிருந்தான். மேகங்கள் அகன்று சூரிய வெளிச்சம் தெரிந்தபோது மெல்ல எழுந்து வீட்டுக்குச் செல்லும் வழியை நோக்கி நடந்தான். வீட்டில் இடையறாமல் ஃபோன் ஒலித்துக்கொண்டிருந்தது. யாரும் ஃபோனை எடுக்காமல் போகவே அவசர அவசரமாக வீட்டுக்குள் நுழைந்தான். ஃபோன்

ஓடும் ரயிலில் பாய்ந்து ஏறுவது எப்படி?

ஒலிப்பது நின்றது. அவன் பிரபஞ்ச வள்ளியை உரக்க அழைத்தான். அவள் குளிப்பதாக ஒரு வேலைக்காரி வந்து சொன்னாள்.

'பெல் அடிச்சிட்டு இருக்கற இந்தப் பொருளை யாராவது எடுக்கக் கூடாதா?' என்ற கேள்விக்குப் பதிலில்லை. அவன் சாய்வு நாற்காலியில் அமர்ந்ததும் பெல் ஒலிக்கத் தொடங்கியது.

'யாரு?'

'சசாங்கன் சார் இருக்காரா?'

ஆமாம், எங்கிருந்து அம்மா பேசறீங்க...'

'சார், ஸ்மார்ட் பேங்க்லேர்ந்து பேசறோம்... சார் எங்கிருந்தாவது லோன் எடுத்திருக்கீங்களா?'

'கொஞ்சம் இருக்குது... அம்மா... என்ன விஷயம்னு சொல்லுங்க?'

'அப்படின்னா நாங்க சாருக்கு உதவி பண்ணறோம். சாரோட லோன் எல்லாத்தையும் நாங்க ரீ பே பண்ணறோம்... எங்க பேங்க்ல ஒரு ஸ்கீம் இருக்குது. அதைப் பத்தி சார் தெரிஞ்சுக்குங்க. ஒரு அப்பாய் மென்ட் குடுங்க. நாங்க வந்து சாரைச் சந்திக்கறோம்...'

'அம்மா தாயே, இனியொரு புது லோனும் ஏற்பாடும் எதுவும் வேண்டாம்... வேற யாரையாவது கூப்பிடுங்க.'

சசாங்கன் ஃபோனை வைக்கும் வேளையில் அந்த இளம்பெண் ஏதோ சொல்வது கேட்டது. இருப்பினும் நீண்ட பெருமூச்சில் எல்லாவற்றையும் கட்டுப்படுத்திச் சாய்ந்து படுத்தான். மீண்டும் ஃபோன் ஒலித்தது. அதே இளம் பெண்.

'என்னம்மா. தேவையில்லாததைப் பத்தி எதுக்காகப் பேசிட்டு இருக்கணும். எனக்கு எந்த லோனும் தேவையில்லே...'

'அதுல்லே சார்... சார் மாதிரி இருக்கறவங்களோட உதவியில்லாம எங்களால எப்படி... அதனாலதான் மறுபடியும் கூப்பிட்டேன்...'

'அம்மா தொல்லை பண்ணாம ஃபோனைவெய்யுங்க.'

'அப்படின்னா நான் வேறே விஷயத்தைக் கேட்கட்டுமா?'

'என்ன?'

'சாருக்கு என்ன வயசு இருக்கும்?'

'எதுக்காகக் கேட்கறே?'

‘நான் சொல்லட்டுமா? ஒரு தேர்ட்டி ஃபைவ், தேர்ட்டி சிக்ஸ்..?’

‘ஒரு ரெண்டாவது கல்யாணத்துல எனக்கு விருப்பம் கெடையாது... நீ போனை வெச்சிட்டுக் கெளம்பு.’

‘இல்லே சார், சார் நெனைச்சா எல்லாம் நடக்கும். ஒரு லோன் எடுக்கணும் சார்... இல்லைன்னா எங்களால டார்கெட் அச்சீவ் பண்ண முடியாது... நாங்க... என்ன வேணும்னாலும் பண்ணறோம் சார்... சாருக்கு இஷ்டமான எதையும்... எங்க வரணும்னு சொன்னா போதும்... ப்ளீஸ் சார்...’

வானத்தில் நிலவும் நட்சத்திரங்களும் மறைவதையும், சூரியன் எரிந்து பழுத்து ஆவியாவதையும், குன்றுகளிலுள்ள மரங்களின் இலைகள் எரிந்து கருகுவதையும் மரங்கள் பேய் பிடித்ததைப் போல நடுங்குவதையும் சசாங்கன் கண்டான். வரவிருக்கும் ஏதோ சந்தேகத்திற்கிடமான ஆபத்தின் சங்கிலியால் பிணைக்கப்படுவதையும் ஆர்ப்பரித்துக் கொந்தளிக்கும் அலையோசையையும் கேட்டான். நிலம் தனது சகல நிறங்களிலிருந்தும் பிரிந்து கரிய சாம்பலால் மூடப்படும் தினத்தை சசாங்கன் வருத்தத்துடன் நினைவு கூர்ந்தான்.

எல்லாக் கதவுகளும் எல்லா ஜன்னல்களும் திறந்து கிடக்கும் ஒரு வீட்டுக்குள் சசாங்கன் என்னும் கிழவன் உலகத்தின் பசுமையைக் காணக் கண்களைத் திறந்தான்.

●